चांगदेव चतुष्टय : १

बिढार

भालचंद्र नेमाडे यांचे प्रकाशित साहित्य

कादंबरी

कोसला (१९६३)
बिढार (१९७५)
हूल (१९७५)
जरीला (१९७७)
झूल (१९७९)
हिंदू : जगण्याची समृद्ध अडगळ (२०१०)

कविता

मेलडी (१९७०)
देखणी (१९९१)

समीक्षा व संशोधन

तुकाराम (१९८०)
साहित्याची भाषा (१९८७)
*द इन्फ्लुअन्स ऑफ इंग्लिश ऑन मराठी :
अ सोशिओलिंग्विस्टिक अ‍ॅण्ड स्टायलिस्टिक स्टडी* (१९९०)
टीकास्वयंवर (१९९०)
इंडो-अँग्लिअन रायटिंग्ज : टू लेक्चर्स (१९९१)
मराठी रीडिंग कोर्स (इअन रेसाइडसह) (१९९१)
मराठी फॉर बिगिनर्स (१९९४)
साहित्य, संस्कृती आणि जागतिकीकरण (२००३)
निवडक मुलाखती (२००८)
सोळा भाषणे (२००९)
नेटिव्हिज्म : देशीवाद (२००९)
हाऊ मच स्पेस डझ अ‍ॅन इंडियन रायटर नीड? (२०१३)

चांगदेव चतुष्टय : १

बिढार

भालचंद्र नेमाडे

पॉप्युलर प्रकाशन, मुंबई

बिढार
(म–७०४)
पॉप्युलर प्रकाशन
ISBN 978-81-7185-387-8

BIDHAR
(Marathi : Novel)
Bhalchandra Nemade

पहिली आवृत्ती, अमेय प्रकाशन : १९७५/१८९७
पुनर्मुद्रण : १९७८/१९००
दुसरी आवृत्ती, पॉप्युलर प्रकाशन : १९८८/१९१०
पुनर्मुद्रण : १९९४/१९१६
तिसरी आवृत्ती पॉप्युलर प्रकाशन : २०००/१९२१
आठवे पुनर्मुद्रण : २०२१/१९४२
नववे पुनर्मुद्रण : २०२२/१९४४
दहावे पुनर्मुद्रण : २०२३/१९४५

प्रकाशक
अस्मिता मोहिते
पॉप्युलर प्रकाशन प्रा.लि.
३०१, महालक्ष्मी चेंबर्स
२२, भुलाभाई देसाई रोड
मुंबई ४०० ०२६

अक्षर जुळवणी
संतोष गायकवाड
पिंपळे गुरव, पुणे ४११ ०६१

इंद्रदत्त म्हणाला, मी योगसामर्थ्याने ह्या मेलेल्या
राजाच्या शरीरात प्रवेश करतो. मग वररुचि
याचक म्हणून द्रव्य मागायला येईल त्याला तेवढे
द्रव्य दिले की मी पुन्हा माझ्या शरीरात येईन.
तोपर्यंत हा व्याडी माझ्या शरीराचे रक्षण करील.

– योगनंदाची गोष्ट, **कथापीठलंबक**
कथासरित्सागर

चांगदेव चतुष्टय : १

बिढार

झोपेत कुणीतरी मित्र दरवाजा ठोकून गेले असावेत. आतासुद्धा कोणीतरी खालून सारखा हाका मारतोच आहे. चांगदेऽव, चांगदेव पाटीऽल, चांगोऽ, चांग्याऽऽ. पण उंच उशीवर मान खांदे टेकवून शेषशायी नारायणासारखा सरळ सकाळपासून झोपलेला तो उठत नव्हता. तिकडे भयानक, कशाचा कशात मेळ नाही अशी स्वप्निक झोप प्रचंड वेगानं गरगरत निघून गेलेली. आणि आता हळूहळू सरपटत अंगावर येणारी जाग. पलंगावरून समोर खिडकीत झुलणारी पिंपळाची मोठी फांदी. मागे पानांमधून ढगांची पांढरी चादर आणि सुटंसुटं होत पुन्हा होत कायम गडद राहणारं आभाळ. ही अशीच खोली, अशीच उंच उशी. सगळे आवाज गायब करून हा असाच स्थिर फोटो जर कोणी काढून ठेवला तर त्याला तोड नाही. भयानक गोठवून टाकलेली अवस्था, मागचं-पुढचं सगळं छाटून टाकून निव्वळ असा निश्चल फोटो. आता उठावं.

डॉक्टरला अर्थात अगदी सगळ्यांच्या शेवटी भेटलेलं चांगलंच. पण जायचंही बरंच होतं. आताच निघणं आवश्यक होतं. त्यातून खाली हाका मारणारं कोणीतरी निघून गेल्यानंतरच खाली गेलेलं बरं. डोक्यात अजून दुपारभर खालून आलेले रेडिओचे सूर होतेच. थोडीशी नूरजहाँ, थोडंसं हृदय हालवून टाकणारं खर्जातलं हार्मोनियम, क्वचित गाण्यामागचे संथ डफाचे आवाज आणि बहुश: दुपारी कोसळून गेलेला धुवांधार पाऊस. गेल्या कित्येक रात्री झोपेशिवाय. त्यामुळे आज

अचानक शरीर बुडतबुडत झोपेखाली. बरं झालं वेळेवर तरी पुन्हा तरंगत वर आलं. बहुधा हाक मारणारा भैय्याच असावा. किंवा शंकर. सारंगही असाच ओरडतो. पण तो गेला हे बरंच झालं.

असं म्हणून तो उठला. झटपट तोंड धुऊन कपडे, पैसे, बूट चढवून धडाधडा खाली आला. होस्टेलवर बहुतेक खोल्या बंद होत्या आणि समोर गुडलकमध्ये एकही मित्र नव्हता म्हणून चहा घेऊन लवकर निसटणं जमलं. नाहीतरी त्याला थांबणं शक्यच नव्हतं. तरी एकानं हाक मारलीच. तो नुसता हात हलवून निसटला.

रस्त्याच्या बाजूच्या बागेत माळी अजून नवी रोपं लावतच होता. सकाळपासून तरी बरीच रोपं लावून झाल्याचं दिसत होतं. रस्त्यानं जाणारे येणारे अंगावर कुठेतरी नव्या पावसाच्या खुणा घेऊनच जातयेत होते. पानाच्या दुकानावरून चारपाच जणांनी त्याला हाक मारली. नंतर भेटतो म्हणून त्यानं हात हालवला. *तेरी राहोमें खडे हैं दिल थाम केऽ, हाय हम है दीवाने तेरे नामकेऽ.* एवढ्यात कुठे गाणं सुरू झालं होतं. पण लवकर स्टेशनात घुसणं आवश्यक होतं. तो म्हणत होता, वस्तुत: आपण सगळेच अरण्यातल्या झाडांसारखे खातपीत, हसतखेळत बोलतसुनावत, गाणी ऐकत सरळ गर्द वाढत असतो. पण अचानक एखाद्याच्याच मुळाशी कुऱ्हाड बसायला सुरुवात झाली की थरथराट.

पण तसं काही नसावंसुद्धा. आज बहुधा सोक्षमोक्ष काय ते होऊन गेलेलं बरं. दोनतीन महिन्यांपासून हे हॉस्पिटल ते हॉस्पिटल, सरकारी डॉक्टर, खाजगी डॉक्टर असं काहीतरी चाललं आहे. खरं कुणी सांगत नाही. आता ह्या डॉक्टरच्या वरचा तर कुणी मुंबईत नाही. एकदाचं इथे आज कळलं की मोकळे होऊन जाऊ. मोकळं होणं म्हणजे निदान ह्याच्यातून. तसं हाही इतरांसारखंच सांगणार असला तर म्हणजे निदान आपल्याला मोकळं. पुढचं पुढे. खरं तर आपण एकेकटे गलबतासारखे आयुष्यभर तरंगत असतो. त्यात मोकळं व्हायचा प्रश्नच कुठे येतो. आपली काहीही सहन करायची तयारी झालेली आहेच.

धडाड् धडाड् गाडी. रेटारेटीत दोन स्टेशनं. मग बाहेर. नंतर थोडं पायी. मग बस. पुन्हा उतरून मग बरंच पायी. चुकून एक स्टॉप आधी उतरल्यामुळे थोडं जास्त चालावं लागलं. विशेषत: डाव्या बाजूला तुफान हेलकावणाऱ्या समुद्राकाठून चालत जाणं अशा परिस्थितीत म्हणजे आणखी हादरून गेल्यासारखं.

मग सुंदर नारळाच्या झाडांखालचं हॉस्पिटल. बाहेरच्या पाट्यांमधली एक नीट पाहून तो आत जिने चढून वर. नेहमीच्या दारानं आत न जाता तो थेट पलीकडच्या दारातून त्या सुंदर पोरीच्या टेबलापाशी. ती नेहमीच सुंदर हसायची. अशा वेळी तिच्याशी सलगी करायला काहीच हरकत नव्हती. कारण किती वेळ

वेटिंगरूममध्ये बसावं लागेल याचा सुमार नव्हता. म्हणून तो सरळ आतच घुसला. तिनंही त्याचा चेहरा पाहून त्याचं कार्ड घेतलं आणि फाइल शोधून दिली. आणि बसायला खुर्ची दिली. नंतर ती उगाच त्याला न्याहाळत राह्यली. जरा वेळानं आतला पेशंट बाहेर गेल्यावर तिनं त्याला आत जायला सांगितलं. आतल्या खोलीत कुणीच नव्हतं. तो एकटा टेबलावर बसला आणि अस्वस्थ होऊन पाय हलवत राह्यला. डॉक्टर बाजूच्या खोलीत त्याचीच फाइल पाहत होते. इतके झगझगीत दिवे की कुठे सावली नाही.

चांगदेव म्हणजे पहिल्यापासून कोणाशी जुळतं न घेणारा पोरगा होता. लहानपणापासून मनसोक्त राहायची सवय. तशात मोठ्या खटल्याच्या कुटुंबात लहानपण गेल्याने कुठेही काहीही करत राहायचं, वाटलं तर एकट्यानं काहीही करत दिवस घालवायचा, वाटलं तर खूप माणसं भोवती. प्रचंड वाड्याच्या कुठल्यातरी कोपऱ्यात काहीतरी करत किंवा कुणाही काकाला, भावंडाला बरोबर घेऊन धडपडी. कधी दोघातिघा पोरांनी हातात काठ्या घेऊन गोऱ्ह्याशी झुंज खेळत बेभान होऊन त्याला बदडायचं. गोऱ्हा शिंगं रोखून उलटला की त्याची मुसंडी चुकवायची. आणि मग मागाहून त्याला बेजार करायचं. कधी चारपाच जणांनी मिळून रानात बोरी हुरवायच्या, अगदी शेंड्यावरचं चिंचेचे कंगन काढायची बादी. त्यात वाऱ्यानं तोल जाऊन एक भाऊ मेला होता. सगळा रानटी कारभार. पावसाळ्यात पहिला पूर आला की नदीच्या काठच्या कराडींना धोंडे मारून विंचू पाडायचे. त्यांच्या नांग्यांना बरोबर दोरे बांधून विंचवांची माळ तयार करायची. त्यांना एका रांगेत उभा करून शर्यत करायची. नदीतल्या वाळवंटात पोरापोरांची ढोरमस्ती. त्यात पूर्ण दमून गेल्यावर हातपाय धुऊन थकून घराकडे. सगळ्या भावंडांच्या ओळीत बसून जे ताटात येईल ते भरपूर खायचं. आई, काकू, आजी कुणीही कोणाचेही खाण्यापिण्याचे हट्ट पुरवायचे. बायकाच बायका, पोरीच पोरी, पोरंच पोरं — सगळा आनंदीआनंद.

तेव्हाचं घर सुंदर होतं. नंतर मुलं मोठी होत गेली आणि आपलातुपला असा फरक होत गेला. ते आपोआपच झालं. पण निदान चांगदेवचं लहानपण फारच मस्त गेलं. घरात प्रेम असायचं तेवढ्यात तो मोठा होऊन गेला. मग अभ्यासाचं वेड डोक्यात शिरलं. पण त्याआधी सगळं स्वैर. शाळा सुटली की पाटी ठेवून

जेवून बाहेर. टेकडीवरून उतरलं की प्रचंड तापीचे डोह. त्यात डुंबायचं किंवा पलीकडे टेकड्यांमध्ये मोरांच्या मागे धावत वाट चुकायची. आणि पलीकडे सातपुड्याचं जंगल लहानपणी निव्वळ अद्भुत वाटायचं. भीती आणि अद्भुतपणा आणि उंचसखल अंतरांचा एकमेकांशी काय संबंध असतो हे सगळं लहानपणीच मनात मुरलं होतं. त्यामुळे जगात कुठेही टाकलं तरी ह्या काही गोष्टी कायम मनात. एकदा प्रचंड पूर येऊन वाड्याची अजस्र भिंत वाहून गेली, गाव सगळं पाण्यात. आनंदी दिवस तिथेच संपल्याची ती खूण!

मुंबईत जेव्हा त्याच्या बापानं त्याला आणून सोडलं तेव्हा त्याला मुंबई सातपुड्याइतकीच अद्भुत, रम्य, प्रचंड वाटली. तू काहीही कर पण अभ्यासात मागे राहता कामा नये, असं बापानं बजावलं होतं. ते त्यानं कॉलेजच्या सगळ्या परीक्षांत पाळलं होतं. खरं म्हणजे अभ्यास काही डोंगरात वाट काढत जाण्यापेक्षा अवघड नव्हता. बापाला वाटत होतं की खेड्यातल्या शाळेत हुशार असलेलं हे पोरगं मुंबईला कुठवर टिकाव धरतं कुणास ठाऊक. पण पहिल्याच वर्षी पोरगं सगळं शिकून, बोलणंचालणं, वाचणंलिहिणं नीट करून उत्तम पास झालं तेव्हा बाप निर्धास्त झाला. बाप कुटुंबाचा कर्ता पुरुष होता, त्यामुळे होता होईल तो एकत्र कुटुंब आहे तोपर्यंत आपल्या मुलामुलींवर खर्च करून घ्यावा म्हणून चांगदेवला भरपूर पैसे येत असत. दुसऱ्या वर्षीही पोरगं पुन्हा चांगलं पास झालं. तेव्हा आणखी जास्त लाड होऊ लागले. ट्रिपा, सहली, संगीताचा क्लास, इंग्रजीचा स्पेशल क्लास, फ्रेंचचा क्लास, हॉटेलं, मित्रमंडळी, नाटकं, देशीविदेशी सिनेमे, पुस्तकं — वर्षात तो काय काय करायचा हे ऐकूनच आईवडिलांना धन्य वाटायचं. खरं म्हणजे त्याच्यावर होणाऱ्या खर्चामुळेही पुढे घरात भांडणं सुरू झाली. पण बाप बेदरकारपणे हुकमी आवाजात म्हणायचा, चांगो, तुझं जोरात चालू दे. इथे सगळे कूपमंडूक आहेत. तू शिकायचं ते सगळं शीक. तुला बुद्धी आहे. कलेक्टर होशील किंवा मोठा डॉक्टर होशील तेव्हा त्यांना कळेल काय ते. मी त्यांचंही करतोच आहे. दरवर्षी एक लग्न आटोपतोय्. सगळ्यांना शिकवतोय्. आपला डिगंबर गेला त्याचं दुःख आम्ही तुझ्यामुळे हलकं करतोय्. दोन मुलांच्या शिक्षणाचा खर्च मी तुझ्या एकट्यावर करणार.

पण मुंबईत आल्याबरोबर नवं जग जितकं म्हणून आहे तितकं म्हणून आपल्याला कळलं पाहिजेच म्हणून इतकी वर्षं साठवून ठेवलेली ताकद त्यानं सगळी कामाला आणली. नाना क्षेत्रांत रस असलेले नाना मित्र मिळवून कायम

चर्चा करत, चहासिग्रेटी पीत स्वतःला नव्या जगाचा नागरिक म्हणवून तो अक्षरशः बेभान झाला. ह्या झटक्यात तो कम्युनिस्ट पक्षाचा सभासद होऊन एका मोर्च्यात पकडलाही गेला. पण तुरुंगातल्या दोन रात्रींत ढेकणांनी आणि डासांनी त्याची नशा उतरवली, त्यानंतर तो फक्त चर्चा, लिहिणंवाचणं एवढ्यापुरताच नव्या जगाचा नागरिक राह्यला. आणि स्मरणशक्ती, कल्पनाशक्ती प्रचंड असल्यानं परीक्षेत पुन्हा कायम वरच. एकदा तर सर्वश्रेष्ठ मुलाचं कॉलेजचं बक्षीसही मिळाल्यावर त्यानं घरी बापाला लांबलचक पत्र लिहून स्वतःची पाठ थोपटून घेतली. आपले दोनतीन इंग्रजी–मराठी वर्तमानपत्रांत छापून आलेले लेखही त्यानं बापाला पाठवून दिले. असो.

असा हा चांगदेव पाटील डॉक्टरचं ऐकता ऐकता तोंडात ठोसा बसल्यासारखा तिरमिरी सावरतच तिथून बाहेर आला. चिठ्ठ्या, पावत्या, पैसे खिशात कोंबत तो दारापाशी आला आणि वेटिंगरूममध्येच घुसला. तिथे बसलेले सगळे जण भेदरलेले दिसत होते. बाहेर सपाटून वारा आणि पाऊस असल्यानं स्प्रिंगचं दार आपोआप लागतउघडत होतं. ह्या अंधुक उजेडाच्या खोलीत वाट पाहात बसलेल्या लोकांना आपल्या चेहऱ्यावरून आपल्याला काय झालं असावं याचा अंदाज करू द्यायचा नाही म्हणून तो चेहऱ्यावरचं भेदरून जाणं शक्यतो खाजगी ठेवून थेट बाहेर पडला. या महादशेतून निभावणं कठीण.

एकूण वयाच्या विसाव्याच वर्षी पेलवेल असा तो फटका नव्हता. डॉक्टरांनी सरळ काय ते सांगितलं होतं आणि तेवढ्यातल्या तेवढ्यात तोल सावरावा म्हणून त्यानं सुरू केलेला तारुण्यसुलभ बौद्धिक वाद घालणं टाळून ते इंग्रजीत म्हणाले होते : जगायचं असेल तर या.

बाहेर तडातडा आपटणाऱ्या पावसाच्या तुषारांनी सगळीकडे आसमंत चकमकत होता. बस घेण्याचं टाळून तो एका मोठ्या रहदारीच्या रस्त्याने उगाच झपाझपा चालत राहिला. नंतर असं चालण्याची काहीच गरज नाही हे लक्षात आल्यावर तो अचानक थांबला. पावसात थांबणंही शक्य नव्हतं. म्हणून तो एका प्रचंड कोलाहलाच्या हॉटेलात शिरला. कुठेतरी तो सावरण्यासाठी निदान तासदोनतास बसणं आवश्यक होतं. तराजूचं एक पारडं प्रचंड झुकलं होतं आणि दुसरं काही केल्या खाली येणं शक्य नव्हतं.

स्टेशनातून बाहेर पडताना नेहमीचा कॉलेजचा रस्ता टाळून तो लांबचे रस्ते तुडवत मागच्या बाजूनं होस्टेलवर आला. खोलीवर ओले कपडे काढून कोपऱ्यात ढिगासारखे टाकून कोरडे कपडे घालून तो सिग्रेटी पीत उशाशी उंच उशी घेऊन पडून राहिला. निपचित.

आणि त्यानंतर सगळे रंगच बदलून गेले...

उलट इतकी वर्षं जमा केलेल्या गोष्टींचं ओझं व्हायला लागलं. इतक्या मित्रांशी संबंध ठेवणं जिवावर आलं. पुस्तकांची खोलीवर अडचण वाटायला लागली. पत्रं यायची, निरोप यायचे त्यांचा त्रास व्हायला लागला. अभ्यासाचा उपयोग काहीच नाही. जे जे येतं त्याचाही काहीच उपयोग होत नाही, जे आहे ते सगळं क्षणभंगुर आहे, आपलं काहीसुद्धा नाही. असं एन उमेदीत हे लेकरू सुकायला लागलं. एकदोन मुलींशी भेटणंबोलणं सुरू झालं होतं तेही तिथंच संपलं. पुढचं सगळंच बेचिराख झालं. स्वतःपुरता हा प्रश्न सोडवायलाही कित्येक महिने त्याचं अवसान जाग्यावर नव्हतं. तो लहानपणी आगीसारख्या उन्हात उघडंबोडकं फिरत होता आणि तहानभूक विसरून दिवसदिवस रानात हिंडत होता म्हणूनच बहुधा तो याच्यातून वेड न लागता शिल्लक राहिला. नाहीतर अक्षरशः बुद्धिभ्रंश व्हायची स्थिती होती. जगात कुठे काय चाललं आहे आणि कोणता लेखक कसा जगला आणि कोणत्या इटालियन सिनेमात कसा कॅमेरा फिरवला आहे अशा गोष्टींचे मूलभूत विचार करता करता शेवटी आपल्या आयुष्यावर आपण एकट्यानंच विचार करायची पिशाच्चावस्था प्राप्त झालेली पाहून त्याची वाचाच बंद झाली. सगळ्यांना हा त्याच्यामधला अचानक बदल कृत्रिम वाटला. कुणाला वाटलं आता परीक्षा येतय् बी. ए. ची, तेव्हा ह्याला बक्षीस मिळवायचं आहे आणि आपल्याला हा पद्धतशीर टाळतो आहे. साला धूर्त आहे. करिअरिस्ट आहे.

त्याला छळत होते ते जगण्यामरण्याचे जीवघेणे प्रश्न. असं कुठे वाचलेलंही नव्हतं. कुठे देशीविदेशी नाटकात असे प्रश्नही नव्हते. त्यामुळे सगळं नवं, अद्भुत, अचानक नव्या नरकयोनीत टाकून दिल्यासारखं होतं. आपल्याला कोणीही काही दिवसांनी जवळ उभं राहू देणार नाही. आईबापसुद्धा घराबाहेर काढतील असं हे अस्तित्व. सडणारं कातडं.

मग त्यानं गुपचूप लायब्रीतली वेगवेगळी रोगांवरची, शरीरशास्त्रावरची पुस्तकं

काढून पाहिली. माणसाला एकूण इतके विचित्र रोग होऊ शकतात हे पाहून जगण्याबद्दल तुच्छ मत झालं. काही पुस्तकांत चित्रं होती. ते भयंकर फोटो पाहून त्याला स्वतःची तशी चित्रं दिसायला लागली. खालच्या माहितीत आधीची लक्षणं, कारणं, मग पुढे कसंकसं वाढत जातं, शेवट असा होतो — हे सगळं वाचून त्याची लाहीलाही झाली. म्हणजे आता आपला प्रवास असाअसा होत जाणार, शेवट हा असा होणार. देवा, काय नशीब दिलंस! असे असहाय उद्गार स्वतःशी. रात्रंदिवस निव्वळ तळमळ, तडफड. संपूर्ण एकट्याची.

अनेक रात्री तडफडत काढल्यावर पुन्हा धनंतर झोप. बाहेर एकसारखा पाऊसच पाऊस, तसेच डोक्यात निव्वळ घनघोर झोप. सगळं शरीरच अलगदपणे त्या पावसाच्या पाण्यातून वाहत चालल्यासारखं. झोपेची गती शरीराला असं हलकं करून कुठल्या कुठे घेऊन गेलेली. निदान ब्रेड खाण्यापुरतं तरी उठावं. पण पुन्हा तशीच ग्लानी. असे होस्टेलवरचे महिनेमहिने. तास बुडायचे, हजेरी कमी म्हणून नाव यादीत लागायचं. प्रिन्सिपॉल-प्राध्यापक चांगले म्हणून निभावून जायचं. त्यांचे आभार मानावे असंसुद्धा त्याला कधी वाटलं नाही.

तो म्हणत होता, आता हे घरी कसं कळवणार? आणि कळलं तर आईबापांना काय वाटणार? हे बरं होईपर्यंत लग्न करू नका असंही डॉक्टरांनी सांगितलं होतं. घरी एकतर आपले सगळे काका इस्टेटीचे वाटे करा म्हणून रोज भांडणं करताहेत. आत्या, बहिणी लग्नाच्या आहेत. आई कायम मी फार वर्षं जगणार नाही, लवकर शिक्षण आटोपून नोकरी धर असं म्हणते, आपल्या लग्नाचं नेहमी बोलत असते. आता तर लग्न शक्यच नाही. हेही जरी घरी कळलं तरी आई किंवा बाप कोणीतरी धक्क्यानं मरेल. काळजीनं खंगून त्यांचे शेवटचे दिवस वाईट जातील. कारण डिगंबर गेल्यापासून आपल्यावर आईबापांचा उगाच अवास्तव जीव आहे. आपणही त्यांच्या आशांना झुलवत आलो. आता सगळी बरबादी. आपलं दुःख त्यांना सोसायला लावणं म्हणजे आपण अधम ठरू.

एकूण आपण जगायला एकटे नाहीत ह्या जाणिवेनं त्याचा आणखी तडफडाट झाला. हळूहळू त्याला घरातल्या सगळ्यांबद्दल विचित्र तिरस्कार वाटायला लागला. खरं तर आईबापांनी लबाड्या करून आपल्यासाठी इतकं केलंच का, हे त्याला जाचायला लागलं. आपलं इंग्रजी उत्तम आहे हे अगदी साहेबासारखं झालं पाहिजे म्हणून वडील कुठून तरी एक रेडिओ घेऊन आले. त्यावेळी थोरल्या काकांची धोतरं फाटली होती, काकूला बाळंतपणात औषधपाणी नीट होत नव्हतं, एका आत्याचं आणि एका चुलतबहिणीचं लग्न हुंड्यामुळे फिसकटलं होतं. धाकटा काका हुशार असून त्याला मेडिकल कॉलेजमध्ये घातलं नव्हतं. थोरल्या काकांचा

सोपान मॅट्रिक चांगला पास होऊनही वडिलांनी त्याला कॉलेजात न घालता कुठलातरी वायरमनचा कोर्स घ्यायला लावलं होतं. अशा हजार गोष्टी. आता त्या त्याच्या डोक्यात भुणभुणायला लागल्या. पण इतकं सगळं करणाऱ्या आईबापांना आपण हे कळवलं तर पुन्हा दुःख. एकूण आपल्या सुज्ञपणाला आता चांगलंच आव्हान आहे. हे सगळं गटागटा रिचवून मोकळं होऊन जावं, मरून जावं, हे शोभेल.

असे विचार करता करता शेवटी त्याला असंही वाटायला लागलं की कुठे एखादी फांदी मोडून पडली तर एक भाऊ किंचाळत फटदिशी आपटून मरतो, कुठे एखादा फटका मारला तर डास चिरडून नाहीसा होतो. एकदा मित्राबरोबर खाटीकखान्यात फेरी मारली तेव्हा कितीतरी बोकड आणि अन् बैल कापले जात होते, काही जवळच बांधून उभे होते. किंवा कुठे विष टाकलं चार आण्याचं तर पन्नास उंदरं मरून पडतात बिळातल्या बिळात, त्यांना कोणी उकरूनही पाहत नाही. तेव्हा आपलं आयुष्यच काय मोठं जगत राहायच्या लायकीचं लागून गेलं आहे? रेटत राहू आणि मरून जाऊ एक दिवस. पण हे घरी न कळवता ह्या बड्या डॉक्टरांची औषधं घेत पुढे कधीतरी बरं होऊन जगत राहणं म्हणजे एका परीनं आताच्यापेक्षा जास्त रोगटपणाचं लक्षण आहे. गावोगाव अजूनसुद्धा डॉक्टरं नाहीत. काही झालं की पटापट मरणारे मरून जातात. उरलेले धडधाकटपणे जगत राहतात, ते खरं निरोगी जगणं. औषधं घेऊन भाकड आयुष्य टिकवणं लांच्छनास्पद. तेव्हा आहे असं रेटू आणि मरून जाऊ. आपण आजपर्यंत वीस वर्षांत कधी डॉक्टर पाहिला नाही, कधी औषधाची एक बाटली घेतली नाही. औषधांची इतकी दुकानं पाहून तो हेटाळणीनं हसायचा. पाहा साले किती औषधं घेणारे आहेत दुकानात, असं ओरडायचा. आणि आता तसल्या दुकानात आपण औषधं घ्यायला जायचं? डिगंबरसारखं आडदांड जगावं.

शिवाय इतके प्रचंड पैसे आपण त्याच घरातून काढणं म्हणजे इतकं कळत असून आपण एक प्रकारची सावकारीच करतो असं होईल, त्याचं काय? हे सगळं वडलांना न कळवता पैसे उपटत राहणं म्हणजे तर घरातल्या रोज चटणीभाकर खाणाऱ्या पंचवीस जीवांवर चैन केल्यासारखं आहे. सांगितलं तर वडील काहीही करून पैसे देतीलच. तेव्हा सांगून टाकणं तर कधीही करायचं नाही. नुसत्या एकट्याच्या शरीरासाठी एवढ्या मारामाऱ्या सांगितल्या कुणी? आणि आता तर वडलांच्या खर्चावर सगळ्या काकांची सक्त नजर असते. एकूण आपल्या मानी स्वभावाला हे धरून होणार नाही. आपल्या भावांना, बहिणींना, काकांना, आत्यांना चांगले दिवस येवोत. आपण गाडले जाऊ. ते जास्त मर्दानी आहे.

एकूण त्याचा हा प्रश्न सोडवायला दुसऱ्या कुणातरी शहाण्या माणसांची गरज होती, पण दुसऱ्या कुणालाच ह्यात भागीदार करून घ्यायला तो तयार नव्हता. स्वतःचं दुःख स्वतःच भोगावं, इतरांना त्याचा ताप द्या कशाला? हा पुन्हा लहानपणापासून जोपासलेला एकेरी स्वाभिमान.

असे दिवस गेले. ह्यात एक सवय मात्र जडली ती कायमचीच. की पलंगावर उताणं पडून डोक्याखाली उशी ठेवून वर पाहत जगण्यामरण्याचा किंवा एकूण नुसताच स्वतःचा हिशेब ठेवणं. रात्र झाली की सगळं विश्व डोक्यावर तरंगतं आहे असं वाटत राहायचं. शेषशायी विष्णूसारखं निपचित पडून राहायचं. झोप आली तर तसंच झोपी जायचं. झोप लागून गेल्यावर डोक्यात कुणीतरी स्त्रीच्या आवाजात स्फुंदून स्फुंदून रडतं आहे असं वाटायचं आणि सकाळी डोक्यातल्या आभाळाला थकवा आलेला असायचा. हे सगळं नैसर्गिकपणे होत राह्यलं. आणि परीक्षा आली. परीक्षेत होऊ पास सहजासहजी. आता नंबरबिंबर, बक्षिसं सगळं विसरून नुस्तं बसावं. पास झालो तरी खूप झालं.

त्या सुटीत पोरगं नेहमीसारखं हसतबोलत नाही, वर्षभर काय केलं सांगत नाही म्हणून आईबापांना चिंता वाटली. असेल काही अभ्यासाचं वगैरे म्हणून सगळे गप्प बसले. पण खरा मनात हात घातला तो त्याच्या पंच्याऐंशी वर्षांच्या आजीनं. चांगदेव नेहमी माडीवर पडून आढ्याकडे पाहत असतो हे लक्षात आल्यावर ती एकदा हातांनी आणि पायांनी पायऱ्या चढत वर आली. त्याच्या खाटेपाशी बसली, त्याला पायापासून केसांपर्यंत चाचपत शेवटी म्हणाली, चांगदेवा, तुला काही दुःख अशील तं सांगत का नाही बापा? दुःख एकट्यानं सोसू नये. मग तिनं सुचवलं की थोरल्या आत्याच्या गावी एक भगत आहे, शिकलेल्या पोरांना थट्टा वाटेल, पण त्याच्याकडे एकदा जाऊन येऊ सकाळच्या प्रहरी. खेंगटं असतात माणसाच्या उरावर. कसं मोत्यासारखं रूप होतं अन् कसं झालं...

एका दृष्टीनं हे खरंच होतं. जगात काहीही असू शकतं. खेंगटूच उरावर बसलं होतं. पण भगताकडे जाण्यात त्याला काही उत्साह नव्हता. उगाच देवी अंगात येऊन भगतानं खरं काय ते सांगून टाकलं तर आपलं हे डोळ्यांत तेल घालून सांभाळलेलं दुःखाचं एकछत्री राज्य कोलमडून पडायचं. म्हणून तो म्हणाला, काही नाही आजी, काही होत नाही मला. तू गप्प बैस.

पण एकूण घरातून आता काढता पाय घेतला पाहिजे, असं त्याला अतिशय वाटायला लागलं. ह्यापुढे एकटं, स्वतंत्र, मोकळं राहणं आपल्यालाही चांगलं आणि दुसऱ्यांनाही चांगलं. नाहीतरी दर सुटीत कुठल्या तरी एका आत्याचं किंवा चुलत बहिणीचं किंवा काकाचं लग्न असतं आणि घरात शंभरेक माणसं तळ ठोकून बसतात. लहानपणी घराबाहेर वेळ तरी जायचा. हल्ली सुट्टीत घरात पडून राहणं मुष्किल झालं होतं. अगदी लहानपणी लग्नं असली की तेव्हा छान वाटायचं. आता हे कठीण झालं होतं. तरी आजोबांचे सगळे भाऊ पटकीत मेले आणि त्यांच्यापैकी एकाचंच लग्न झालं होतं हे ठीक झालं. त्यांच्यापैकी एकच चुलतकाका आता मुंबईत स्वतःचं घर बांधून मोकळे झाले. ती फांदी सुद्धा वाढली असती तर कठीण झालं असतं. गल्लीत मुलं मावली नसती. सगळेच जगते तर उरलेल्यांनाही जगणं मुष्किल.

परीक्षेत तो नापास होणारच होता. मन लावून एकही पेपर लिहिला नव्हता. फारच दैव लागलं तरच पास व्हायची शक्यता होती. नापास झाल्याचं कळलं की घरात वडिलांची नाचक्की ठरलेलीच होती. सगळे काका वडलांना पहिल्यासारखा मान अलीकडे देत नव्हते. काक्याही आईला उघड बोलायला लागल्या होत्या. वडील शेतं विकायला लागले तेव्हापासून हे चाललं होतं. धाकटे दोघे काका काही बोलायचे नाहीत पण आईशी ते पहिल्यासारखे मायेनं वागत नव्हते. ते दोघेही मिळतील तेवढे पैसे घेऊन कसेतरी कॉलेज उरकून नोकरीला लागायच्या तयारीत होते. सुटीत ते पहिल्यासारखे मनमोकळे बोलत नव्हते. थोरले काका आधीपासून शेतीच्या दगदगीनं हैराण झाले होते. गड्यांची आणि त्यांची भांडणं व्हायची, वडील गड्याची बाजू घ्यायचे आणि ते रुसून आठआठ दिवस कुठे तरी गावी सासुरवाडीला जाऊन बसायचे. वडील गड्यासमोर त्यांचा अपमान करायचे. हल्ली नोकरांनाही भावासारखं वागवावं लागतं हे ह्या गाढवाला कळत नाही असं म्हणायचे. मधला काकाही शेतीला कंटाळून बायकोच्या माहेरून पैसा उभा करून तिकडे गुजराथेत शेती घ्यायच्या विचारात होता. त्यानं तर घरातून अजिबात लक्ष काढून टाकलं होतं. ती मधली काकी श्रीमंताची लेक असल्यानं सगळ्यांवर रुबाब गाजवायची. आई तिलासुद्धा सांभाळून घ्यायची. पण कायम किरकीर.

थोरले काका हल्ली सगळ्यांच्या समोर वडलांना लुच्चा, हरामखोर, आपमतलबी, ऐतखाऊ असं म्हणायचे. हा कधी शेतात दिसला आहे का गेल्या पाच वर्षांत? — असं म्हणायचे. थोरली काकी आणि मधली काकी यांनीही आता एकजूट करून आईला टोमणे मारायला सुरुवात केली होती. घरात बायकांनी पुरुषांसमोर भांडणं करायची नाहीत अशी वडिलांची शिस्त असल्यानं

आई बऱ्याचदा नुस्ती पदरानं डोळे पुसत राहायची. कधी असह्य झालं तर हिशेब मांडायची : बहिणी का ह्यांच्या एकट्याच्या होत्या? तुमच्या नवऱ्यांच्या नव्हत्या? आता धाकट्या नणंदेचं बघा तुम्हीच. अपमान होतात ते माझ्या नवऱ्याचे, हमाली करणारा माझा नवरा. आणि माझ्या थोरलीला सुमनला इतका हुंडा दिला तो काय गुपचूप दिला? ऐन वेळी लग्न मोडायचं का तेवढ्या रकमेसाठी? आणि माझी वच्छी पाहा कुठे डोंगरात दिली? तुमच्या पोरींची उलट ह्यांनी जास्त काळजी घेतली. जिथल्या तिथे हुंडा दिला, मानपान केले. माझी लेक नुसत्या बांगड्या आणि मंगळसूत्रावर गेली. वगैरे वगैरे. आणि शेवटी डोळ्याला पदर. डिगंबरची आठवण वगैरे.

मग वडील घरी आल्यावर उलट आईवर चिडायचे : सांगितलं आहे ना तुला त्यांच्या तोंडी लागायचं नाही म्हणून. मी काय करतो हे लोकांना माहीत आहे. ह्या घरबशा डुकरांना कोण विचारतो? जुळवून पाहा म्हणावं एक तरी लग्न. या घरात तर पोरीच पोरी आल्या जन्माला. मी माझ्या बहिणींना चांगली घरं मिळवून दिली, माझ्या पोरींना जसे चांगले नवरे मिळवून दिले तसे माझ्या पुतण्यांनाही चांगले नवरे मिळवून दिले. आपली-त्याची असा फरक केला नाही. शेतं अन् सोनं घरात ठेवून करायचं काय? ती काय आपले कमाई होती? ह्या पोरींच्या वाडवडलांची होती. मी काही कमावलं नाही पण तुम्ही काय कमवता हे विचारेन त्यांना आणि खेटरं मारीन जबाब दिला नाही तर. घरातले मुलगे त्यांच्या बुद्धिमत्तेवर मिळवायचं ते मिळवतील, पण मुलीचं दैव आता एकदाच ठरतं, सगळी शेत विकीन, हा वाडासुद्धा विकीन, पण घरातल्या पोरींना करंट्यांच्या हातात देणार नाही. मुलाचं रडणं सोसवतं पण मुलीचं नाही सोसवत, बाबांनो. अशा अप्सरेसारख्या पोरींना भलत्याच्या हाती मी जाऊ देणार नाही. पुन्हा कोणी ह्या विषयावर बोललं तर थोबाड रंगवीन एकेकाचं.

मग दोन दिवस घर शांत आणि पुन्हा असंच. चांगदेवला ह्या सगळ्याचा अतोनात वीट आला होता. धाकट्या आत्याचं लग्न एकदाचं जुळलं आणि ते उरकलं आणि भांडणांना ऊत आला. तो सगळा उन्हाळा ह्यातच.

वडील उन्हाळ्यात कायम लग्नांच्या गर्दीत असायचे. भीड म्हणून सतरा ठिकाणी लग्नं लावायलाही जावं लागायचं. मोठमोठे अहेर करावे लागायचे. उदळीचे पाटील घरंदाज आहेत हे दाखवावं लागायचं. सतरा लोकांची कामं करावी लागायची. घरातल्या लोकांना वाटायचं हा निव्वळ स्वच्छ धोतरं घालून बडेजाव मिरवीत पाहुणचार ठोकत फिरत असतो. पण वडील कायम स्थळं शोधत हिंडत असायचे. आसपासच्या सगळ्या गावांत सायकलवरून रपेटी करून थकून यायचे.

बस, रेल्वे यांचं भाडंही खूप जायचं. हा खर्चही घरातल्या लोकांच्या डोळ्यांवर यायचा. थोरल्या काकांनीही शेतातला माल परभारे विकून उघडउघड स्वत:ची तुंबडी भरणं सुरू केलं होतं. त्यांच्या दोन मुलींची लग्नं होऊन गेली होती, थोरला मुलगा सोपान नोकरीला लागला होता, अजून एक धाकटी मुलगी होती तिची एवढ्यात फिकीर करायची जरूर नव्हती. मधल्या काकांची पोरंही मार्गी लागली होती आणि त्यांच्या एका मुलीचं लग्न आटोपलं होतं. धाकट्या काकांची लग्नं केव्हाही झाली असती. एकूण सगळ्यांना हे एकत्र कुटुंब आता नको होतं. एकटी चांगदेवची धाकटी बहीण विजूच राह्यली होती. आणि ती इतकी सुंदर असून घरात पैसा नसल्यानं मोठमोठी स्थळं आटोक्यात येत नव्हती. शेतीचं उत्पन्न थोरले काका दाबून बसायचे. ह्या सुंदर मुलीच्या वेळीच भांडणं विकोपाला गेली आणि सगळेजण आता लगेच हिस्सेवाटे करून टाका म्हणायला लागले. आत्यांचे नवरेही किल्ली देऊन गेले, त्या सोन्यावर नजर ठेवून होत्या. धाकट्या काकांनाही पैसे हवे होते. विजूच्या लग्नासाठी प्रचंड खर्च होणार हे निश्चित होतं.

त्याप्रमाणे चांगदेवच्या वडिलांनी शांतपणे सगळं ध्यानात घेऊन जमिनीचे वाटे करून टाकले. सबंध जमिनीतला अर्धा हिस्सा एकट्या मुंबईच्या काकांचा होता. त्यांनी आपल्या वाट्याचे पन्नास बिघे चांगदेवाच्या वडलांनाच खंडानं करत राहा म्हणून पत्रानं कळवलं. ह्या आधीचे खंडाचे पैसेही वडलांनीच फेडावे असं ठरलं, त्या काकांचा दुसऱ्या कोणत्याच चुलतभावावर विश्वास नव्हता. धाकट्या दोघा काकांनी शिक्षणाला पैसा लागेल म्हणून आपल्या वाट्याची बारा बारा बिघे जमीन गावातल्या कष्टाळू लोकांना विकून चाळीस हजार रुपये प्रत्येकी रोख बँकेत स्वत:च्या नावानं ठेवून दिले. बाकीचं सामानसुमान, भांडीकुंडी आपल्याला नको म्हणून ते निघूनही गेले. आत्यांनी सगळं दोनशे तोळे सोनं वाटून घेतलं आणि सह्या दिल्या. थोरल्या काकांनी वेगळ्या चुली मांडाव्या आणि वाड्याचेही तुकडे करावे असं सुरू केलं. पण आजीनं मध्ये पडून रडारड करून हे चुकवलं. मधल्या काकानंही इथली शेतं विकायला काढून गुजराथेत नवी घ्यायचा व्यवहार सुरू केला. त्या आठ दिवसांत घरात रडारड, आरडाओरडा, गोंधळ झाला. सगळ्या पंचवीस गावांत गाजलेल्या उदळीच्या पाटलांच्या घराचं वैभव संपलं. सगळ्या गावाकडे तुच्छतेनं पाहणाऱ्या पाटलांच्या घरातला तमाशा सगळ्यांनी आनंदानं पाह्यला.

चांगदेव गावी होता तोपर्यंत वाड्याचे तुकडे झाले नाहीत हे बरं झालं. हा सगळा वाडा एक असावा, ती पडकी भिंत, मधली फुलझाडं, चाफा, कण्हेरी, गवत, गोठे, मोठ्ठं आंगण, तुळशीवृंदावन, आंब्याच्या झाडासकट एकच असावं

असं त्याला वाटलं. आजीनं मध्ये पडून हे टाळलं. ती धाकट्या काकाला म्हणाली, तू अजून कारा आहेस, उद्या लग्न आलं तर कुणाच्या घरात करशील? चार दिवस गावात राहायचं तर कुणाच्या घरी जेवाल? वाडा राहू द्या. माझ्याखातर.

आणि नंतर ह्या सगळ्यांवर कडी करावी आणि आपण एकटद्याच्या हिमतीवरसुद्धा रुबाब करू शकतो हे दाखवावं म्हणून अगदी शेवटच्या तिथीला वडिलांनी विजूकरिता थेट अमेरिकेतून लग्नासाठी आलेल्या एका डॉक्टरला गाठलं. त्याला पुन्हा विजूच्या प्रवासाचा खर्च इकडूनच पाहिजे होता. वडिलांनी प्रतिष्ठेचा प्रश्न करून एक मळा विकायला काढला. वेगळे निघालो म्हणून भिकारी झालो असं कुणाला वाटता कामा नये आणि विजूला हाच मुलगा शोभेल असं त्यांनी ठरवून टाकलं.

वडिलांना वाटायचं चांगदेवनं काही मदत करावी. निदान घरात नीट तरी वागावं. पण चांगदेवराव आपल्याच भोवऱ्यात सापडला होता. उलट त्याचं घरात राहणंच सगळ्यांना तापदायक झालं होतं. आईबापांवर आपण एक प्रकारचा उपकारच करत आहोत, असं त्याचं वागणं असे. त्याच्या परीनं हे खरंही होतं. पण तो आपल्यावर उपकार कसला करतो आहे हे कधीच आईबापांना कळलं नाही. तसं कळायची काहीच सोय नव्हती. कारण चांगदेवनं आपलं सगळं जग मोहरबंद करून टाकलं होतं. दिवसेंदिवस त्याचा हेकटपणा वाढत होता. काकांसमोर बापाला तुम्ही लबाड आहात, लुच्चे आहात, स्वार्थी आहात असं म्हणणं म्हणजे नकळत त्याच्या मनातली आग बाहेर येणंच होतं. बाहेर तो उद्धटपणा वाटायचा. बापाची मानहानी खुद्द पोरानंच सुरू केल्यावर बाकीची मंडळीही सुरू करणारच. पण असं म्हणायची गरजच काय? असं आईनं विचारलं तर तो निरुत्तर. आणि स्वार्थीपणा, लुच्चेपणा केला तर तो त्याच्यासाठीच केला होता. बाबा सायकलवर मैलमैल फिरून थकून येतात, रात्री स्वतः घरीच पंक्चर जोडून पुन्हा पहाटे सायकलवर निघून जातात, लग्नकार्यांनी आधीच हैराण झाले आहेत. शेतीकडे लक्ष नाही. दिवसेंदिवस परिस्थिती कठीण येत होती.

चांगदेवला तर घरातल्या प्रत्येक माणसाचे दुसऱ्याशी सडके संबंध दिसले होते. असेच सुंदर घर पण वाताहत झाली. त्यापेक्षा वाटे करूनही एकत्रच राहावं असंही तो सुचवत होता. कायम खाटेवर उताणं पडून असा दासबोध त्यानं सुरू केल्यावर त्याच्या बापाचा तोल सुटला. तशात तो बी. ए. नापास झाल्याचंही कळलं. एकूण बापानं जे वर्षानुवर्षं जोपासलं ते स्वप्नही खलास होत आलं होतं. आणि घरात चांगदेवला निव्वळ कुत्र्याच्या तोलानं राहणं आलं. आणि आता त्याला कुठे स्वतःचं भान आलं. म्हणजे स्वतःच्या चुंबकीय शक्तीवर स्वतःभोवती फिरणं त्याला

जमत चाललं. तो जास्त जास्त तपोमुद्रेत बुडून गेला. केव्हातरी एका टोकाला ह्या गोष्टी येऊन आपला हा घराचा बंधही एक दिवशी तुटणार हे त्याला नकळत जाणवलं होतं. तेही झालं. आतून आपल्या स्वतःच्या विरोधाची प्रखर शक्तीच हातात होती. आईबापांनी जे काही केलं ते अत्यंत नम्रतेनं त्यानं मनोमन मान्य केलं होतं. पण आता जितकं आपल्याला हे ठोकरतील, दूर लोटतील तितकं ते बरं. म्हणजे आपले आपण धगधगत राहू, निदान हे स्वतःचं अस्तित्व आपलं आपण निभवत राहू. त्यात समाधान आहे. आता घरात, गावात, कॉलेजात, मित्रांत निव्वळ नापास झाल्यामुळे झालेली नाचक्की आठ दिवसांत जुनी ऐतिहासिक बाब झाल्यासारखी त्याला वाटली. आता आपल्या पद्धतीनं जगण्याचा एक नवा शिरस्ता शोधून काढू आणि हे पर्व संपवून टाकू.

ह्यावेळी त्याला अत्यंत समाधान वाटायला लागलं. निसर्ग जसं एखादं कुरूप आपण होऊन निर्माण करतो, तसं हे घरातलं गैरसमजाचं वातावरण त्यानं वर्षभर नीटपणे आपण होऊन तयार केलं होतं आणि तेच तो यापुढे चालवणार होता. शेवटपर्यंत. शेवटी तरी त्याच्या दृष्टीनं किती होता? नंतर कोणाला खरं काय ते कळो न कळो, आपण संपल्यावर आपल्याला त्याचंही काही नाही. आणि तो फार समाधानी झाला.

अर्थात घरात बसून चालणार नव्हतंच. एकतर केव्हातरी भयंकर भांडणं होऊन घराचेही तुकडे होणारच होते. आई, काक्या, बाप, काका, बहिणी, आत्या, भाऊ — यात कुणात काहीच फरक नसतो अशा जगात लहानपणी वावरलेल्या त्याला हे नवे फरक, भांडणं रानटीपणाची वाटायला लागली होती. एकूण सगळं घर त्याच्या शरीराचंच रूपक होतं. इतकं सुंदर, आवडतं, सुदृढ — पण हळूहळू त्याचं विघटन झालं. घरातल्या मुली लग्न होऊन सासरी जात चालल्या, काका इकडे तिकडे नोकऱ्या धरून घरी येईनासे होतील, भाऊ असेच इकडे तिकडे शिकायला गेलेले. वाडा सुना.

म्हणून तो एके दिवशी सगळ्यांचा निरोप घेऊन मुंबईला निघाला. एक म्हाताऱ्या आजीच्या पाया पडताना मात्र त्याला विनाकारण भडभडून आलं. म्हातारी आजी आणि तो दोघंही एकाच पवित्र्यात होती. दिवस मोजत एका शेवटच्या घटकेची वाट पाहत जगत राहायचं. पण आजीला पुढे लेकरंबाळं तरी भोवती होती. त्याला कोणीच नसणार. आपण कुठे काय करणार, कशाला जातो — त्यानं काहीच कुणाला सांगितलं नाही. पण त्यानं सगळं नीट ठरवलं होतं. स्वतःचं पोषण ह्या वयातल्या तरुण माणसाला काहीच जड नव्हतं. निदान

त्याला स्वतःच्या बुद्धिमत्तेवर ते सहज करता येण्यासारखं होतं. मात्र त्याला अत्यंत तीव्रपणे सुटंसुटं, अनामिक अघोरी वातावरण पाहिजे होतं. थोडक्यात असं वातावरण मोठ्या शहरातच असतं. म्हणून तो मुंबईला सरळ आला. नाही म्हटलं तरी त्याच्या मित्रांचा मोठा गोतावळा मुंबईतच होताच. तो बेघर नव्हताच. महानगरात तसं घर नसलं तरी चालतं. उलट तेच चांगलं असतं. पृथ्वी विपुल असतेच.

मुंबईच्या आसपास कुठेतरी पुलावरून गाडी सरकत असताना येणारा आवाज त्याच्या डोक्यात पूर्वीपासून घुमत असणाऱ्या आवाजाशी अतिशय जुळला आणि त्याला भरतं आलं. आता हाच आवाज आपली पार्श्वभूमी होणार आणि आपली प्रत्येक हालचाल ह्यात बुडून जाणार. जणू काही हातात तलवार उंच धरून आपण कुठल्याशा शत्रुसैन्यावर तुटून पडत आहोत. पुढे आपलं धड कुठे असणार आणि शिर कुठे याची आपल्याला पर्वा नाही, तसंच.

पुन्हा मुंबई. कितीतरी मित्रांची यादी त्याच्यापुढे सरकत होती. काहींच्याकडे तर तो थेट आतासुद्धा गेला असता तरी महिनादोनमहिने फिकीर नव्हती. काहींचे पूर्ण पत्ते माहीत होते. काहींकडे स्वतःच जाऊन येणं भाग होतं. एकदोघांच्याकडे खोल्यासुद्धा रिकाम्या होत्या. पण जसजशी मुंबई जास्त दिसत चालली तसतसं त्याला वाटलं की शेवटी नातेवाईकच आपले हक्काचे असतात. मित्र नंतर. म्हणून त्यानं आधी काकूकडे जायचं ठरवलं. दोनतीन दिवसांनी तात्पुरती का होईना पण कायमची व्यवस्था बघता येईल. श्रॉफकडे दोन्ही वेळ सहज जेवता येईल. निदान आपल्याला लाज वाटेपर्यंत. किंवा महाजन प्रिन्सिपॉल झालेले आहेत. त्यांच्याकडे पंधरा खोल्या तरी असतात. किंवा भैय्याकडे. किंवा नारायणलाही शोधून काहीतरी बघता येईल. स्वतःचं नीट बस्तान बसेपर्यंत खूप मित्र आहेत साले...

दादर नाक्यावर नेहमीच्या इराण्याकडे चांगदेव गेला तेव्हा एकटा शंकर काही—तरी गुजराथी मासिक वाचत बसला होता. शंकरला पाहून त्याला काहीतरी आधार वाटायला लागला. त्याला भीती वाटत होती की कोणीच नाही आलं तर काय

करा? तिघाचौघांना फोनवरून सकाळीच कळवलं होतं. तेवढे आले तरी पुरे झालं असतं.

त्याला पाहून शंकर म्हणाला, का रे साल्या, मुंबईतच होतास इतके महिने का कुठे?

गावी जाऊन आलो. नापास झालो मी.

ते कळलं मला. पण भडव्या तुझा तो व्ही. टी.वरचा मित्र भेटला का तुला? तो रेऽ पार्सलमधला. हाँ. तो म्हणत होता तुझी काही मार्कांची गडबड झाली असावी असं तुझा कोणी प्रोफेसर म्हणत होता. तसं परीक्षेत नापास होण्यासारखं असतंच काय? तुझा तो भैय्या गोखले त्याला भेटला होता म्हणे.

कोण? शेखर असं म्हणत होता? खरंच? भेटलं पाहिजे त्याला.

त्याला काय भेटतोस साल्या, तुझ्या प्रोफेसरलाच भेट म्हणजे इकडे तिकडे काय करायचं तेही तो करून घेईल. तिकडे व्हाइस-चॅन्सेलर सिंधी पोरांना फर्स्ट क्लास मिळवून देतो म्हणून बोंब झालीय तेव्हा तुझं एवढं काही कठीण नाही.

मी बघतोच उद्या. आता काहीतरी नोकरी तरी मिळालीच पाहिजे. पुन्हा मुख्य म्हणजे जागा हवी आहे कुठे स्वस्तात मिळाली तर. पास काय नापास काय पण जागा ही लागेलच.

मधे काय चाललं होतं तुझं वर्षभर?

काही नाही. जरा घरी घोटाळे झाले. पैशांचा वांधा आला. यामुळे बाहेर पडायचं बंद केलं.

साल्या, खरं म्हणजे मुंबईत पैसे नसतील तेव्हाच बाहेर पडावं. पैसे असले कीच घरात बसून राहावं! दे टाळी!

कुठे जायचं तरी एक रुपया लागतो.

तेही खरंच आहे. तेवढा जवळ असावा. चहा घे.

तुझं कसं काय?

हल्ली फार इंटरेस्टिंग चाललं आहे. एक आपल्यासारखाच खास माणूस भेटलाय. रामराव. त्यानं प्रेस टाकलाय इकडेच. जाऊ आपण केव्हातरी तिकडे. बहुधा ही नोकरी सोडणार मी. इकडेच काहीतरी नवं मासिक काढायचं चाललंय रामरावांचं. नाहीतर परत पुण्याला जावं लागेल घरी. सध्या इथे तरी काय भरताड भरती चाललीय **गोवर्धन** मासिकात. म्हणजे परवा तर असं एका वाचकाचं पत्र आलं की सहा महिन्यांपूर्वीचाच एक लेख पुन्हा ह्या अंकात टाकलाय! दे टाळी!

च्यायला. पुन्हा तोच लेख? छापलासुद्धा!

पुन्हा तोच! तसं आपण कुठे सहा महिन्यांपूर्वीचं चाळत बसणार. संपादकांनी त्यांचं त्यांचं बघावं. मी काय फक्त ऑफिसचं काम सांभाळायला आलोय. म्हातारा म्हणतो, संपादनाचंही सगळंच बघा! तर तुम्ही कशाला राहता संपादक? च्यायला, फुकट हौस आणि विचारप्रधान मासिक चालवतात. आपण हल्ली तर जाऊन नुसती पत्रं पाहतो, उत्तरं टाकून देतो. बस्स. एक तारखेला पत्ते लिहून पोस्टात अंक टाकायला देतो शिपायाला. पन्नास रुपयांत हेही खूपच झालं.

तू सोडलीस ही नोकरी तर मला लावून दे तिथे.

पन्नास रुपयांवर कशाला मरतोस तिथे? छट्. इकडे रामरावला जरा उत्साह आणू. मस्त माणूस आहे. बघू. ह्या महिन्याभरात ठरेल काय ते. मग तिकडेच दोनतीन माणसं लागतील. तू आहेसच. आणखी कोणी बघू.

तेवढ्यात एकदम खोऽ खोऽ करत चारपाच जण आले. प्रभू, प्रधान, बापू, नाम्या, सारंग—पण त्यांच्यात नारायण नव्हता. अलीकडे नारायण ह्या लोकांमध्ये फारसा नसायचा. खरं म्हणजे चांगदेवला नारायण भेटणं सगळ्यात महत्त्वाचं होतं. कारण त्याची राहायची व्यवस्था नारायणकडे सहज होईल असं फोनवर परांजप्यानं सांगितलं होतं. हे सगळे जण चांगदेवला बऱ्याच दिवसांनी भेटत होते. सगळ्यांना आपलं जागेचं गाऱ्हाणं सांगत बसणं त्याला बरं वाटेना. सुदैवानं शंकरनं लक्षात ठेवून ते केव्हातरी सांगितलं आणि चांगदेवचा जीव भांड्यात पडला. आता आठपंधरा दिवसांतच सगळं काही व्यवस्थित होईल. कारण ह्या चारपाच जणांना कळलं म्हणजे सगळ्या मुंबईभर दोन दिवसांतच ते व्हायचं. त्यातून नाम्या आणि सारंग सध्या बेकारच होते. बापू अधूनमधून बेकार. त्यांना याच्यात्याच्याकडे जाऊन नवीन बातम्या काढणं-सांगणं आणि स्वतःचा वेळ घालवत चहा-जेवण काढणं हेच उद्योग होते. त्यांना उलट ही नवी समस्या ऐकून मनापासून आनंद झाला. प्रभू आणि प्रधान निरुपयोगीच होते. पण प्रधान दुसऱ्या दिवशी नारायणला भेटणारच होता, तेव्हा उद्या ह्याच वेळी इथेच नारायणला यायला सांग असा निरोप देऊन झाल्यावर हळूहळू चांगदेव त्यांच्या गप्पांमध्ये मिसळून गेला.

गेले कित्येक महिने वर्तमानपत्रांचं, मासिकांचं, लेखकलेखिकांबद्दलच्या टवाळगोष्टींचं जग त्याला परकं झालं होतं. तसं पूर्वीसुद्धा चांगदेव काही फारसं लिहायचा नाही. पण वेळ पडली तर एखादा लेख किंवा परीक्षण अधूनमधून मित्रांचा आग्रह म्हणून द्यायचा. चारपाच महिन्यांपूर्वी त्यानं प्रधानच्या छोट्या मासिकात चारपाच कविता दिल्या होत्या. त्या एकजात सगळ्यांना भयंकर पसंत

पडल्या होत्या. तसं कायम लिहिणं म्हणजे चांगदेवलाच विनोदी वाटायचं. त्यामुळे त्याला कुणी फारसं वारंवार काही मागायचाही नाही. पण एकूण हा अड्डा सारख्या आवडीनिवडीचा होता. चांगदेव पूर्वी यांच्यात फार असायचा. आणखी दुसरेही अड्डे चांगदेवच्या परिचयाचे होते. हळूहळू पुन्हा त्यांच्यात उठणंबसणं सुरू करणं आवश्यक होतं. मध्ये आपण कुणात बसायचो नाही आणि आता काम आहे म्हणून मुद्दाम धडपडायला लागलो हे त्याला बरं वाटलं नाही. पण आठपंधरा दिवसांत त्याला ह्यांच्यासारखंच निष्काळजी होऊन जायला पाहिजे होतं.

प्रधान आणि शंकरची एका मुद्द्यावर जोरात बाचाबाची सुरू झाली. प्रधानला एका संपादकानं दिवाळी अंकासाठी एक दीर्घकथा मागितली. तिचे कुठंही शंभरेक रुपये सहज मिळाले असते, पण त्या संपादकानं छापून वगैरे झाल्यावर काहीच दिले नाहीत. वीसेक कात्रणं फक्त दिली. फुकट कथा छापणाऱ्या संपादकांवर अर्थात प्रधान संतापून बोलत होता. शंकर मुद्दाम उलटी बाजू घेऊन म्हणत होता की चांगलं साहित्य असंच फुकट वगैरे लिहून होईल. इतके रुपये द्याल तर लिहीन वगैरे म्हणणाऱ्या लेखक-कवींचं लेखन आपण आता पाहातोच किती भिकार असतं ते.

शेवटी प्रधान म्हणाला, म्हणजे लेखकाला काहीच किंमत नाही देत तुम्ही. कागदवाल्याला, बाइंडरला, पोस्टाला, छापणाऱ्यांना — प्रत्येकाला पैसे दिल्याशिवाय तो कामाला हात लावत नाही. आणि लेखकाच्या जिवावर हे सगळं चाललेलं त्याला दमडा नाही. हे कसं?

म्हणजे तूही ह्या लोकांसारखं दुकान उघडावं असं म्हणायचं आहे का तुला? पोस्टासारखं?

तसं नाही नेमकं. पण कवींनी फुकट यांची गाणी गाऊन करमणूक करावी हे कितपत योग्य आहे?

पण म्हणजे तुम्हा लोकांना एक पिंजरा आणि त्याच्यात रोजची पेरूची फोड पाहिजे आहे काय गाणं गायचं झालं तर?

प्रधान स्वतःच कवीच्या भूमिकेत असल्यानं त्याला काहीच अटीतटीचं बोलता येईना. म्हणून तो चिडीला आला. शेवटी कवींना खाज असते ते लिहिणारच, उलट ते वाचकांपर्यंत पोहोचवण्याचं समाजकार्य संपादक, प्रकाशक करत असतात, असा निर्णय शंकरनं दिल्यावर प्रधान काहीतरी सबब काढून संतापून उठून निघून गेला. नंतर शंकर हसून म्हणाला, साला दर महिन्याला हा दहावीस कविता, एखादी कथा, दोनतीन टीकास्पद लेख टाकत असतो. अशांचं छापायचं तरी

कुणी? आणि यांना पैसे कोण देणार? वाचतात लोक ते काय कमी आहे?

चांगदेव शंकरच्या पाठीवर थाप मारून म्हणाला, म्हणजे तू खरोखरच फुकट छापायला द्यावं असं म्हणत होतास की काय?

शंकर हसून म्हणाला, अगदी तसंच नाही. पण अशा बेफाम लिहीत सुटणाऱ्याचं काय करणार ते सांग की! तू काय करशील असं लिहीत सुटलास तर? अर्थात पुढे जॉब वगैरे मिळवीलच प्रधान्या ह्या भांडवलावर. तू काय करशील सांग.

मी लिहिलंच तर भलत्या माणसाकडे उगीच प्रसिद्धीखातर पाठवणार नाही. म्हणजे प्रश्नच मिटला. पण जर कोणी मला दीर्घकथा द्याच म्हणाला तर मी त्याला आधी पैसे मागीन.

नाम्या म्हणाला, मित्र असला तरी?

चांगदेव म्हणाला, मित्रासाठी आपण काहीही करतो. तेव्हा मैत्रीचं शास्त्रच वेगळं. खरं म्हणजे अशा मित्रानंच आपण होऊन दीर्घकथेचे शंभर रुपये द्यावे हे बरं. त्यापेक्षा लिहू नये, लिहिलं तर अशांना देऊ नये. कटकट नको.

बापू म्हणाला, तोच तर आमचा प्रयत्न चाललाय कित्येक वर्षांपासून की आपण सगळेच मित्र लिहिणारे असून काय भागणार? एखाद्यानं तरी मित्र म्हणून संपादक, प्रकाशक व्हावं. पण कोणी मनावर घेत नाही. सगळे साले गांडू आहेत.

चांगदेव म्हणाला, कदाचित ते कठीण असेल म्हणून कोणाला जमत नाही. लेखक होणं आपल्याला तरी सोपं आहे सध्या.

चहा बऱ्याचदा झाला होता, पण जेवायचं कोणी काढेना. शेवटी शंकरच्या ते लक्षात येऊन तो चांगदेवला म्हणाला, माझ्याजवळ दोनतीनच रुपये आहेत. हे सगळे गेल्यावर आपण बाजूला भंडाऱ्याकडे राईसप्लेट घेऊ दोघेजण. नाम्या, तू आता घरी जा. जेवायची वेळ झालीय.

हे ऐकल्यावर बाकीचे हसून आम्ही चलतो आता म्हणून निघाले.

शंकर आणि चांगदेव जेवून पान खात थुंकत एकदोन स्टेशनं चालत गेले. शेवटी शेवटची गाडी गाठावी म्हणून दोघेही शीवमधे शिरले. काकूंकडे येताना मित्रांच्या बाबतीत आपण किती भाग्यवान आहोत असा समाधानाचा विचार चांगदेवला करावासा वाटला. कदाचित हळूहळू असे बरेच समाधानाचे विचार येतील अशीही शक्यता होती.

दुसऱ्या दिवशी सकाळीच तो श्रॉफकडे आला. श्रॉफ म्हणाला, बरं केलंस तू पुन्हा मुंबईत आलास ते. तुझ्या रिझल्टचा काही तरी घोटाळा झाला आहे का? मला गेल्या आठवड्यात पटवर्धनांचा फोन आला होता. मला तुझा काहीच पत्ता माहीत नव्हता. भैय्याकडून एकदोन मित्रांना मी तुला पत्र टाकायला सांगितलं. भैय्या सध्या मुंबईत नाही. मिळाली का तुला पत्रं?

हो, मिळाली. मी आता पटवर्धनांना भेटायलाच निघालो आहे. चांगला माणूस आहे. एवढं नाही तर कोण कुणासाठी करतो?

श्रॉफभाबींनी काही खायचं वगैरे केल्यावर ते दोघे पटवर्धनांकडे श्रॉफच्या गाडीतून आले. पटवर्धन त्याला पाहून चकित झाले.

अरे, काय पाटील गृहस्था? कुठे तुझा पत्ता? बाय द वे, काँग्रॅट्स.

म्हणजे?

तुझ्या मार्कांची फेरतपासणी करून घेतली. पास झालास भल्या गृहस्था तू. कॉलेजमध्ये कुणाचा विश्वास बसेना तू नापास झालाय हे कळल्यावर. तुझ्यापेक्षा आम्हालाच तुझी काळजी. भैय्या गोखलेनं फार धावपळ केली तुझ्यासाठी. दणादण खोट्या सह्या करून तपासणीचे अर्ज केले, पैसेही त्यानंच भरले सगळ्या पेपरांचे. एका पेपरात फारच काठावर सुटलास तू. भैय्याला खरं म्हणजे पैसे कमी पडले डहाणूला जायला. फार जोरात चालवलंय कम्युनिस्ट मंडळींनी तिकडे काम. भैय्या एकदम जोरात आहे. बी. एस्सी.ला बसला नाही तो यंदाही. हुशार आहे बेटा, पण ही असली खुळं डोक्यात!

नंतर श्रॉफची आणि पटवर्धनांची डहाणूकडे कम्युनिस्टांनी चालवलेल्या प्रकारांबद्दल जोरात चर्चा झाली. चांगदेवला त्यात काही इंटरेस्ट नव्हता. पण भैय्या जे करेल ते चांगलंच असेल, म्हणून तो कम्युनिस्टांच्या बाजूनं बोलत होता. भैय्याला निदान शंभरेक रुपये तरी लवकर देता आले पाहिजेत, याचा तो विचार करत बसला.

नंतर श्रॉफला त्यानं व्हीटीवर सोडायला सांगितलं. येतो दोनतीन दिवसांत, असं श्रॉफला सांगून तो शेखरकडे गेला. शेखरही पास झाला होता. तो म्हणाला, तूही एकदाचा पास झालास म्हणून सगळ्यांना बरं वाटलं. तुझी पण गेल्या वर्षी विचित्रच परिस्थिती झाली होती. मिटले का तुझे काय प्रॉब्लेम होते ते?

संध्याकाळी इराण्याकडे नारायण आधीच आलेला होता. नारायण त्याचा सगळ्यात जुना दोस्त. मध्येच त्यानं कॉलेज सोडून मुद्रणकलेचा काही कोर्स घेतला

तेव्हापासून क्वचित भेटायचा. अधूनमधून डाव्या वर्तमानपत्रात स्टालिन, रशिया वगैरेंवर तो कायम लिहीत असायचा. पण लिहायचा ग्रेट. होस्टेलवर असतांना ते नेहमी बरोबर असायचे. चांगदेवकडून साहित्यातलं बरंच काही त्याला कळायचं. त्यावेळी चांगदेवकडे पैसेही खूप असायचे, त्यामुळे वर्षभर तरी त्याचा बहुतेक सिनेमा वगैरेंचा खर्च चांगदेव करायचा. नारायणला घरून अगदीच कमी पैसे यायला लागले तेव्हापासून त्यानं आपण होऊनच चांगदेवबरोबर फिरणं कमी केलं. पण हेसुद्धा चांगदेवला आवडायचं, म्हणून तो बळेच त्याला ओढून न्यायचा. पुढे त्यानं कॉलेज सोडल्यावर तो चांगदेवला क्वचित भेटायचा. त्याचं शेवटचंच वर्ष होतं. आणि त्याची प्रगती जोरात होती. इकडे तिकडे ट्रेड युनियनमध्येही तो जोरात भाग घ्यायला लागला होता.

चांगदेव भेटल्याबरोबर विषयाला हात घालून तो म्हणाला, मला प्रधान्यानं सांगितलं सगळं. तर आपण आता असं करू, आधी माझ्या खोलीवर जाऊ. तू पाहा. तुला पसंत पडली तर उद्याच ये सामान घेऊन.

ही नारायणची खास पद्धत. सुरुवातीलाच शेवट करून टाकायचा. चांगदेव आश्चर्यानं म्हणाला, लगेच? पण तुला काही अडचण वगैरे—

तू चहा संपव. आपण निघूच. तिथे आधी तू बघ. चहा घेऊन सिग्रेटी पेटवत दोघे हॉटिलबाहेर पडले. ते जरा वेळ फूटपाथच्या कोपऱ्यावर उभे राहिले तोच बाजूला उभ्या असलेल्या टॅक्सींपैकी एक त्यांच्याकडे आली. आणि सरळ दरवाजा उघडून टॅक्सीवाला नमस्कार करत म्हणाला, बैठिये साब.

नारायण त्याला म्हणाला, फुरसत है न थोडी.

टॅक्सीवाला म्हणाला, क्यों नहीं, चलिये. बैठिये.

चांगदेव म्हणाला, तू बोलावलीस? एकदम टॅक्सीतून का हल्ली?

नारायण म्हणाला, मी यांच्या युनियनचं थोडं काम पाहतो. म्हणून ओळखतात कोणी कोणी.

नंतर त्याचं आणि टॅक्सीवाल्याचं युनियनसंबंधी काहीतरी बोलणं चाललं. उनको मारके भगाया हम लोगोंने. अच्छा किया सालोंको! असं काही तरी.

परळच्या एका जुनाट भागात त्यांना सोडून टॅक्सीवाला निघून गेला. एका उतारावरून ते चढून गेले आणि दोनेक गिरक्या मारून नंतर गटारावरून उड्या मारून एका जुनाट चाळीत जिने चढू लागले. नारायण तिथून कोणती बस कुठे जाते, स्टेशन किती जवळ आहे, वगैरे सांगत मधून मधून चांगदेवचा हात धरून त्याला जिन्याच्या मोडक्या पायऱ्यांवर साथ देत वरच्या एकुलत्या एक खोलीवर आला. समोर गच्चीसारखं होतं आणि तिथे खालच्या सगळ्या बिऱ्हाडकरूंच

मोडकं सामान, पोपटाचा एक रिकामा पिंजरा, टायरं असं होतं. त्यांची खोली खरं म्हणजे जिन्याचं गच्चीवर जायचं तोंड होतं, पण ते आता खोलीत जमा झालं होतं. खोली दोघांना जेमतेम पुरेशी होती. पाणी फक्त जिन्याच्या खालच्या बाजूच्या नळावरनं भरून आणायचं. आंघोळ गच्चीवर करायची. संडासही खालच्या मजल्यावर. जागा जुनाट, संडासच्या वासाचे भपकारे, मोडक्या कचरापेट्या. असं सगळं असूनही वीस रुपये भाड्याच्या दृष्टीनं चांगली होती. चांगदेव आल्यानं हेही भाडं पुन्हा निम्मं निम्मं होणार होतं. त्यातून नारायण सकाळी आणि रात्री खूप वेळ बाहेर. चांगदेव म्हणाला, मी नेमका ह्याच वेळी खोलीत असेन. म्हणजे ठीक आहे.

मग चांगदेव म्हणाला, मला किल्ली देऊन ठेव. मी उद्या सकाळी सामान आणतो.

कामापुरतंच आण. कारण इथे पुस्तकं वगैरेंना जागा नाही. पुन्हा दोन-तीन महिन्यांनी बहुधा दोघांनाही ही खोली सोडावी लागेलच. मित्र पुन्हा इकडे येणार म्हणतोय.

ठीक आहे. चलतो मी. दोनतीन महिन्यांत दुसरीकडे बघतोच. तोपर्यंत ठीक होईल नं?

तुझंच काय ते बघ. एक रात्री उतरतांना मात्र नीट पायऱ्या पाहायला लागतील. तिकडे उजव्या बाजूला तर पाय सरकला की एकदम खलासच आत्महत्या करायला योग्य जागा आहे.

मग तर चांगलंच आहे.

खरं म्हणजे नारायण विनोदानं म्हणाला होता. पण चांगदेवनं नको तितक्या सहजतेनं असं म्हटलं. पण नंतर दोनतीन किरकोळ विनोद करून त्यानं ते झाकून टाकलं.

काही महिन्यांपुरतं जागेचं लफडं मिटलं. मित्रांमुळे काही दिवस जेवणाचंही भागत होतं. कुठेतरी नोकरीचंही तो शोधत होताच. एका रात्रीच्या शाळेत काही महिने नोकरी मिळणार होती. शाळेतली एक बाई महिन्याभरात प्रसूतीच्या रजेवर जाणार होती. प्रभूनं तिथे चांगदेवचा नंबर लावून ठेवला होता.

मध्यंतरी काकांकडून निरोप आला म्हणून फेरी मारली तर घरून बापाकडून दोनशे रुपयांची मनिऑर्डर अचानक त्याच्यासाठी आली होती आणि पत्र होतं की विजूचं लग्न अमुक तारखेला आहे. तिचा नवरा तिच्यासारखाच सुंदर आहे.

ती नंतर अमुक तारखेच्या सुमारास विमानानं जाईल. तू ताबडतोब लग्नासाठी ये. ती निघेल त्यावेळी आम्ही सगळे मुंबईत येऊच.

काका किंवा काकू — कोणीतरी एक — मुलांना घेऊन लग्नासाठी निघणारच होते. चांगदेवला ते पैसे पाहून अचानक पुन्हा पूर्वीच्या सगळ्या गोष्टींशी जोडल्यासारखं वाटलं. पण आता ह्या उपासमारीत पैसे न घेणं अशक्य होतं. काकूला तुम्ही निघा, मी नंतर वेळेवरच येतो — असं सांगून तो पैसे घेऊन निसटला. लग्नाला जाणं मनातून काढून टाकलं. नंतर काका संतापले तेव्हा काहीतरी थापा मारल्या.

त्यातले शंभर रुपये भैय्याच्या पत्त्यावर ताबडतोब पाठवून दिले. एकूण ते पैसे फार कामी आले. त्यानं मुद्दाम होऊन घरी उत्तर दिलं नाही. पुन्हा पैसे पाठवू नका असं काकाला कळवायला सांगितलं होतंच. तसे पुन्हा वारंवार पैसे येण्याची शक्यता आता नव्हतीच. बापानं पैसे कसे पाठवले असतील, कशाकरिता हे सगळं कल्पताना त्याला अतिशय अस्वस्थ वाटत होतं. नंतर रात्रीच्या शाळेत नोकरीच लागली. चारसहा महिने तरी आता फिकीर नव्हती. ही एक बाई रुजू झाल्यावर पुन्हा दुसऱ्या एका शिक्षकाला एम. ए.च्या परीक्षेसाठी रजेवर जायचं होतं. तेव्हा त्याला आणखी दोनतीन महिने नक्कीच पगार मिळणार होता.

मधे प्रिन्सिपॉल महाजनांना भेटल्यावर त्यांनी तासभर काही न बोलता त्याचं सगळं ऐकून घेतलं. नंतर ते म्हणाले, काही काही लक्षात येत नाही माझ्या. तुला काय हवं, काय करायचंय, काय विचार आहे माझ्या खरोखर लक्षात येत नाही. खरं म्हणजे गेल्या वर्षी मला कल्पनासुद्धा नव्हती तुझं असं सगळं अनिश्चित होईल म्हणून! काय झालंय काय तुला?

नंतर जेवण वगैरे गंभीर चित्तानं करून महाजन हुकमी आवाजात म्हणाले, तुझ्या नोकरीचं मला काही ठीक दिसत नाही. तुझ्या राहायच्या जागेचंही काही खरं नाही. तू आता एकदोन शिकवण्या कर. मी सांगतो तुला एकदोन आठवड्यांत. दुसरं म्हणजे तू उद्या माझ्याकडे ये ऑफिसात. ताबडतोब एम्. ए. चे ॲडमिशन फॉर्म भरून टाकू. तशी मुदत संपली आहे युनिव्हर्सिटीची. पण आम्ही अजून युनिव्हर्सिटीला लेटर दिलेलं नाही. फ्रीशिपसाठी अर्ज वगैरे नंतर करू. तू त्या नारायण अन् शंकर असल्यांच्या नादाला मुळीच लागू नकोस. ते उथळ लोक आहेत, चालू आहेत.

मला काही आता एम्. ए. वगैरे करायला उत्साह नाही. काय करायचं दोन वर्षं त्यात पुन्हा.

काय करायचं म्हणजे? रात्रीच्या शाळेत नोकरी करून तरी काय करायचंय?

आणि मघाशी नोकरीचं विचारत होतास त्याचा तरी काय उपयोग? आणि मुख्य म्हणजे तुझा इंग्रजी विषय उत्तम आहे. भरकन दोन वर्षांत एम्. ए. होऊन जाशील. इकडे इंग्रजीला माणसं मिळत नाहीत म्हणून फालतू साउथ इंडियन्स भरले जात आहेत सगळीकडे, आणि तुम्हाला पोरांना साधी अक्कल नाही. मी उद्या बारा वाजता सगळं तयार ठेवून तुझी वाट पाहातो. समजलास. हे तुमचं फॅशनेबल तत्त्वज्ञान फार जुनं झालंय. काय करायचंय असं पुन्हा कधी म्हणू नकोस.

चांगदेव त्यांच्या आवाजानं दबून काहीतरी म्हणाला. नंतर तो म्हणाला, पण माझं सगळं अनिश्चित आहे... खोली नाही. पुस्तकं नाहीत. काही नाही. फी नाही.

नाही तरी तुला खोली लागणारच. पुस्तकांचा काही प्रॉब्लेम नाही. हा विषय वेगळा. खरं म्हणजे एम्. ए.चं सुरू केल्यावर तुला युनिव्हर्सिटीच्या होस्टेलमध्ये पुढल्या टर्ममध्ये, किंवा पुढल्या वर्षी तर आमच्याच होस्टेलमध्ये खोली मिळेल. सत्तर रुपयांत टर्मभर खोली मिळते. ह्यासाठीसुद्धा पोरं एम्. ए. करतात. तेव्हा डोकं ठिकाणावर आणून नीट कामाला लागा. सर्टिफिकिटं, मेमो वगैरे काढून ठेवा.

दुसऱ्या दिवशी एम्. ए.चे फॉर्म भरले. नंतर श्रॉफच्या ओळखीच्या एका जे. पी.चं सर्टिफिकिट आणून फ्रीशिपसाठी अर्ज केले. नंबर लावून ठेवावा म्हणून दोनतीन होस्टेलामधे अर्ज केले.

संध्याकाळी शंकर म्हणाला, म्हणजे सालं एक लक्षात घे की प्रिन्सिपॉल महाजन म्हणतात तेच खरं आहे. तुम्ही या रद्दी एस्टॅब्लिशमेंटमध्ये घुसल्याशिवाय तुमचे प्रॉब्लेम मिटत नाहीत. म्हणजे हेच प्रॉब्लेम बाहेर राहून मिटवता येत नाहीत. म्हणूनच युनिव्हर्सिट्या आणि वर्तमानपत्रं आणि राजकीय पार्ट्या वगैरे जोरात फोफावत आहेत. बाहेर राहून जगताच येत नाही अशी पुढे पुढे परिस्थिती आली नाही म्हणजे मिळवली! तुझा वांधाच मिटला एकदम. तसं वर्गात जा अगर नका जाऊ, पण एम्. ए. करा म्हणजे झालं.

मधे भैय्या आठेक दिवस येऊन गेला. तो म्हणाला, खरं म्हणजे एम. ए. वगैरे करायचं सोडून तू आमच्याबरोबर तिकडे कामाला का येत नाहीस? आदिवासींना जमवायचं, त्यांना लिहायला-वाचायला शिकवायचं एवढं तरी तुला सहज जमेल. तिकडेच कोठे तरी जेवायचं, कुठे झोपायचं. इथे तरी दुसरं काय असतं?

केलं असतं ते सगळं मी. पण तुला त्यात उत्साह आहे तसा मला नसणार. मग उगाच आधीच आपले प्रॉब्लेम त्यात पुन्हा हे कशाला वाढवायचं?

कसले आले आहेत तुझे प्रॉब्लेम? तुम्हांला नुसतं ऐतखाऊसारखं समाजात बौद्धिक भानगडी करून जगायचं असतं. काहीतरी फालतू मासिक काढा, कविता लिहा. पण खरं काम म्हटलं तर सुखवस्तू जगण्याची ओढ जास्त. सदाशिवपेठी वृत्ती आहे ही. जगाचा नुस्ता बौद्धिक विचार करायचा, आपण सुखी राहायचं! तुमचा तो सगळा संध्याकाळी बसून चर्चा करणाऱ्यांचा ग्रुप म्हणजे विनोद आहे विनोद! नुस्ते साले खुर्च्या-टेबलं हवीत तुम्हाला. पुस्तकं आणि कागद हवेत. जीवनाशी संबंध नाही. सगळं मराठी साहित्य अशा सदाशिवपेठी लोकांनी लिहिलं आहे म्हणून ह. ना. आपट्यांपासून एक लेखक चांगला नाही. निव्वळ सगळी रद्दी!

मलाही हे खास आवडतं असं नाही. पण आपोआप सगळं होत असतं. तुझं जसं आदिवासींच्यात जाणं आपोआप होतं तसंच आमचंही होत आहे ते आपोआपच होतं आहे. मला दोन्ही प्रकार सारखेच वाटतात.

असं म्हणून पुन्हा तुमचा प्रेफरन्स त्यातल्या एकाच प्रकाराला राहणार— आपलं आपलं नीट करून घ्यावं! वा!

तुझाही प्रेफरन्स त्यातल्या दुसऱ्यालाच राहणार.

हो, पण बाबा, आम्ही काहीतरी करतोय.

आणि आम्ही काहीच करत नाही का? आपण कुणीही काहीच विशेष करत नाही. आपण फक्त आपले प्रेफरन्सेस सांभाळतो. तू पूर्वी विनोबांबरोबर हिंडावं म्हणत होतास. पण शेवटी कम्युनिस्टांबरोबर गेलासच की नाही? करण्या न करण्यात असाच प्रेफरन्स नसावा काय?

हे घाणेरडं तत्त्वज्ञान आहे.

नंतर भैय्या पुन्हा डहाणूकडे निघून गेला.

नारायणला हल्ली जास्त जास्त वाईट दिवस येत चालले होते. युनियनमध्ये काही तरी भानगडी होऊन त्याला काढून टाकलं होतं त्यामुळे तो हल्ली कम्युनिस्टांनाही शिव्या द्यायचा. तो भल्या पहाटे उठून चहा-ब्रेड खाऊन पायी फोर्टात जायचा आणि पायी संध्याकाळी परत यायचा. आल्यावर थकून जायचा. क्वचित जेवून यायचा. खोलीवर काहीबाही खायचा. दोन तास चालत जाणं आणि दोन तास चालत येणं ह्यामुळे तो आल्याबरोबर झोपी जायचा. भुकेला निजला तर रात्री लवकरच जागा व्हायचा. चांगदेवनं ब्रेड वगैरे आणला असला तर खाऊन मग पुन्हा झोपायचा. बऱ्याचदा नुस्ता बसून तो रागावलेल्या डोळ्यांनी काहीतरी

निश्चय करतो आहे, असं वाटायचं. चांगदेव मुद्दाम त्याच्यासाठी केळी वगैरे घेऊन यायचा. उंदीर साले दोनदोन महिने अन्नपाण्यावाचून राहातात, असं म्हणून तो चांगदेवनं आग्रह केला तरी बऱ्याचदा काहीच घ्यायचा नाही.

काकांकडे अधूनमधून घरून आलेली पत्रं त्याला मिळायची. विजूच्या लग्नात सगळ्यांनी तुझी वाट पाहिली. विजू तर रडली. एक शेत विकलं. उरलेलं आता आम्हा दोघा म्हाताऱ्यांना खूप झालं. विजू घरी गेली. तू अजून नादान आहेस. वगैरे. मध्ये एकदा आजी वारल्याचंही कळलं. तुझी आठवण करत होती, असंही पत्रात होतं. हे सगळं त्यानं गृहीत धरलेलंच होतं. पण ह्यामुळे त्याच्या अंगात पसरणाऱ्या सत्याची जाणीव काही दिवस तीव्र झाली.

मित्रांच्याबरोबर व्हायची तेवढी हौस व्हायची, क्वचित काकांकडे, श्रॉफकडे, महाजनसरांकडे बरं जेवायला मिळायचं. मध्ये रात्रीच्या शाळेतली नोकरी सुटली तेव्हा पुन्हा उपासमार झाली. रात्रीच्या शाळेच्या प्रिन्सिपॉलनं खात्री दिली होती की पुन्हा जागा झाली की बोलावू म्हणून. नारायणचीही शेवटची परीक्षा आटपली होती, पण तो नापास झाला होता. त्यामुळे त्यालाही अजून एक वर्ष असंतसंच काढायचं होतं. पण लवकरच त्यानं भयंकर उपासमारीतून अचानक कुठूनतरी एका वर्तमानपत्रात तात्पुरती नोकरी मिळवली. तेव्हा तो खोलीवर काहीकाही खायला आणायचा. मुंबईतल्या चोरभामट्यांवर तो इंग्रजीत काहीतरी नेटानं लिहायला लागला होता. रात्रपाळी करून आल्यावर दिवसा तो डिक्शनऱ्या धुंडत एकेक पान दहावीस वेळा दुरुस्त करकरून लिहीत असायचा. दुपारी एका डब्यात ते दोघे जण जेवायचे.

कुठेतरी न्यून असलेली माणसं आपोआपच जगण्याच्या पातळीला अपुरी समजून त्याच्या वरती एखादी पातळी आहे का याचा शोध करत असतात. चांगदेव, नारायण, शंकर आणि नाम्या वगैरे पोरं त्यामुळे रंगून साहित्य, नाटक, सिनेमावर अतिशय चांगलं बोलायची. बापूला एका वर्तमानपत्रात सिनेमा-नाटकांवर लिहायचं सदर मिळाल्यामुळे तोही आता कायम ह्या लोकांच्यात असायचा. कुणीतरी हातभट्टीचीच एखाद्या दिवशी पाजायचा. ती नाक दाबून का होईना पण प्यालीच पाहिजे अशा ईर्षेनं सगळे प्यायचे आणि रात्रभर बरळत फिरायचे.

कधी गांजा ओढायचा, कधी भांग, हे सगळे वरची पातळी गाठायचे सोपे मार्ग होते. मुंबईत सगळ्या गोष्टी सहज मिळणाऱ्या. आणखी एक सोपा मार्ग म्हणजे कागद आणि शाई. त्यामुळे बहुतेक जण काहीतरी लिहायचे. प्रधान आणि

बापू तर कायम लिहूनलिहून सगळीकडे आघाडीचे लेखक म्हणून नावाजायला लागले होते. शंकर म्हणायचा ह्यांना प्रसिद्धी मिळते तीच यांना खूप होते, पैसे वगैरे मिळावे हे यांचं आणखी पाय पसरणं. इतर सगळ्याच कला हळूहळू महागड्या होत गेलेल्या, त्यामुळे एवढी साहित्याची कला सगळ्यांच्या तावडीत! साधी प्रेमात पडलेली आणि प्रेमभंग झालेली माणसंसुद्धा बऱ्यापैकी कविता करून जातात. आयुष्यात तेवढी एक कुंडी मनातल्या मनात फुलवत बसतात. शिवाय मुंबईत फूटपाथवर चार आण्यांत नोबेल प्राईझ मिळवणाऱ्यांची पुस्तकं पन्नास सापडतात. तेव्हा ही सगळी मंडळी तरबेज साहित्यिक होणारच!

चांगदेवही ह्या अड्ड्यात जास्त जास्त सापडल्यानं पूर्वीच्यापेक्षा बरंच साहित्यावर बोलायला लागला.

फार पूर्वी नारायण आणि प्रधान ह्यांनी पुढाकार घेऊन एक **ब्र** नावाचं बारकंसं द्वैमासिक सुरू केलं होतं. एक अंक जोरात निघाला. त्याच्यात सगळे नवे कवी होते. आणि पहिल्यांदाच त्यांची नावं या बारक्याशा मासिकात लोकांना कळली. पण दुसऱ्या अंकाच्या वेळी नारायणनं काही नव्या रशियन कवींची भाषांतरं छापायचं ठरवलं. प्रधान म्हणाला, हे सगळे रशियन कवी भिकार आहेत. उगाच रशियन म्हणून छापण्यात काय हंशील? शंकर त्यावेळी नुकताच पुण्याहून मुंबईत आला होता. त्यानं वेगळंच लफडं काढलं की मूळ रशियन भाषा नारायणला येत नाही तेव्हा ही भाषांतरं इंग्रजीवरून करणं म्हणजे मूर्खपणा आहे. बाकीचे म्हणाले, अंक सुरू ठेवला पाहिजे तेव्हा तुमच्या भानगडी बंद करून दुसरं काहीतरी शोधा. पण नारायण हटून बसला. नंतर अर्थात त्यानं समंजसपणानं आपली भाषांतरं परत घेतली. पण नंतर त्यानं **ब्र** कडे पूर्ण दुर्लक्ष केलं. प्रधाननं जुळवाजुळव केली आणि एका स्वस्तातल्या छापखान्यात अंकाचं साहित्य टाकलं. प्रेसवाल्यानं महिनादोनमहिने छापलंच नाही. पैसे आगाऊ घेतले तेही परत केले नाहीत. नंतर प्रधानाचाही इंटरेस्ट गेला. नारायणचा तर गेलाच होता. असं एकाच अंकात **ब्र** संपलं.

मग प्रधानला पुन्हा उत्साहात आणून शंकरनं एक **पण** नावाचं मासिक सुरू केलं त्याचेही दोनच अंक निघाले.

नंतर प्रधान पुन्हा नवं मासिक काढू म्हणाला. कुणीतरी म्हणाला, आपण वर्गणीदार जास्त जमवत नाही. एकतर शंभरसुद्धा वर्गणीदार आपल्याला मिळायचे नाहीत, तर हे उद्योग आता बंद करावे. फुकट पोरकटपणा आहे!

शंकर म्हणाला, आपण घरोघर जाऊन सामान्य लोकांच्याकडून वर्गण्या

काढल्या पाहिजेत. करायचंय काय फोपशा प्राध्यापकांना फुकट अंक पाठवून?
आपण चाळीचाळीतून हिंडलं पाहिजे.

चांगदेव म्हणाला, घरोघरच जायचं तर साबण आणि झाडूसुद्धा लोक विकत
घेतात. त्याऐवजी तुम्ही कवितांची मासिकं देणार. लोक घेऊन ठेवून देतील. इंटरेस्ट
कुणाला आहे? तेव्हा नुस्तं वाचत लिहीत राहावं!

शंकर म्हणाला, पण त्यांच्यातूनच आपल्याला खरे वाचक मिळतील. काढू
या.

प्रभू म्हणाला, ठीक आहे बाबा. तू छापत जा. आम्ही तर लिहायची खाज
असलेले तयारच आहोत. पण नाव काय ठरवू या?

पण संपलं आता **आपण**!

हे मासिक मात्र सगळ्यांनी नेटानं दोनेक वर्षं चालवलं. काही काही असं
सगळेजण लिहून द्यायचे. सगळ्यांजवळ चिकार काहीकाही लिहायचं असायचं.

नंतर शंकरबरोबर जाऊन जाऊन रामरावाशी घसट.

गांधीवधाच्या वेळी झालेल्या जाळपोळीतून घरातली रोकड आणि सोनं
लंगोटात बांधून रामराव सहेतुक मुंबईला आले आणि सुमारे पन्नास हजार रुपये
छापखान्याची यंत्रे घेण्यात आणि इकडे तिकडे प्लॉट वगैरे घेण्यात बाकीची रक्कम
गुंतवून लवकरच पुन्हा आपण पूर्वीसारखे लक्षाधीश होऊ अशी घमेंड बाळगून
गाव सुटल्याचं दुःख विसरू लागले. नंतर गावाकडची जमेल ती इस्टेट विकून
आणखी एक लाखापर्यंत रक्कम जमली. ही रक्कम सरकारी कर्जरोख्यांत वगैरे
अडकवावी अशी बायकोची सूचना धुडकावून त्यांनी सहेतुक चितळे नावाच्या
आपल्या कारखानदार मित्राकडे ठेव म्हणून ठेवली. चितळेही पूर्वी संघाच्या कामात
होते म्हणून रामराव त्यांना फार विश्वासात घ्यायला लागले. इतर मित्रांनी चितळे
हा बरा माणूस नाही हे सोदाहरण रामरावांना पटवून दिलं, पण रामरावांना ते
खरं वाटलं नाही. चितळे हा काबुल-कंदाहारपर्यंत हिंदुस्थानची सरहद्द मानणारा
प्रत्यक्ष माणूस आहे, तो किरकोळ एकदीड लाख हडप करील हा विचारच
खुळेपणाचा होता. शिवाय चितळ्यांनी रामरावांचा फार भराभर जम बसून दिला.
एक नवंच मशीन स्वस्तात मिळवून दिलं. फोर्टात आपल्या ताब्यातल्या दोन
खोल्या ऑफिस म्हणून वापरायला दिल्या. पार्ल्याला एक मोठा फ्लॅटही मध्यस्थी
पडून रामरावांना घेऊन दिला. मुंबईत सहा महिन्यांत इतके स्थायिक झालो
म्हटल्यावर रामरावांचा पुन्हा हिंदुत्वावर, ब्राह्मणांवर विश्वास बसला आणि ते रोज

अकरा वाजता काम नसतांना फोर्टातल्या ऑफिसात येऊन दिवसभर चार रिटोळ मित्रांना घेऊन चहा पीत गप्पा छाटत पुढचे विचार करायला लागले. संध्याकाळी दुसऱ्याच चारपाच रिटोळ मित्रांबरोबर कलकत्ता पान खात फर्स्ट क्लासनं वडाळ्याच्या आपल्या छापखान्यात कसं काय चाललंय हे पाहायला थोडा वेळ. तिथे पुन्हा शंकर, चांगदेव वगैरे मंडळी येऊन चहा व साहित्यिक गप्पा चालायच्या. करू हो, सगळं करू आपण — असं ते ह्या नव्या साहित्यिकांना आश्वासन देत असायचे. रात्री दहाअकराच्या सुमाराला पुन्हा गाडीत बसून पान खात संपूर्ण मागे जाणाऱ्या मुंबईकडे ते प्रेमाने पाहात घरी जायचे.

वस्तुत: रामराव राजकारणाचा माणूस नव्हता. जुनी जमीनदारी सांभाळत वर्षं काढायची हा त्यांचा स्थायीभाव होता, पण मध्येच संघाच्या कार्यकर्त्यांनी गांधीविरोधी तत्त्वज्ञान त्यांना पटवून दिलं आणि त्यांनाही ते पटलं. मग हळूहळू ते संघाच्या कामात हिरीरीने भाग घ्यायला लागले. पण ऐनवेळी झालं भलतंच. लोकांनी वाडा पेटवला. एकूण रामरावासारख्या आनंदी माणसाच्या कपाळी मुंबईचा वनवास आला.

मुंबईत पुन्हा पूर्वीची जमीनदारी पद्धत अशी काम न करता नुसती टेहलटपुरीनं सुरू झाली. फुकट रिकामचोट लोकांना चहा कचोऱ्या देत भोवती ठेवायचं. तशीच रात्री छापखान्यात जमणारी तरुण बुद्धिमान पोरं पाहून तर आपण एखादी अभूतपूर्व वाङ्मयीन चळवळ ह्या पोरांच्या मदतीने चालवू शकू असं त्यांना वाटायला लागलं. शंकर, प्रधान, चांगदेव, प्रभू, बापू, नाम्या इतके सगळे जमून नवनव्या कल्पना मांडायला लागले की रामराव विचारीत, किती खर्च येईल त्याला एकूण? आकडा कळला की मग म्हणायचे, करू. करू. थांबा थोडे दिवस!

त्या सगळ्या दिवसांत संध्याकाळी त्या सर्वांनी ठरवलेले बेत जर चुकून पुरे झाले असते तर मराठी निश्चितपणे जगातली समृद्ध भाषा झाली असती. त्यातला एक कार्यक्रम जगातल्या सर्व भाषांतील लहानमोठे श्रेष्ठ ग्रंथ मराठीत भाषांतरित करून छापायचे. दुसरा मराठीतून व मराठीत सर्व भारतीय भाषा व जगातल्या प्रमुख भाषा यांचे शब्दकोश करायचे. तिसरा सर्व संस्कृत ग्रंथ ऋग्वेदापासून तर शांकरभाष्यापर्यंत उत्कृष्ट कागदावर ग्रंथरूपात मराठी भाषांतरासकट छापायचे. शिवाय लहान मुलांसाठी मराठीत सर्व प्रकारचं साहित्य निर्माण करायचं, मराठीत टीका चांगली होत नाही तेव्हा टीकाकारही तयार करायचे — असे अनेक प्रकल्प त्यांच्या आर्थिक बाजूसकट तिथे चर्चिले गेले होते. शिवाय उच्च अभिरुचीचं सर्वांगसुंदर मासिक सुरू करणं अगदी तातडीचं होतं. प्रत्येक गोष्ट करू करू. देशाच्या उन्नतीसाठी हे सगळं आवश्यक होतं. खरं म्हणजे हिंदूंची उन्नती हे ध्येय

एखाद्याचं असलं म्हणजे त्याला डिक्शनरीपासून सुरुवात करावी लागते ही एक मूलभूत गोष्ट सर्वांना त्यावेळी कळून चुकली.

शंकरला दिवसभर दुसरं काहीच काम नसायचं. तो एका प्रकाशकासाठी काही हिंदी भाषांतर करत होता. त्याचे काही आगाऊ पैसेही मिळाले होते. त्यामुळे सिनेमे, नाटकं यांची चैन होती. शिवाय **गोवर्धन** मासिकाचे पन्नास रुपये मिळायचे. त्याचं फारसं काम नव्हतं. महिन्याभरात चारपाच ठरलेल्या लोकांचे अत्यंत गंभीर विषयावर चिंतनात्मक असे रटाळ लेख यायचे. त्यांना, लेख स्वीकारून ठेवला आहे, सवडीने छापू—अशी पत्रं लिहून संपादक पटेल यांच्या टेबलावर ठेवून द्यायची. पटेल लेख इकडून तिकडून चाळून पत्राखाली सही करून पुन्हा याच्या टेबलावर ठेवायचे. ती पत्रं यानं तपासून शिपायाजवळ पेटीत टाकायला द्यायची. ह्या मासिकाचे लेखक बहुधा पटेलांच्या ओळखीचेच असल्यानं ते काही फारसं धक्कादायक लिहिणार नाहीत याची खात्री होती. अगदीच कुण्या नव्या लेखकाचा लेख असला तर त्याच्याबरोबर बहुधा जुन्याच लेखकाचं शिफारसपत्र असायचं. त्यामुळे तोही वाचायची जरूर नसायची, पटेल आरामात गेली दहा वर्षे ह्या **गोवर्धन** मासिकाचं संपादन करत आले होते. सरकारी मदत वर्षअखेर यायची आणि एकूण ठीक चाललं होतं. शंकरला मात्र त्यामुळेची नोकरी केव्हा सुटेल असं वाटत होतं. तो म्हणायचा, आमच्या **गोवर्धन** मासिकाचा व्यवहार पटेलांच्या तब्येतीसारखाच नीट चालू आहे. सकाळी वेळेवर संडास, वेळेवर दोनदा जेवण, चहाकॉफी, पानतंबाखू वर्ज्य आणि संध्याकाळी तासभर पायांना व्यायाम म्हणून फिरणं. आपल्याला कठीण झालं आहे इथे राहणं.

छापखान्यात रामरावांकडे नियमित येणाऱ्यांना दुसरे महत्त्वाचे उद्योग नव्हतेच. सारंग घरीच बसून होता. प्रभू वर्षानुवर्षे एका गुजराथी दुकानात कारकुनी करत होता. सध्या भावाकडेच राहणं होतं. दर महिन्याला शंभर रुपये बँकेत शिल्लक पडलीच पाहिजे, एवढं त्याचं धोरण होतं. लग्नाची इच्छा नव्हती. केव्हातरी पागडीचे पैसे जमले की एक खोली स्वतःच्या नावावर घ्यायची म्हणजे म्हातारपणात कटकट नाही, असा त्याचा विचार होता.

बापू अधूनमधून बेकार असायचा. अलीकडे एका साप्ताहिकात फुकट काम पाहायचा आणि शिवाय एका वर्तमानपत्रात सिनेमा-नाटकांवरही लिहायचा. ह्या साप्ताहिकात अशा होतकरू तरुणाकडून फुकट काम करून घेण्याची परंपराच होती. तो एकदा शंकरला म्हणाला, तुझ्या **गोवर्धन** मासिकात निदान तुला पन्नास रुपये मिळतात. आमच्या साप्ताहिकात तर फक्त फुकट लोक हवे असतात. लिहिणाऱ्यांना हौस आणि जुने चारपाचशे वर्गणीदार कायम. असं वर्षानुवर्षे

चालणार. काल एक होतकरू लेखक आमच्याकडे आला आणि आमच्या मळणीकरांना म्हणाला, मला इथे काही नोकरी मिळेल का? मी साहित्य विशारद पहिल्या श्रेणीत पास झालो आहे. शिवाय बाहेरून बी. ए. ला बसलो आहे. अनेक वर्तमानपत्रांतून माझ्या कथा-कविता प्रसिद्ध झाल्या आहेत. तेव्हा आम्ही तिथे बसलो होतो त्या सर्वांकडे हात फिरवून आमचे संपादक मळणीकर म्हणाले, ही एकापेक्षा एक बुद्धिमान पोरं आमच्याकडे अनुभव म्हणून काम करतात. तसं तुम्हाला नुसतं बसायचं असलं तर बसा! कालपासून तेही पोरगं बसायला लागलं आहे. त्याला काय काम सांगितलं काल? एका अमेरिकन मासिकात *जगातील विविध देशांतले आहारमान* याच्यावर एक लेख आला आहे तो मराठीत करून द्यायचा! च्यायला संपादक!

रामराव म्हणाले, पुण्यातही असे प्रसिद्ध व्हायची इच्छा असलेले तरुण विद्यार्थी कायम पोत्यांनी मिळतात! त्यांच्यावर ही सगळी साप्ताहिकं व मासिकं चाललेली आहेत. मोबदलासुद्धा कोणी देत नाही. तेवढंच कुठे कोपऱ्यात नाव आलं एखाद्या सदरात की धन्य. आपलं मासिक निघाल्यावर आपण प्रत्येकाला निदान पाचदहा रुपये तरी द्यायचेच. फुकट काम कोणाकडून घ्यायचं नाही!

चांगदेवच्या कॉलेजातलीही काही पोरं अशी फुकट लेख लिहून मिरवायची. नारायणही असंच काही इंग्रजीत लिहीत हळूहळू चांगला प्रस्थापित होऊन बसला होता. त्याच काळात शंकरसुद्धा पुण्याहून मुंबईत आला होता. त्या काळात होस्टेलसमोरच्या गुडलकमध्ये सगळेजण रोज संध्याकाळी बसायचे. त्यात परांजपे, क्वचित भैय्या, श्रॉफ हेही असायचे. महाजन त्यावेळी लेक्चरर होते, तेही असायचे. लेक्चरर असून मुलांच्यात मिसळतो ह्याचा त्यांना अभिमान वाटायचा. पुढे ते दुसऱ्या एका कॉलेजचे प्रिन्सिपॉल झाले तेव्हापासून त्यांनी येणं कमी केलं. पण त्यावेळी चांगला अड्डा जमला होता. रात्री बाराएकपर्यंत हॉटेल बंद होऊनही आत फरशी धुवायला सुरुवात होईपर्यंत सगळे गप्पा मारायचे. कोणी नाटकांबद्दल, कोणी नव्या सिनेमाबद्दल, कोणी राजकारणावर तर कोणी नव्यानं मुंबईत येणाऱ्या पेपरबॅक पुस्तकांवर — असं जोरात चालायचं. त्यातले नारायण, शंकर इकडे तिकडे लिहायचे; पण मुख्य भर वाचण्यावर, नवेनवे अनुभव घेण्यावर असायचा. शिवाय दुसरेही भलभलते लोक नंतर नंतर यायला लागले. त्यांच्यांत एकजण मलहोत्रा विमानतळावर वर्कशॉपमध्ये काम करणारा होता. पूर्वी हा मलहोत्रा आणि शंकर पुण्यात असताना चिंचवडला बरोबर यायचेजायचे. तेव्हा ते दोघेही जे. कृष्णमूर्ती वाचायचे. म्हणून दोस्ती झाली होती. मुंबईत आल्यावर मलहोत्रानं वाचणं सोडून दिलं होतं. पण रात्री ह्या अड्ड्यात बसून त्याला पुरेसं बौद्धिक खाद्य मिळायचं.

निदान दोनचार अस्सल विनोद ऐकायला मिळाले की सणसणून हसून तो वर्कशॉपमधला सगळा शीण काढून टाकायचा.

अजून सगळ्यांना त्या वेळच्या गुडलकमधल्या ह्या बैठकींची आठवण यायची. महाजन म्हणायचे की, खरं म्हणजे आपल्या युनिव्हर्सिट्यांत ह्या धर्तीवरच शिक्षण सुरू करायला पाहिजे. भैय्या म्हणायचा, त्यावेळी गुडलकमध्ये राजकारणाची गोडी निर्माण झाली म्हणून मी कॉलेजची भंकस सोडून माणसात आलो. नाहीतर बापाच्या इच्छेनुसार आम्ही वनस्पतीशास्त्रात पीएच. डी. करून वाया गेलो असतो, प्रोफेसर झालो असतो!

ज्याच्याजवळ पैसे असायचे तो बिल भरायचा. गरीब विद्यार्थ्यांना फुकटात बसून चहा प्यायची आणि चर्चा करायची सोय होती. आणि अत्यंत गंभीर निष्कर्षापासून तर विनोदी समारोपापर्यंत कोणत्याही विषयाचा कसाही शेवट व्हायचा. त्यामुळे फालतू विषय आपोआपच टिंगलवजा होऊन जायचे. दमदार विषय टिकायचे. उदाहरणार्थ, एकदा कुणीतरी बेळगावचा प्रश्न काढला. तर सगळे जण मिळून त्याला हसले. नंतर तो येणंच बंद झाला.

पण हळूहळू एकेक त्या अड्ड्यात कमी व्हायला लागला. भैय्या पार्टीच्या कामामुळे येईनासा झाला. मलहोत्राची काही काळ ट्रेनिंगखाली जोधपूरला बदली झाली. शंकर मध्ये वर्षभर पुण्यालाच राहिला. चांगदेवलाही मध्ये बसलेल्या फटक्यामुळे कशात मूड नव्हता. महाजन प्रिन्सिपॉल झाले. प्रधान, प्रभू, नाम्या यांनी दादरला इराण्याकडे दुसराच एक सारंग वगैरे खास साहित्यिक पोरांचा नवा अड्डा शोधून काढला. श्रॉफला नुसत्या साहित्याचा कंटाळा आला. परांजपेनं कंबर बांधून प्रायोगिक नाटक कंपनी म्हणून एक कंपनी रजिस्टर केल्यानं तो तिकडेच नेहमी संध्याकाळी घालवायला लागला. बाळू उत्तर हिंदुस्थानात कोण्या गायकाकडे तंबोरा धरायला गेला तो परत यायचं लक्षण दिसेना. नारायणला तर असं रोज जमायचाच कंटाळा आला.

आता आता पुन्हा रामरावकडे बरेचसे लोक जमायला लागले होते. असं जमायला एक सार्वजनिक वाटणारी बरीचशी उघडी वाटणारी पण अगदीच शहरी रस्त्यावरची बकाल वाटणारी नाही अशी थोडी बंद जागा आणि एखादा श्रॉफसारखा किंवा महाजनसारखा कायम खिशात बिलं भरण्यासाठी पैसे असलेला आणि त्याबद्दल कधी कुरकुर न करणारा माणूस — इतक्या गोष्टी हव्या असतात. अर्थात निरनिराळ्या क्षेत्रातली नवी नवी माहिती असलेले हुशार

लोकही लागतातच. मुख्य म्हणजे वर्तमानपत्री चर्चा टाळणारे सगळे असावे लागतात.

प्रभू म्हणाला, आपला तो अड्डा पुन्हा सुरू करायला हरकत नाही.

शंकर म्हणाला, आता गुडलकची मोकळी जागा गेली. मुंबई कॉर्पोरेशननं रस्ते रुंद करून हॉटेलची खुली जागा खणून काढली आहे. मी परवा गेलो तर वेटरसुद्धा सोडून गेले सगळे. म्हातारा याकूब अफू मारून पेंगत असतो. आत सगळी टाइट पॅण्टी घातलेली टेरिलीनवाली गुलछबू पोरं. आणि याकूबनं मध्यभागी रेकॉर्डची ज्यूक बॉक्स ठेवून दिली आहे. त्यात चार आणे टाकून घाणेरडी शंकर-जयकिशनची गाणी जो तो ऐकत असतो. गुडलक आता बंद घरासारखं वाटतं. पंधरावीसजण एका टेबलाभोवती बसतील अशी शक्यताच नाही. त्यामानाने आपला इराणी बरा. गुडलक आता खलास झालं. कदाचित ते युगच संपलं मुंबईतून.

पण इराण्याकडे ती मजा येत नाही राव!

तेही खरंच. पण जागा आपोआप तयार होते. अशी ठरवून होतच नाही. थोडंफार संस्कृतीसारखंच असतं अड्ड्याच्या जागांचं स्वरूप. आपोआप एखादं कल्चर तयार होतं, आपोआप खतम.

हल्ली तू बी. ए.ला बसायचं ठरवलं आहेस वाटतं, कल्चरवर बोलायला लागलास ते?

कसलं बी. ए.चं. जमतंय? आता भावानं लग्न करून बायकोला आणलंय घरी. बाकीचे आम्ही सगळेजण एका खोलीत. परवा सहज कंटाळा आला तेव्हा काय करावं म्हणून सहज स्वैंपाकघराच्या दाराला कान लावून ऐकलं. म्हटलं बोलत काय असतील लग्न झाल्यावर लोक! तर भाऊ वहिनीला म्हणत होता, तुला कितीदा सांगितलंय की रात्र झाली की नुस्ती बॉडी आणि जांगा घालून झोपायचं. हे माझं घर आहे. माझ्या इच्छेनुसार सगळं झालं पाहिजे! असं हे ऐकून आपण तर चाट झालो. काय साले लग्न करतात! द्या टाळी!

तुला हा म्हणजे हुतुतूचाच प्रकार वाटला असेल.

पूर्वी बरं असायचं. बाराएकपर्यंत भंकस करत राहायचं, घरी गेल्यावर झोपी जायचं. आता फार लवकर घरी जावं लागतं, खरं म्हणजे आताही गुडलकमध्ये बसायला हरकत नाही. कदाचित आपण म्हातारे झालो म्हणून तिथल्या आताच्या नव्या पोरांच्या आवडीनिवडी आपल्याला आवडत नसाव्या. दर दोन-चार वर्षांत नवी पिढी तयार होत असावी, तसं गुडलक बदलत जाणारच. आपण बरंच सिरिअसली काहीतरी करत असायचो.

हे असं वाटून घेणं हे तर नक्कीच म्हातारपणाचं लक्षण आहे! सगळेच जण सिरिअसलीच काहीतरी करत असतात.

मध्येच रामराव म्हणाले, तुम्ही कोणीच काहीही सिरिअसली करत नाही. तिकडे ख्रिश्चन मिशनरी पाहा कसे दुष्काळी भागात झोपड्यात राहून धर्मप्रसार करताहेत. हळूहळू सगळ्या हिंदुस्थानचा नागालँड झाला म्हणजे?

झालो सगळे जण आपण ख्रिश्चन तर काय बिघडलं? सगळं जग ख्रिश्चन झालं तर चांगलंच आहे!

सगळं जग ख्रिश्चन कसलं होतंय. तिकडे मुसलमान बसले आहेत कुराण आणि तलवार घेऊन.

सगळेजण मुसलमान जरी झालो आपण, तर काय बिघडेल!

चांगदेव म्हणाला, याच्यात उलट इस्लामलाच धोका आहे! हिंदूसुद्धा मुसलमान झाले तर इस्लाम आहे तसा थोडाच राहणार. मुसलमानांमध्येच एक वेगळा हिंदूसारखा इस्लाम तयार होणार. म्हणजे धर्म पसरवू नये ही आपली हिंदूंची पद्धत बरी. आता मुसलमानांना आपण हिंदू करायला लागलो तर ते बेटे कशा प्रकारचे हिंदू होतील?

रामराव म्हणाले, अशी आपली पद्धत नाही. आपला धर्म आपोआपच आपल्यातून वर आला. आपोआपच आपण हिंदू झालो. उलट हिंदूंना बाटवून मुसलमान करण्यात आले.

काय थापा मारता रामराव. उत्तरेतून हळूहळू हाणामारी करत आर्य दक्षिणेत घुसत गेले, पोरींवर बलात्कार करत गेले. किती उदाहरणं सांगू रामायणातली आणि पुराणातली? ती जुनी सरमिसळ काही फार शांततेने झाली असं नाही.

म्हणजे हिंदुधर्माची हिंदुस्थानात जशी खिचडी झाली तशी सगळ्या जगभर एखाद्या धर्माची झाली तर काय बिघडेल? जिंकणारे कितीही मिरवत असले तरी हरणारे जाताजाता त्यांच्यात घुसून त्यांना आपल्या परीनं हरवत असतातच.

रामराव चिडून म्हणाले, म्हणजे आपण नेहमी हरावं असं म्हणायचंय का तुम्हाला? हाच का तुमच्या सिरिअसनेस? तुम्हाला कुणाला काही सिरिअसनेस नाही. नुसते कोरड्या बुद्धीच्या गप्पा मारता. तुम्हाला कुणाला आईबापांची काळजी नाही, कुणाला बहिणींची लग्नं करायची जबाबदारी नाही. निव्वळ तर्कावर खेळत राहायचं. बाहेर किती जातीपाती, प्रांतीयता, वशिलेबाजी, किती घाण आहे? तुम्ही ते सगळं टाळून निव्वळ काल्पनिक जगात वावरता. आणि साधा तामीळ-मराठी शब्दकोश करायला माणूस मिळत नाही.

चांगदेव म्हणाला, म्हणजे आम्ही माणसं म्हणून निव्वळ वागतो हेसुद्धा तुम्हाला पाहावत नाही का? तुम्ही म्हणता त्या गोष्टी आम्ही वागण्यातूनच मिळवतोय की नाही? माझं पाहा ना, मला कोणी नोकरी मिळवून दिली, कुणी जागा दिली, कुणी काही मदत केली? मला हे सगळं अजब वाटतंय. खरं म्हणजे इथं कोणी रस्त्यावर मरायला पडलं तर ढुंकून पाहात नाहीत, असं हे गाव.

उलट अशाच गावात तुम्ही आपल्या खऱ्या जबाबदाऱ्या विसरता आणि तुम्हाला ते दोस्तोवस्की आणि कामू आणि काफ्का फार जवळचे वाटायला लागतात. दोस्तोवस्कीची परवा शंकरकडून नेलेली ती काय कादंबरी होती की काय? मला तर दहा पानं वाचवेना. तुम्ही अशासुद्धा कादंबऱ्या संपूर्ण वाचता म्हणजे तुमच्या काटकपणाची कमालच आहे.

अकरा वाजता रामराव निघायचेच. छापखाना रात्रीही बऱ्याचदा चालू राहायचा. त्यामुळे बाकीचे तिथे बसायचं तोवर बसायचे. चांगदेव युनिव्हर्सिटीत वर्गात क्वचित जायचा. नाइट स्कूल आटपून थेट इथे यायचा. दोघेतिघे मित्र वर्गात हजेरी लावायचे. शेखर त्यातला नियमित होताच. सकाळी शिकवणी झाल्यावर काही किरकोळ खाऊन चांगदेव लायब्रीत बसायचा. तिथे मन लागेल तसं भरमसाट वाचायचं. अधूनमधून खिन्न होऊन पुस्तक मिटून पुढच्या खिडकीच्या रंगीत काचांकडे पाहत बसायचं. अगदीच उद्विग्न झालं तर उठून कुणातरी मित्राकडे जायचं. संध्याकाळ झाली की शाळेकडे, नंतर छापखान्यावर यायचं. चहा वारंवार झाल्यामुळे जेवण आपोआपच चुकायचं. दहाअकरा वाजता शंकरबरोबर कुठेतरी स्वस्त राइसप्लेट घ्यायची. शंकर त्याचा बराच खर्च करायचा. पुढे केव्हा तरी जमेल तेव्हा आपणही त्याचा खर्च भागवू, असं तो मनात ठरवायचा. पण त्याचीही काही जरूर नव्हती.

हल्ली पुण्याचे एक कुलकर्णी नावाचे प्रकाशकही वारंवार छापखान्यात यायचे. त्यांनी एका प्रसिद्ध लेखकाचं लांबलचक पुस्तक रामरावांकडे छापायला टाकलं होतं. ते पंधरा दिवसांत छापून तयार व्हायला हवं होतं; कारण त्या वर्षी सरकारी बक्षिसांच्या कमिटीत कुलकर्णी प्रकाशकांच्या हातचे दोघंतिघं सभासद होते आणि बक्षीस मिळणं ठरल्यासारखं असल्यानं हे पुस्तक छापून होणं आवश्यक होतं. निदान पंधरा दिवसांत चार-पाच प्रती तयार करून बक्षीससमितीतल्या लोकांना वाटणं आवश्यक होतं. तिकडे वर्तमानपत्रात **प्रसिद्ध झाले** म्हणून जाहिरात यायलाही लागली होती. त्यामुळे कंपोजला दहा टक्के जास्त दरानं आणि छपाईला पंचवीस

टक्के जादा दरानं हे पुस्तक रामरावांनी छापून द्यावं असं ठरलं होतं. त्यातून पाचदहा प्रती आठेक दिवसांतच.

यासंबंधी एकदा कुलकर्णी प्रकाशक छापखान्यात येऊन रामरावांशी चर्चा करत असतांना ही तरुण मंडळीही येऊन बसली. तेव्हा मधेच न राहवून शंकर मोठ्यानं म्हणाला, म्हणजे आठदहा प्रतीच बक्षिसाकरिता छापायच्या तर पहिली आवृत्ती तेवढ्या दहाच प्रतींची का नाही काढत? बक्षीस मिळून झाल्यावर सावकाश पुढल्या वर्षी बाकीच्या प्रती काढाव्या!

आणि ह्यावर सगळेच खदखदून हसले.

तेव्हा कुलकर्णी प्रकाशक संतापून शांतपणे रामरावांना म्हणाले, हे कोण? काय संबंध यांचा?

रामरावांनी गैरसमज होऊ देऊ नका असं काही म्हटलं. पण कुलकर्णी प्रकाशक कोणाकडेही न पाहाता पुन्हा पूर्वीसारखेच.

हे ऑफिस आहे की एस. पी. कॉलेज? इथे धंद्याची प्रत्येक बाब गुप्त राहिली पाहिजे. ठीक आहे. ह्यासंबंधी नंतर बोलू. निघतो.

रामरावही गडबडीनं उठून उभे राहिले. जाताजाता कुलकर्णी प्रकाशक पुन्हा गरजले, उद्या ह्यावेळी येतो. पुन्हा हे शेंगदाणे इथे दिसता कामा नये, मी येतो तेव्हा तरी.

ते गेल्यावर सगळ्यांना वाटलं रामराव गंभीर होतात की काय. पण रामराव म्हणाले, बरं झालं च्या आयला. फार माजला टेक्स्टपुस्तकांच्या पैशावर. काल सबंध फॉर्म पुन्हा छापायला लावला, मार्जिन थोडं चुकलं म्हणून. पंधरा दिवसांत काम होईल असं वाटत नाही. दुसरं एक काम दोनतीन दिवसांत सुरू करतो. मग पाहा कसा ओरडेल पुन्हा ते! कोणाकोणाची मिजास सांभाळणार हो. पटलं तर छापा नाहीतर उठाव. जाईल कुठे जाऊन जाऊन? मुंबईत आहेत कुठे छापखाने?

म्हटल्याप्रमाणे रामरावांनी कुलकर्णी प्रकाशकांचं आगाऊ बक्षिसाचं पुस्तक उद्या होतंय, परवा होतंय असं म्हणत म्हणत दोन महिन्यांनी लांबवलं. त्यामुळे कुलकर्णी प्रकाशकांचं येणं-जाणं वाढू लागलं. आणि हळूहळू शंकरची आणि त्यांचीच चांगली दोस्ती जुळली. कुलकर्णी प्रकाशक आले की म्हणायचे, कुठे आहे तो चुणचुणीत पोरगा? काय रे बाबा काय वाचतोस हल्ली? काही लिहितोस- बिहितोस का? की गप्पच?

आणि छापखान्यातून शंकर आणि ते त्यांच्या मोटारीतून कुठेतरी फिरून यायचे. नव्या इंग्रजी पुस्तकांच्या गप्पा मारून शंकरनं त्यांना पुरतं घेरलं. तिकडे ज्या पुस्तकाला बक्षीस मिळाल्याचं जाहीर झालं ते पुस्तक अजून प्रसिद्धसुद्धा झालं

नाही, म्हणून दुसऱ्या प्रकाशकांच्या हस्तकांनी कुजबूज केली. वर्तमानपत्रात कोणा स्वतंत्र बाण्याच्या लेखकांनी लोकशाहीची पायमल्ली, प्रकाशकांची हुकूमशाही असली पत्रं लिहिली. कुलकर्णी प्रकाशक खदखदा हसून फक्त म्हणायचे, चांगलं पत्र लिहिलंय. चांगला माणूस आहे बाकी, पण कोण विचारतो?

हा बेरकी स्वभाव शंकरला फार आवडला. पुस्तकाचं काम संपलं तेव्हा ते म्हणाले, पुण्याला आलास तर जरूर ये. विसरू नकोस. अगदी उतरलास आमच्याकडे तर चांगलंच. उद्यापासून माझ्या पुस्तकाचं तू नीट सांभाळून घे. मी नंतर माणूस पाठवतोच, पण तू मुद्दाम होऊन पुण्याला फेरी मार, असं म्हणून ते गेले. शंकरला तेवढी महिनाभर चांगली करमणूक झाली. जाताजाता शंकरवर खूष होऊन त्यांनी त्याला खूप पुस्तकं घेऊन दिली. सिनेमावर एक पुस्तक काढणं आवश्यक आहे हे शंकरनं त्यांना पटवून दिलं होतं. त्यामुळे त्यांनी शंकरलाच हे पुस्तक लिहायला सांगितलं. तुला पाहिजे तसं तू लिही. आपण छापू. शिवाय त्यांचं छापखान्यातलं काम पाहायचे पैसे शंकर घेईना म्हणून त्यांनी सिनेमे पहायलाच एकदम दोनशे रुपये दिले. ते म्हणाले, चांगले चांगले सिनेमे पाहून टिपणं काढ, सिनेमावरची पुस्तकं घे, त्याचे पुन्हा मी पैसे पाठवीन. पण तुमच्यासारखी हुशार मुलं नुस्तं हॉटेलात बसून चकाट्या पिटतात, सगळ्यांना शिव्या देतात ते बंद करा. असं मायेच्या शब्दात सांगून ते गेले.

शंकरला कुलकर्णी प्रकाशक बेहद्द आवडले. असा प्रकाशक दुसरा नाही असं तो सगळ्यांना सांगायला लागला.

रामराव म्हणाले, तुला माहीत नाही यानं किती लेखकांना बुडवलं ते. शंकर म्हणाला, लेखकही फडतूस असतील, त्यांना बुडवलं तर काय मोठंसं? चांगदेव शाळा आटपून यायचा त्याआधी बहुधा कुलकर्णी गेलेले असायचे. त्यामुळे त्याची कुलकर्ण्यांशी विशेष दोस्ती झाली नाही. त्यानंतर शंकर आणि चांगदेव यांची सिनेमे पाहायची चंगळ झाली. खरं म्हणजे सिनेमाचा अस्सल शौकिन चांगदेवच होता. मधे सगळंच उलटसुलट झाल्यानं आणि पैसे नसल्यानं सिनेमे बंदच होते. पण आता त्या दोघांच्या पूर्वी पाहिलेल्या चांगल्या चांगल्या सिनेमावर चर्चा सुरू झाल्या. बाकीच्या मित्रांनाही त्यात हळूहळू रस यायला लागला. कुठे चांगला इंग्रजी, इटालियन, जपानी, बंगाली सिनेमा असला की कोणी तरी कळवायचं. शंकर आणि चांगदेव रिकामेच असल्यानं नेमक्या वेळी मुंबईत कुठल्याही सिनेमाला बरोबर हजर व्हायचे. दुसरेही कोणी मोकळे असले तर हजर राहायचे. मग सिनेमा सुटल्यावर चहा पीत चर्चा करत करत छापखान्यावर. तिथे पुन्हा सिनेमा कसा

होता याच्यावर रामरावांना संपूर्ण विश्लेषण. रामराव म्हणाले, बरं आहे तुम्ही पुस्तकाबाहेरचं तरी आता बोलायला लागलात.

हिंदी सिनेमेही अधूनमधून चांगले निघायचे. त्यावेळी बर्मनदादाही जोरात होते. किशोरकुमार तर फॉर्मातच होता. वहिदा रेहमानही बेहद्द जोरात होती. तशात नव्यानंच फेलिनीचा *ला डोल्शे व्हिटा* ही लागून गेला. चांगदेवला आता खऱ्याखोट्या जगाची सरमिसळ फार अद्भुत वाटायला लागली. सगळ्या जगाचा तिटकारा येण्याचं काहीच कारण नव्हतं. कारण शेवटी ह्याच जगात चार्ली चॅप्लिन आहे, सत्यजित आणि ऋत्विक आहेत. किशोरकुमार आणि आय्. एस. जोहर आहेत. वहिदा आणि गुरु दत्त आहेत. अली अकबर आणि बडे गुलाम आहेत. अगदी आता ह्या घटकेला जिवंत आहेत. ह्या लोकांनीही आपल्यासारख्याच जीवनाच्या सीमा नक्कीच जाणल्या असतील. शेवटी हे आयुष्य फेलिनीच्या सिनेमासारखं गोड आयुष्य आहे. जगत राहावं. आहे तितके दिवस गोड मानून घ्यावं. गाणी ऐकत, पुस्तकं वाचत, सिनेमे पाहत, हातभट्टीची पीत, सिग्रेटी फुंकत त्या आणि ह्या जगाची सरमिसळ करून जगत रहावं. नूरजहाँसारखं *मुहब्बत करे खुश रहे मुस्कराये* असं म्हणून नाचल्यासारखा, गायल्यासारखा, प्रत्यक्ष क्षण आहे तसा भोगत राहावा. कडूपणा काही मनावर घेतल्यानं पातळ होत नाही. कडूपणा आत दाबून वरती अशी फुलं फुलवत राहावी. शेवटी आहेत तरी किती दिवस? खरं म्हणजे ठरावीक मर्यादेपर्यंतचा कडूपणा ज्यानं त्यानं पचवल्याशिवाय हे आयुष्य इतकं गोड होतच नाही. त्याशिवाय मोठमोठ्या अनुभवांचं आकलनही होत नाही. म्हणून युद्धातून पार पडलेले लोक महाभारत, इलियड लिहून बसले. सगळ्याच कलाकारांना काहीतरी दुःखं असतील. आपल्यालाही आहे. म्हणून ह्या कलाकृतींचं पुरतं आकलन होतं. शंकरलाही काहीतरी दुःख असेलच. तो आपल्याला सांगत नाही. आपण तरी त्याला कुठे सांगितलं?

हळूहळू चांगदेवमधे एक वेळ घालवण्याचा विचित्र चिवटपणा येत चालला. त्यामुळे तो सगळं काही वेळ घालवावा म्हणून त्यात झोकून देऊन करायला लागला. शिकवूही मनापासून लागला, लायब्रीत अभ्याससुद्धा विनाकारण उदासीनपणे राक्षसासारखा करायला लागला. पण रस कशातच नव्हता. प्रचंड उदासी अधूनमधून हादरे देऊन उठायची. नारायणसुद्धा त्याच्या फिकिरीत उदास असल्यानं त्याचा तो गप्प असायचा. भल्या पहाटे आंघोळ न करता तोंड धुऊन घाणेरडे कपडे चढवून निघून जायचा. कधी चांगदेवची एक चारमिनार सकाळीच पेटवून गेला तर रात्री तसं सांगायचा. चांगदेवला हा पार्टनर ह्या परिस्थितीत उत्कृष्ट मिळाला होता. अधूनमधून खोलीत मुंबईची छपरं पाहता पाहता प्रचंड तडफडाट

व्हायचा. जन्ममृत्यूवर विचार करण्याची आपली कुवत कमीच असते त्यामुळे निव्वळ धुमसत राहणं चालायचं. निष्पत्तीची फिकीर नव्हती.

दुसऱ्या टर्ममध्ये चर्चगेटवर एका होस्टेलमध्ये खोली मिळाली. इथून रात्रीच्या शाळेत दहाएक मिनटांत पायी जाता येणार होतं. शिवाय लायब्रीही पाच मिनटांत. आणि स्वस्तात चांगली खोली म्हणून त्यानं नारायणची खोली सोडली. नारायणलाही महिन्या-दोन महिन्यानं खोली सोडावीच लागणार होती. त्याला एका मोठ्या अमेरिकन कंपनीत नोकरी देऊ केली होती. अन्नान्नदशा संपायची चिन्हं दिसत होती. त्यानं इंग्रजी पुस्तकही इंग्लंडमधल्या एका प्रकाशकाकडे पाठवलं होतं ते तिकडेच प्रसिद्ध व्हायची शक्यता होती.

नव्या खोलीवर आल्यानंतर सगळ्या मित्रांना चर्चगेटवरून त्याच्याकडे येणं फार सोयीचं झालं. शंकर तर सकाळी दादरहून निघायचा तो आधी चांगदेवकडे यायचा. त्याला उठून मग दोघेही बाहेर पडायचे. थोडंसं खाऊन दोघेही बरोबरच कुठेतरी जायचे किंवा चांगदेव लायब्रीत गेला तर शंकर **गोवर्धन**चं काम पाहायला किंवा दुसरीकडे वेळ काढायला जायचा. पुन्हा संध्याकाळी शाळा आटपून छापखान्यावर दहाच्या सुमाराला भेट ठरलेली होतीच.

नंतर जरा पैसे जमल्यावर रामरावांनी एक जाडजूड **कामिनी** नावाचं मासिक सुरू केलं. शंकरला आता दिवसभर हेच काम असायचं. लेख गोळा करणं, जाहिराती देणं, भाषांतरं, पत्रव्यवहार, फोन, छपाई — भयंकर काम. त्याच्यावर हे सगळं काम टाकल्यानं त्याला फारच हौस वाटायला लागली. शिवाय चांगलं-चांगलं लिहिणारे तरुण लेखक आधीच भरपूर जमा झालेले होते. त्यामुळे मासिक दोनतीन महिन्यांतच चांगलं गाजलं. त्यातून मुखपृष्ठावर अत्यंत उन्मादक बाईचं चित्र खास रामराव कुठूनतरी सहेतुक मिळवायचे. वक्कतूर नावाचा ह्या धंद्यातला एक अत्यंत निष्णात माणूस रामरावांचा जुना मित्र होता. तो रोज सकाळी तासभर येऊन जायचा आणि रामरावांना आणि शंकरला काय काम करायचं, काय काम झालं, कुठून अशा जाहिराती आणायच्या, सचिवालयात कुणाला भेटायचं, कागद कसा कुठून मिळवायचा, विक्रीचे एजंट कसे गाठायचे हे सगळं सांगून मग त्याच्या कामावर निघून जायचा. त्यामुळे **कामिनी** फार लवकर स्थिर झालं. रामरावांनी माणसं चांगली गाठली आहेत असं जो तो म्हणायला लागला. शिवाय रेल्वे बुकस्टॉलसाठीच भरपूर कमिशनवर एक हजार अंक बांधून टाकल्यामुळे तेवढा खप निश्चितच होता. हळूहळू वर्गणीदार वाढत होतेच.

रामरावांना घरून निघाल्यापासून घरी रात्री सहेतुक परतेपर्यंत निदान दीडएकशे लोक रोज भेटायचे. त्यातले बहुतेकजण रोजरोज तेच असायचे. पण प्रत्येकजण

त्यांना मासिक कसं असावं याचा सल्ला द्यायचा आणि रामराव त्याचा विचार जरूर करायचे. एकानं सांगितलं, एक तरी अस्सल शृंगारकथा हवीच. एकानं सांगितलं, हिटलरवर एक नियमित भंकस येऊ द्या — म्हणजे कसे रणगाडे कुठून घुसले वगैरे माहिती देणारी! नंतर एकानं स्वतः होऊन मासिक भविष्य लिहून द्यायला सुरुवातच केली. एकानं सुचवलं, पत्रव्यवहाराचं सदर काढलं पाहिजे, कारण ज्यांची पत्रं छापून येतात ते तरी मासिक विकत घेतातच. ह्याशिवाय मित्रमंडळीतल्या लोकांचं खास लेखन — शंकरचे सिनेमावर लेख, चांगदेवची किंवा प्रधानची एखादी खास कविता, बापूची एक नवकथा, नाम्याचे संतवाङ्मयावरचे प्रासादिक लेख, भैय्याकडून अधूनमधून येणारं आदिवासींच्या जीवनावरचं सदर — वगैरे मजकूर फुकटात जमा व्हायचा आणि तो एरवी कुठे येणार नाही असा खास असायचा. हळूहळू **कामिनी**कडे येणाऱ्या अनाहूत साहित्यानं फायली भरू लागल्या. चांगला गवगवा झालेला दिसत होता. वर्गणीदारही दीड हजारापर्यंत गेले. शिवाय किरकोळ अंक बरेच. जो तो रामरावांना शाबासक्या द्यायला लागला. याचं श्रेय अर्थात सगळ्याच लोकांना होतं. जो तो **कामिनी** आपलंच असं समजून चालायचा. याच्यात रामरावांचाही एका अर्थी फायदाच होता. पण मन मानेल तसं लिहू देणारं दुसरं मासिकही ह्या तरुण काऱ्या पोरांना कुठे मिळालं असतं? विशेषतः मराठीतल्या सुप्रसिद्ध लेखकांवर अतिशय संतापून लिहिलेले टीकेचे लेख चांगदेव, प्रधान, सारंग वगैरे लिहायचे. असं इतरत्र कोणी छापू दिलं नसतं. एकूण सगळ्यांना तुफान उत्साह आला.

पण इतके वेगवेगळ्या रुचीचे लोक सांभाळून घेणं हे अर्थात रामरावांचं श्रेय होतं. त्यातून मुखपृष्ठ, छपाई ह्यांचा दर्जा ते स्वतः सांभाळायचे. उदाहरणार्थ, दिवाळी अंकासाठी सगळ्या हिंदू देवतांची चित्रं जेव्हा त्यांच्या नेहमीच्या चित्रकारानं पसंतीसाठी पाठवली तेव्हा लक्ष्मीचे स्तन सरस्वतीचे आहेत त्यापेक्षा मोठे काढावे अशी चिठ्ठी जोडून त्यांनी ती चित्रं परत चित्रकाराकडे पाठविली होती. जेव्हा सगळेजण ह्याला हसले तेव्हा ते हसत म्हणाले, ह्यात काय अश्लील वाटलं तुम्हांला? पोरांनो, लक्ष्मी म्हणजे वैभव, श्रीमंती. तिला साजेसं नको का सगळं?

पण खरोखरच दिवाळीनंतर एक म्हातारे गृहस्थ एकदा छापखान्यात आले आणि रामरावांना म्हणाले, निदान तुम्ही अशी चित्रं छापाल असं वाटलं नव्हतं. एक दिवसही तुमचा अंक बाळगणं कठीण झालं घरात.

शंकर म्हणाला, मग काय जाळून टाकला का?

ते म्हणाले, जाळून? तो त्रास कोण घेतो! घरून निघालो तेव्हा गाडीत थोडा चाळला आणि गाडीतच अंक ठेवून खाली उतरलो नेहमीप्रमाणे!

तिकडे **गोवर्धन**कडे शंकरनं बौद्धिक दिरंगाई वगैरे करून स्वतःची सुटका करून घेतली आणि तो पूर्णवेळ **कामिनी**चंच काम बघायला लागला. हळूहळू पसारा वाढल्यानं रामरावांनी **कामिनी**चं ऑफिस फोर्टात नेलं, त्यामुळे सगळ्यांनाच ते सोयीचं झालं. मग तिथेच रात्रीचा अड्डा भरायला लागला. सगळेजण सहापर्यंत ऑफिसात वगैरे काम करून यायचे आणि इथे आल्यावर ज्याला त्याला उत्साह यायचा. म्हणजे संध्याकाळी सहाला लिफ्ट बंद झाली तरी चार मजले चढून लोक यायचेच.

शंकरची **गोवर्धन**कडची नोकरी सुटल्यावर त्याला त्यानंतरच्या महिन्यात अजिबातच पैसे नव्हते. चांगदेवनं एका जे. पी.चं उत्पन्नाचं सर्टिफिकिट दिल्यामुळे नुकताच त्याला विद्यापीठाकडून फीचा रिफंड मिळाला होता. त्यानं आनंदानं शंकरला शंभरएक रुपये दिले. रामराव महिना होऊन गेला तरी शंकरला कामाबद्दल शंभर रुपयेदेखील देईनात. शंकरला पैसे मागायची लाज वाटली. खरं म्हणजे रामरावांची इच्छा होतीच की त्यानं पूर्णवेळ **कामिनी**चंच काम करावं. पण तिकडची नोकरी सोड, असं त्यांनी स्पष्ट म्हटलं नव्हतं. तरी शंकरला पैसे मिळणं जरुरीचं होतंच. कोणीतरी नंतर तसं सुचवलं तेव्हा रामरावांनी अरे विसरलोच असं सहेतुक म्हणून त्याला दोनशे रुपये दिले. शंकरनं तेवढे नकोत, शंभरएक पुरेत आताचे. म्हणून शंभर परत केले. नंतर बापू, प्रधान वगैरेंनी त्याला शिव्या दिल्या. ते म्हणाले, तूच जर पैसे घ्यायला मागे सरायला लागला, तर आमच्या लिहिण्याचे पैसे कधी मिळणार? अर्थात नंतर केव्हातरी वसूल करून घेऊच.

पण रामराव दर महिन्याला कधी दीडशे कधी शंभर असे न चुकता शंकरला द्यायचे. तो शंकरचा पगारच ठरल्यासारखा झाला होता. कारण एकदा त्याचा कोणी नातेवाईक त्याला भेटायला आला तेव्हा त्यानं पगार किती मिळतो इथे, असं विचारलं. तेव्हा शंकर म्हणाला, दीडेकशे मिळतो. पुरे होतो. कामही थोडंसंच असतं.

खरं म्हणजे ह्या वयातली बाकीची कारी पोरं कुठे वरच्या पगाराची जागा मिळेल ह्या विचारात असतात. तर ही सगळीच पोरं मनासारखं काहीतरी होतंय मग कशाला पैशाची काळजी करा असं म्हणून आनंदानं एकत्र जमून ह्या मासिकाची प्रुफं तपासण्यापासून कामं करायची. एकत्र जमायला मिळतं हेच पुरे झालं, असं सगळ्यांचं मत होतं. इतरत्र काहीही जुळून घ्यायची ह्यातल्या

कोणाचीच तयारी नव्हती. अत्यंत प्रखर आदर्शवादापेक्षाही हे काही वेगळंच होतं. स्वतःच्या अभिरुचीचं एक लहानसं राज्य स्वतंत्रपणे अस्तित्वात येतं आहे, हा खास मराठी बाणा सगळ्यांचा होता. प्रधानचा कवितासंग्रह एका प्रकाशकानं प्रसिद्ध करायला घेतला पण ऐनवेळी भांडण झालं. तर कवितासंग्रहाला एका टीकाकाराची रटाळ प्रस्तावना टाकायचं प्रकाशकानं ठरवलं त्याला प्रधाननं हरकत घेतली. प्रकाशक म्हणाला, टीकाकार कितीही रटाळ असला तरी परीक्षेला लावायला मदत होईल त्यामुळे. शिवाय बक्षीस वगैरेही...! पण प्रधाननं पुस्तक काढून घेतलं. असे हे सगळे चमत्कारिक लोक होते. स्वतःत अतिशय गुणवत्ता आहे असा समज झाल्यामुळे त्यांना धडाक्यानं बाहेर प्रसिद्ध व्हावं असंही वाटायचं, पण स्वतःच्या मताशी सगळं वाङ्मयीन जग सहमत झालं पाहिजे असंही त्यांना वाटायचं. त्यामुळे बहुतेकांच्याकडे हस्तलिखितं पेट्यांत नीट सांभाळून पडलेली होती. अधूनमधून कुठेतरी छापायचं ठरायचं, हस्तलिखित बाहेर यायचं, पुन्हा काहीतरी बिनसून ते पुन्हा पेटीत बसायचं. काहींनी तर त्यापेक्षा कोणी मागितलं तर द्यायचं नाही असंच ठरवून टाकलं होतं. बहुतेकांना आपलं मरणोत्तर तरी नाव होईलच, अशी हुरहूरही केव्हा केव्हा वाटायची.

अशा वस्ताद लोकांचं लेखनही **कामिनी**साठी मैत्रीमुळे भरकन मिळायचं. नुस्ता कोणी भेटला की अरे तुझ्याकडे एक छोटी कादंबरी आहे असं कळलं, देतोस का **कामिनी**साठी? की तो म्हणायचा, घेऊन जा.

जो तो बाहेरच्या मासिकांना वैतागला होता. बरीच नवीन नवीन पोरंही **कामिनी**वर हळूहळू यायला लागली. त्या सगळ्यांना इथे छापलं तर जरूर देऊ असं वाटायचं. सारंग म्हणाला, सालं मी कविता पाठवल्या तर परत आल्या. आणि नंतर आमच्या कॉलेज मॅगझिनमधे दिल्या तर आमचे प्राध्यापक म्हणाले, तुमच्या कविता मला फार आवडल्या. मी तिथे नेहमी बसत असतो, त्या संपादकांना दाखवल्या काल. त्यांनी स्वीकार करून ठेवल्या आहेत. मी म्हणालो, ह्या हजामती तुम्हाला कोणी सांगितल्या? कविता तिकडे यायला नकोत. फार वैतागला साला प्रोफेसर. त्याला धडपडत जाऊन त्या परत आणाव्या लागल्या! काही झालं तरी त्यांना आता आपण काही छापायला देत नाही. आणि आपण चांगलं लिहितो हे आपल्याला कळतंच.

प्रभू म्हणाला, अरे माझं तर त्याच्यापेक्षा मजेदार झालं. आधी परत आला लेख. नंतर सरला असं नाव लिहून पाठवला तर स्वीकार केल्याचं पत्र! आणि पत्रात फुलाच्या पाकळ्या! आता पेपरमध्ये देतो मी बापूच्या थ्रू हे सगळं. साल्यांची भंबेरी उडवावी.

मग दुसरे दोघेतिघे म्हणायचे : ते काही नाही, साल्यांचा बोऱ्या वाजवला पाहिजे. एकदम बंदच पाडायची यांची मासिकं.

कामिनी वर्षभर आणखी असंच चाललं तर बंद पडतात एकेक.

कसली बंद पडताहेत बाबा. आत्तापर्यंत **कामिनी**सारखी पन्नास चांगलीचांगली मासिकं वेळोवेळी निघाली पण दोनचार वर्षांत बंद पडत गेली. ह्यांची दुकानं कायम मांडलेली असतात. कायम चालू ठेवणं हीच या सगळ्यांची जमेची बाजू आहे. तेवढ्यावर सरकारी ग्रॅण्ट, जाहिराती सगळं घरबसल्या येत असतं. इन्कमटॅक्स चुकवता येतो.

ह्या सगळ्या मासिकांचे जुने अंक पाहून एक लेख लिहितोस का **कामिनी**साठी?

ओ येस. येत्या उन्हाळ्याच्या सुट्टीत परीक्षा झाल्यावर बसतो ग्रंथसंग्रहालयात.

जूनपर्यंत दे.

जरूर. जमलं तर परीक्षेच्या आधीसुद्धा.

पण आपण **कामिनी** जोरात करायचं.

पण आपण रामरावांकडून निदान परीक्षणांसाठी वगैरे इंग्रजी पुस्तकं घेतो त्याचे तरी पैसे मागायला पाहिजे राव.

घेऊ रे पैसे. रामराव आपलेच आहेत.

होय, आपणही ते सुरू केलं पाहिजे. तू घरी गेल्या गेल्या पत्र टाक पोस्टात. बापूची कथा ह्या वर्षातली सगळ्यात चांगली आहे म्हणून. तिकडे आपलेच लोक आहेत. पत्र छापायची व्यवस्था करू. आहेच चांगली तर आपण का म्हणू नये? वर्तमानपत्रांचा आणखी काय उपयोग असतो?

बरं, ती परवाची कथा सरळसरळ चोरलेली आहे. त्याचं कुठे यायला पाहिजे.

ते जाऊ दे. आपण असली गटारं उपसायला लागलो तर आपली कामं राहायची. आणि त्याची गंमत ऐकलीस का? परवा पोराची मुंज केली तर झाडून मुंबईतल्या सगळ्या भंपक लेखकांना जेवण! दे टाळी.

म्हणजे यंदाचं साहित्य अकादमीचं बक्षीस ठरलेलं!

दे टाळी. आपण रिव्ह्यू छापतोच त्याच्या पुस्तकावर. शंकर काढतोय एकेक गमती त्याच्या. मुंजीचंही टाकू रिव्ह्यूमध्ये!

बाप्या, तुझ्या कादंबरीवर खटला भरणार आहेत म्हणे पुण्याचे म्हातारे.

काय बिशाद आहे भडव्यांची.

बिशाद? पुण्याला फेऱ्या माराव्या लागतील कोर्टात तेव्हा कळेल तुला.

आपल्याकडे एक पत्रही आलं आहे. प्रोफेसर चुळबुळे म्हणतात ह्या ह्या पानावरचा अमुक ओळीतील फुलीफुली शब्द, आणि सगळ्या कथेतल्या शिव्या यांचा सदभिरुचीच्या लोकांवर काय परिणाम होईल याचा तुम्ही विचार केला आहे का?

प्रोफेसर चुळबुळ्यांबद्दल तर वाटेल ते ऐकायला येतं. कायम पोरींना फर्स्ट क्लास द्यायचं आमिष दाखवून चेंगरत असतो म्हणे तो.

म्हणजे रोज ज्या वस्तूचा त्याच्याशी संबंध येतो ती वस्तू साहित्यात येऊ नये असं वाटतं चुळबुळ्यांना! दे टाळी!

त्यानं म्हणे एका बाईला डिपार्टमेंटमध्येच नोकरी देऊन ठेवूनच घेतलं आहे!

बाप्यावर वर्तमानपत्रातून बरीच पत्रं यायला लागलीत. त्यामुळे त्याची नवी कादंबरी छापायला मागताहेत तीनचार प्रकाशक. लकी आहे साला.

नाम्याची कादंबरी तर साली सगळ्या प्रकाशकांकडे फिरून आली. पण कोणी छापेना.

नाम्या, तुला बाप्याची युक्ती माहीत नाही. इकडून तिकडून पेपरातल्या लोकांना खायलाप्यायला घालून रविवारच्या पुरवण्यांमध्ये वगैरे लिहून आणावं लागतं. त्याशिवाय कोणी विचारत नाही.

कोण विचारतं हे सोडून दे. लोकांना काय तुमच्या कादंबऱ्या वाचणं हेच काम असतं काय? लोक साले पेपर घेतात, वाचून फेकून देतात. उगीच साबणाचे भाव वाढले तसे तुमच्यावर थोडंसं बोलतात एवढंच. बाप्या साला मूर्खच आहे. खरं म्हणजे तो चुकून आपल्या कंपूत शिरला. तो मुळात अनंत काणेकरच आहे.

आपला कंपू म्हणजे त्याचा रात्रीचा कंपू आहे. असे त्याचे हजार कंपू आहेत. नेहमी इकडून तिकडे तिकडे घुसत आपलं तुणंतुणं वाजवत असतो. भाव मारून घेत असतो.

पण तरी तो चांगलंसुद्धा लिहितो हे लक्षात घे.

काय चांगलं लिहिणार असे लोक?

ते खरं आहे, पण तरी त्यानं चांगलंही लिहिलं आहेच! असेही लोक प्रसिद्धीसाठी धडपडतात याचं वाईट वाटतं.

ते पाहा हे आलंच! क्यों बे बाप्या, कुणाकडून आलास मस्का मारून.

काही नाही.

बक्षीस कुणाकुणाला मिळतंय याचा वास घ्यायला गेला असशील.

त्याचा वास कशाला घ्यायला पाहिजेत, कमिटीत कोण लोक आहेत हे

कळल्यावर कोणाकोणाला बक्षीस मिळेल हे कळलं आधीच, तेच साले झांटे पांढरे झालेले लोक!

यंदा पुन्हा तेच लोक असणार. श्री. ना., खांडेकर, कुसुमाग्रज आणि पु. ल., करंदीकर.

प्रधान म्हणतो मला मिळालंच पाहिजे कवितेचं पहिलं बक्षीस.

प्रधानचा संग्रह ग्रेटच आहे. क्रांतिकारक कवी आहे साला. त्याला मिळेल. प्रकाशकही पाठीशी आहेत पुन्हा.

काय रे चांगो, कुठून आलास इकडून.

पॅरडाइजमध्ये बसलो होतो. प्रधानला चहा पाजला. फार संतापून गेलाय प्रधान. साल्याला दुसरं बक्षीस. तेही विभागून.

बरी जिरली साल्याची. हार्नियाचं ऑपरेशन लांबणीवर टाकणार आता तो.

सकाळपासून कुसुमाग्रजाला शिव्या देतोय, कुठं म्हातारं तडफडायला आलं आमच्या नवीन पोरांच्यात! मग मी त्याला एक क्लासिक उपमा सांगितली. भाद्रपदात नवीनवी कुत्री प्रयत्न करत असतात एखाद्या कुत्रीवर, तेवढ्यात एखादं म्हातारं आडदांड निब्बर कुत्रं मध्ये घुसून ताव मारून निघून जातं. तसं प्रधानचं झालं! खरं म्हणजे सगळीकडे म्हातारी कुत्री बोकाळलीयत. साहित्य परिषदांत तीच, बक्षिसांत तीच, रेडिओवर, साहित्य अकादमीत, साहित्य संमेलनात — सगळीकडे हेच बाप्ये मनमुराद. तिकडे नेहरू आणि इकडे साले हे.

स्वातंत्र्य मिळायच्या आधी साले तरुण होते तेव्हा यांना संधी नव्हती. नुस्ते कातावले होते. सत्तेचाळीसनंतर आणि संयुक्त महाराष्ट्र झाल्यावर साल्या सरकारनी धडाधड उत्तेजनपर प्रकार सुरू केले. तेव्हा ही म्हातारी मंडळी त्यावेळची राहिलेली खाज भागवायला तुटून पडली. आता इतकी वर्षं झाली तरी ह्या निब्बर लोकांची चढायची हौस कमी होत नाही. तुम्हा नवीन पोरांचं कौतुक कोण करणार ह्या गर्दीत?

एकूण साला बीभत्स प्रकार आहे. आता आपण लोकांनीच समज धरून आपलं आपलं काम नीट करत राहावं.

हीसुद्धा समज आपल्याला नाही. आपलं मुंबई–पुण्यात तरी ठीक आहे लेका. निदान आपलं आपलं काहीतरी छापून घेतो आपण. पण बाहेरगावी कोण चांगले- चांगले लिहिणारे असतील आणि ते बिचारे कुठे काय छापत असतील ते बघ. त्यांना अजून चांगले साहित्यिक कोण हेसुद्धा कोणी कळू देत नाही. वर्तमानपत्रं आणि जुनाट मासिकं वाचून त्यांच्या साहित्याच्या कल्पना घडत

असतात. अशी भयानक परिस्थिती आहे. कुठं **लोकसत्ते**त कविता छापून आली तरी त्या लोकांना स्वर्गीय आनंद होतो. कुठं रेडिओवर नाव आलं की तो मोठा कवी, कुठे **किर्लोस्कर**मध्ये फोटोसकट कथा आली की तो मोठा लेखक असं महाराष्ट्रात होतं. आणि खरं पाहावं तर खेटरांनी मारावं असे एकजात सगळे प्रसिद्ध लेखक आणि टीकाकार झाले आहेत.

पण तू म्हणतोस हे फार दिवस चालणार नाही. चांगली पोरं सगळीकडे असतील. हळूहळू सगळीकडून चिडून नवं काहीतरी होईल. थोडे दिवस लागतील. हे सध्या जे होतं आहे ते फोलपटासारखं रद्दीत जाईल. बघूच आपण. पण आपण तडाखे लगावणं सुरूच ठेवू. आपल्याला काही बक्षिसं नकोत आणि फोटो नकोत.

रामरावांनासुद्धा आश्चर्य वाटलं इतकं **कामिनी**चं स्वरूप वर्षभरात बदलून गेलं. आता रामरावांना मुंबईच्या साहित्यविश्वात एकदम भाव आला. शेवटी आम्ही जहागीरदारच असं ते स्वतः म्हणायला लागले. खुषीत येऊन ते सर्वांना जोरात खायलाप्यायला घालायला लागले. छापखानाही जोरात चालला होता. मासिकातून ह्या पोरांनी चालवलेल्या शिवीगाळीनं वर्गणीदारांची संख्या घटेल अशी त्यांना भीती वाटायची. पण तसं काहीच झालं नाही. उलट वर्गणीदार वाढलेच. कुठूनकुठून चांगल्या कविता, कथा, लेख छापायला यायला लागले.

तरी पण लिहिणाऱ्या मंडळींना पैसे द्यायचा विषय ते कधीच काढायचे नाहीत. शंकरलाही शंभरदीडशाच्यावर ते कधी द्यायचे नाही. तरी कोणी मेहनतीला कसूर केली नाही. जो तो खास **कामिनी**च्या त्वेषानं लिहायचा. स्वतः पुस्तकं विकत घेऊन परीक्षणं करायचा. स्वतःच्या पैशानं परांजपे नाटकं पाहून परीक्षणं द्यायचा. त्या वर्षातल्या सर्वोत्तम कथा, सर्वोत्तम परीक्षणं, सर्वोत्तम कादंबरी **कामिनी**मधूनच प्रसिद्ध झाली होती. भलभलते लोक गाठून त्यांना लिहायला लावणं हाही शंकरचा एक छंद होता. एका लाँड्रीवाल्यानं आपल्या काही खास आठवणी सांगितल्यावर शंकर आत्मचरित्र लिहून दे म्हणून त्याच्या मागे लागला. त्यानं हौस म्हणून एकदोन प्रकरणं लिहून दिली. पण नंतर तो कंटाळला. तरी शंकर त्याला रोज सकाळी येता येता गाठून लिहून पाहिजेच म्हणून हट्टून बसला. नंतर तो माणूस त्या लाँड्रीत दिसेना. चौकशी केल्यावर त्यानं दुसऱ्या लाँड्रीत जोगेश्वरीला का कुठे नोकरी धरली आहे असं कळलं. तेव्हा चांगदेव व शंकर सबंध जोगेश्वरीत पायी दिवसभर त्याचा शोध करत होते. त्याची ती प्रकरणं सगळ्यांना इतकी आवडली होती की असं सगळं आत्मचरित्र जर त्यानं लिहिलं तर मराठीतलं ते एक उत्तम पुस्तक झालं असतं. शेवटी एका लाँड्रीत स्वारी सापडली.

काय अण्णा, आम्हाला कंटाळून तुम्ही इकडे आला की काय?

नाही नाही साहेब. लिहितो ह्या सोमवारी.

पुन्हा मंगळवारी हे दोघे तिथे हजर. पण त्यानं कच्चं-काहीतरी लिहून ठेवल्याचं दाखवलं. दोनतीन दिवसांत लिहून देतो म्हणाला. तेवढ्यात मालक तिथे आला आणि त्यानं खेकसून ह्या आत्मचरित्रकाराला जल्दी करो अण्णा म्हणून कामाला लावलं.

शंकर म्हणाला, दिवसा असं काम करून रात्री ह्याला लिहा म्हणणं तरी आपल्याला काय शोभतं? पण काय मस्त मराठी लिहितो अण्णा. थेट जुन्या वळणाची. स्वच्छ. असं मराठी कोणीच लिहीत नाही. च्यायला, प्रतिमा न् ललित स्टाईल जिकडे तिकडे.

खरं तर रामरावांनी आपण छापली तेवढ्या प्रकरणांचे थोडे पैसे द्यायला हरकत नाही ह्याला.

हो सालं. हेही माझ्या मनात आहे. का म्हणून ह्या माणसानं फुकट लिहावं?

अमेरिकेत एवढ्या एका पुस्तकावर याची जन्माची ददात मिटली असती.

याचं कारण इंग्रजी पुस्तकं जगभर लाखोंनी खपतात हे आहे. मराठी अजून महाराष्ट्रात कोणी विकत घेऊन वाचत नाही.

आपण साली इंग्रजी पुस्तकं विकत घेणं बंद केलं पाहिजे. त्यांच्या ढब्बू लेखकांना आपण पैसे पुरवता कामा नयेत. भिकार मराठी असलं तरी ते पुस्तक आपण घ्यायला पाहिजे. अमेरिकेतसुद्धा मराठी पुस्तकं विकली गेली पाहिजेत. तोपर्यंत आपण इंग्रजी पुस्तक घेऊ नये. शंकऱ्या, आपण साले अजून गुलामच आहोत, या ना त्या प्रकारचे.

पुढल्या मंगळवारी हे दोघे पुन्हा गेले. त्यावेळी अण्णा रजेवर असल्याचं कळलं. केव्हा येतील याचं उत्तर मिळालं नाही.

दोनतीन दिवसांनी पुन्हा फेरी मारली तेव्हा अण्णा भेटले. पण लिहून झालं नव्हतं. त्यांच्या घरी काहीतरी कटकटी असाव्यात असं दिसलं, ते वैतागलेले दिसले.

नंतरच्या एका फेरीत असं कळलं की अण्णा घरूनच कुठेतरी पळून गेले. त्याचा कुणालाच पत्ता नाही!

शंकर म्हणाला, साहित्य मरू दे खड्ड्यात. सालं अस्सल माणसांचं काय काय होत असतं बघ.

ते मराठीतलं अभूतपूर्व आत्मचरित्र मात्र कायमचं अपुरं राहिलं.

रामरावांना ह्याबद्दल सांगितलं तर ते म्हणाले, नाही तर नाही. लिहिणाऱ्यांचा आपल्याजवळ तोटा नाही.

—हे शंकरलाही फारच खटकलं. चांगदेव नंतर शंकरला म्हणाला, मला अश्लीलतेवर तुम्ही जो लेख लिहायला सांगितला आहे त्यासाठी मला निदान पन्नास रुपयांची पुस्तकं विकत घ्यायची आहेत. लेडी चॅटर्लीवरच्या खटल्याची हकीकत, पाउंडचे लेख, गोल्डन ॲस—ही पुस्तकं मी लायब्रीत बसून वाचणार नाही. मी लायब्रीत माझा अभ्यास फक्त करणार. कागद शाई स्वतःची वापरतो तेच खूप झालं.

शंकर म्हणाला, रामरावांना कळवतो.

रामरावांना हे विचारल्यावर ते फक्त म्हणाले, देतो आणून पुस्तकं.

नंतर पुस्तकं आणली नाहीत. चांगदेवनंही अर्थात लेख लिहिला नाही. रामराव हल्ली मोठमोठ्या प्रथितयश लोकांना शंभर रुपये आधी पाठवून त्यांच्या कथा, लेख मागवायला लागले होते. ही उनाड पोरं आता तशी महत्त्वाची वाटत नव्हती.

केव्हातरी फेब्रुवारीतच एम्. ए.चे वर्ग बंद झाले होते. एकदोन प्राध्यापक चांगले शिकवायचे. त्यांच्यासाठी चांगदेव जायचा. लायब्रीत भलतंसलतं वाचत राहिल्यानं नेमका अभ्यास किती राहिला याचा त्यानं हिशोब केला नव्हता. एकदा शेखर होस्टेलवर आला तेव्हा आपण पुरेसं वाचल्याचं त्याच्या लक्षात आलं. शेखर आणि तो मिळून प्रोफेसर मिस्त्रींकडे सहज गप्पा मारायला गेले. शेखरनं मिस्त्रींची काही रिझर्वेशनची तिकिटं काढून ठेवली होती. बोलता बोलता चांगदेव बरा मुलगा आहे असं मिस्त्रींच्या लक्षात आलं. वर्गात ऐंशी मुलंमुली होती. बहुतेक चांगले होते. पण इंग्रजीचा अभ्यास म्हणजे नेमलेलं पुस्तक वाचायचं, त्याच्यावरची टीकेची भरपूर पुस्तकं असतात त्यातली दोनचार नीट वाचायची आणि पेपरात तेच वाचलेले ढोबळ शब्दप्रयोग वापरून मोकळं व्हायचं—असा सर्रास खाक्या होता. इंग्रजीसाठी युरोपच्या इतिहासापासून तिकडच्या सांस्कृतिक चळवळींपासून बारीकसारीक गोष्टी माहिती करून घेणं कोणी करत नाही, असं मिस्त्री म्हणाले. चांगदेवला ते पटलं. तो म्हणाला, मी तर ठरलेलं असं काहीच वाचत नाही, त्यामुळेच मला टेक्स्ट-बुकासंबंधी कधी काही प्रॉब्लेम वाटत नाही.

मिस्त्री म्हणाले, शेक्सपिअरची किती नाटकं वाचली?

चांगदेव म्हणाला, पंचविसेक वाजली. दिवाळीच्या सुट्टीत रोज एक वाचत होतो. नंतर कंटाळा आला.

शेखर म्हणाला, यानं लायब्रीतल्या शेक्सपिअरच्या सगळ्या पुस्तकांचं इंडेक्स आधी पाहिलं. त्यात पंधराशेक पुस्तकं होती. त्यातली सातेकशे यानं वाचली. आणि तरी हा नाइटस्कूलमध्ये शिकवतो! शिवाय काही मासिकं वगैरेही चालवतात हे लोक.

म्हणजे चांगलंच आहे. सगळ्या पेपरांकडे सारखं लक्ष द्यावं नाहीतर एखादा कच्चाच राहातो. चांगलं वाचतां एकूण तुम्ही.

सातेकशे सगळी काही वाचली नाहीत. काही काही नुस्ती चाळली. ह्या टर्ममध्ये तर सगळी महाकाव्यंच पुरली. फार वेळ लागला.

ते खरं. पण एम्‌एला एम्‌एसारखा अभ्यास करावा. एम्. ए. काही पीएच. डी. नाही. सगळंच उकरत बसू नये.

मी एका पेपरला तर अजून हातसुद्धा लावला नाही.

आता सुटीत तेवढंच करा. हल्ली खूप वाचणारे विद्यार्थीही कमी झाले आहेत. तुमच्यासारखा भेटला याचंच नवल वाटतं.

त्या रात्री शाळेत जाताना त्याला वाटलं की आपण इतरांसारखे ठीकठाक असतो तर ह्या विद्येच्या जगात खूपच काहीतरी केलं असतं. उगीच अधूनमधून त्या रोमँटिक जगाची स्वप्नं पडतात. त्या दिवशी अकरावीच्या वर्गातली त्याची आवडती पोरगी नेहमीसारखे सगळ्यात मागे बसून एकटक पाहात होती. उगीच हसत होती. तसतसा तो स्फुरण येऊन शिकवत होता. शेवटी शेवटी तर ह्या पोरकटपणाला संतापून त्यानं एकेका मुलाला प्रश्न विचारून संतापायला सुरुवात केली. त्या मुलीला मात्र तो काहीच बोलला नाही. काही झालं तरी आपल्यावर ही एकतरी मुलगी प्रेम करत असावी, तिला तेवढा मान द्यावा म्हणून तो तिला शांतपणे बसा म्हणाला.

तास संपल्यावर अस्वस्थ होऊन तो खाली चहासाठी जायला लागला. इतक्यात खांडेकरसरांना लवकर जायचं असल्यानं तास घेता का जरा असं त्यांनी म्हटल्यानं त्यानं इच्छा नसतानाही घेतो की म्हणून टाकलं. मग लगेच त्याचा स्वतःचा तास पुन्हा नंतर. असे चारही तास घेतल्यानं तो पार थकून गेला. तशात वर्गातून निघतांना ती मुलगी पुन्हा काही डिफिकल्टीसाठी उभी! तिच्याकडे न पहाता घाईघाईत तिला काहीतरी सांगून तो निसटला. नंतर प्रिन्सिपॉलच्या ऑफिसात. त्यांच्याशी पाचदहा मिनिटं दिखाऊ गप्पाविनोद. नेहमीप्रमाणे त्यांनी चहा मागवून त्याला अर्धा तास बोअर केलं. तुम्हाला पर्मनंट करून टाकायचा विचार आहे आमचा, पण तुम्ही एम्. ए. झाल्यावर काय राहाणार आमच्याकडे

असं प्रिन्सिपॉल म्हणायचे. चांगदेवही एम्. ए.चं तरी काही निश्चित नाही आपलं, असं म्हणायचा. अधूनमधून ते लग्नही करून टाका म्हणायचे. आठवड्यातून तीन दिवस शेवटचा तास चांगदेवचाही असायचा. त्यामुळे तो प्रिन्सिपॉलबरोबर गप्पा मारत स्टेशनवर जायचा. एखाद दिवशी ते त्याला घरी जेवायलाही घेऊन जायचे. असं वर्ष संपत आलं होतं. वह्या तपासणं जोरात चालल्यामुळे आणि हल्ली **कामिनी**चं फारसं आकर्षणही राहिलं नसल्यामुळे तो सरळ होस्टेलवर परत यायचा. येतायेता मुंबई शांत असायची. कोपऱ्यावर फेरीवाल्यांची, फळांची, शेंगदाण्यांची, कणसांची दुकान शांतपणे उभी असायची. क्वचित कोणी दोघेचौघे ह्या गाड्यांजवळ काही खात असायचे. मधेमधे हॉटेलात गजबज असायची. एका इराण्याकडे काहीतरी खाऊन चहा घेऊन तो होस्टेलवर यायचा. कित्येक दिवसांतून पूर्ण जेवण व्हायचं नाही. काहीतरी पदार्थ अन् चहा, इडली किंवा दोसा असं रोज. त्यामुळे हळूहळू हाडं वर यायला लागली होती. हे असं फार दिवस चालणार नाही हे त्याला माहीत होतं. सगळेजण नीट खातपीत नाहीस का म्हणून विचारायला लागले होते. पण त्याला शरीरावर फारसे पैसे खर्च करवायचे नाही. ते म्हणजे पैसे वाया घालवणंच होतं. असा रात्री हॉटेलातून रस्त्यावर आला की त्याला मुंबईतली गेली चारपाच वर्षं काही तसांसारखी वाटायची. मुंबईनं त्याला पुरतं गुंडाळून टाकलं होतं.

मिस्त्रींकडे काहीतरी पारशी सण होता. त्यासाठी चारपाच विद्यार्थी खायलाप्यायला त्यांनी बोलावले होते. शेखरकडून तसा निरोप चांगदेवलाही आला. त्या रात्री मजा आली. दोनतीन मुली होत्या. त्याही चांगल्याच होत्या. त्यांचे कपडे, डोळे, गाल, केस, छाती सगळं मोहरून पाहात असतांनाही चांगदेवला त्यांच्यातलं आणि आपल्यातलं अंतर चांगलं जाणवत होतं. सगळे मनापासून हसतखिदळत होते. कोणी गाणं म्हणत होते. पण चांगदेव आपलं शरीर नकोसं झाल्यासारखं करून संकोचत होता. एकसारखं सरबत पीत होता.

शेवटी एक तरतरीत उंच नाकाची पारशी मुलगी त्याच्याजवळ बसून अत्यंत मायाळू सुरात इंग्रजीत विचारायला लागली : कसं काय चाललंय तुमचं? अभ्यास फार करता का तुम्ही? फार जागत जाऊ नये. माझ्या भावाला गेल्या वर्षी भयानक काहीतरी मेंदूचा थकवा आला जागरणांमुळे. तुम्ही हे केक काहीच खाल्ले नाहीत. खा एक तरी. मी म्हणते म्हणून तरी खा — आणि तिनं एक केक त्याच्या तोंडाला लावला.

चांगदेवला ती अतिशय स्त्रीत्व असलेली दैवी आकृतीच वाटली. सशक्त, पुष्ट, उंच आणि सुसंस्कृत. जगात चांगल्या गोष्टी अशा नीट जोपासूनच तयार होतील. पाच मिनटांत तिनं चांगदेवला चांगलं वाटायला लावलं. तो बोलायलाही लागला.

नंतर कुणीतरी अभ्यासाचा मुद्दा काढला. मिस्त्रींनी सगळ्यांना कसा अभ्यास करावा, कसं लिहावं, व्यवस्थित सांगितलं. प्रत्येक प्रश्न कसा सुरू करता येईल आणि कसा संपवता येईल हे आधी ठरवून तशी अवतरणं आधीच लक्षात ठेवून परीक्षेला जावं. परीक्षेत मुख्य तर एनर्जी पाहिजे म्हणून परीक्षेच्या दिवसांत मस्त आराम करावा, खावंप्यावं, जागरणं वगैरे पंधरा दिवस आधीच संपवावी.

मग ते चांगदेवला म्हणाले, तुम्ही मराठीत काय लिहिता? किती मस्त वाटत असेल नाही आपापल्या भाषेत लिहितावाचतांना? आम्हा पारशांना स्वतःचं लिटररी जगच नाही. माझी बायको काही थोडंसं गुजराथी वाचते. मी इंग्रजीच वाचतो. जाऊ द्या.

चांगदेव म्हणाला, तसं काही बिघडत नाही. मराठीत सगळं ट्रॅशच लिहून होतं. प्रत्येक लेखक गाढव आहे.

मघाची सुंदर सुसंस्कृत मुलगी गोड आवाजात आणि सुंदर इंग्रजीत म्हणाली, तुमची टेस्ट खूप डेव्हलप होऊन गेली असेल. त्यामुळे तुम्हाला ते सगळं ट्रॅश वाटत असेल. मला मराठी कथा आवडतात. मला मराठी थोडंसं येतं अर्थात. लिटररी टेस्टही नाहीच!

चांगदेवला पुन्हा तो सुसंस्कृतपणाचा मऊ रेशमी फटका बसला. आणि त्यानं स्वतःच्या बोलण्याची तिच्या बोलण्याशी तुलना केली. त्याला एकाएकी हीनगंड वाटायला लागला. शेवटी सुसंस्कृतपणा अशी काही स्वतंत्र वस्तू नसते. आपल्या अनेक गोष्टींतून ती फक्त व्यक्त होत असते. आपले आईबाप, घरदार, ज्ञान, सवयी, शरीरस्वास्थ्य अशा अनेक. इतके दिवस त्याला सुसंस्कृत व्हायची, यशस्वी व्हायची, श्रीमंत व्हायची लाज का वाटत होती हे त्याच्या लक्षात येईना. मग बेफिकीर व्हायचीसुद्धा का लाज वाटू नये? —ह्याच विद्रूप जगात कितीतरी सुंदर जगं आहेत. पैशांनी, यशानं, सौंदर्यानं, कलेनं जो तो आपल्यापुरतं हे जग सुंदर करून त्याच्या मिठीत समाधान पावतो. आपण याचा कधी विचार केला नाही. विचार करायला फुरसतही नव्हती.

तिकडे मिस्त्री डीडलसच्या कथेवर काहीतरी सांगत होते. त्याचा संदर्भ लागला नाही तरी चांगदेव मध्येच ऐकायला लागला... पण आयकरस भरभर खाली यायला लागला तर त्याच्या किंचाळ्या दोन सेकंदसुद्धा ऐकू आल्या नसतील. कारण हे पोरगं ओरडून ओरडून कुठपर्यंत ओरडणार? पाण्याच्या पातळीपर्यंत तोंड

जाईपर्यंतच की नाही? नंतर पूर्ण पुन्हा वर आलाच असेल तर तोंडात पाणी घेऊन आणि एखादी गटांगळी घेऊन पुन्हा खाली म्हणजे डीडलसला एक किरकोळ ठिपका फक्त वरतून दिसला असेल... टेऽरिबल, टेऽरिबल.

दुसरी एक मुलगी म्हणाली, शिवाय डीडलस नुस्ता कारागीरच नव्हता तर तो चांगला कलावंतही होता असं एका मिथ्स्च्या पुस्तकात आहे. म्हणजे बुडणारं पोरगं पाहून त्याला ज्या वेदना झाल्या असतील त्या खरंच टेरिबल असतील.

चांगदेवजवळ बसलेली पुष्ट सुसंस्कृत मुलगी हळूच वीणेसारख्या आवाजात म्हणाली, पण तो पंख सांभाळत झेपावतच राह्यला, तेव्हा त्यानं ते दुःख फारच कंट्रोल केलं असेल. उलट तो जास्त जबाबदारीनं उडत राह्यला असेल. हो की नाही?

चांगदेवला ह्या सगळ्या सुसंस्कृत, तीव्र बुद्धिमत्तेच्या मित्रमंडळीबद्दल अतिशय प्रेम वाटायला लागलं. असं कुठल्याही गोष्टीवर आतून बाहेरून विचार करणं सुसंस्कृत असल्याचं चिन्ह असतं. नाहीतर चांगदेव आणि त्याचे मित्र आक्रस्ताळेपणानं कोणत्याही गोष्टीवर चर्चा करायचे ते किती भडक असायचं.

आम्ही सगळे आयकरस आहोत, असं तो स्वत:शी म्हणाला. असंस्कृत, पोरकट, त्रस्त, असंतुष्ट, संतप्त असे आम्ही. आम्ही जीवनाच्या प्रवाहात शेवटी मागे पडू, बुडून जाऊ.

कामिनीकडे बऱ्याच दिवसांत चांगदेव फिरकला नव्हता. हल्ली तिकडे पहिल्यासारखे लोकही जमत नव्हते. रामरावांनी हळूहळू प्रतिष्ठित लेखकांचं प्रस्थ **कामिनी**त सुरू केलं होतं. पण शंकरला अर्थात पटकन हे सोडून दुसरीकडे जाणं शक्य नव्हतं. शिवाय अमक्याची ही कथा छापायची नाही, मग तो कितीही प्रतिष्ठित असो असं शंकरनं म्हटलं तर रामराव सहेतुक ऐकायचे. अजून **कामिनी** जोरात चालेल अशी सगळ्या मित्रांना आशा होती.

शंकर एकदा सकाळीच चांगदेवकडे आला. चांगदेव रात्रभर वाचत बसला होता आणि सकाळीसकाळी झोपला होता. शंकर म्हणाला, काय लेका महिनादोनमहिने तुझा पत्ता नाही. एरवी मोठमोठे बेत करून तुम्ही उत्साहात येणार. अशानं कसं चालेल? तिकडे लिहील कोण? सोडून देऊ का मीसुद्धा?

मला अलीकडे काही करावंसं वाटत नाही. तेवढी एक पोट भरण्याची नोकरी सांभाळून आहे. नाहीतर तीही नको झाली आहे. वेळ घालवायचा म्हणून अभ्यास.

शंकर ह्यावर काहीच बोलला नाही. दोघांची मनं एकमेकांना बरोबर कळायची. चांगदेव आंघोळ आटपून आला. दोघांनी चहा घेतला. शंकर साहित्यक्षेत्रातल्या गेल्या काही दिवसांतल्या ताज्या गमती सांगत होता. काय काय लिहून व्हायला पाहिजे याच्यावर बोलत होता. तू काही लिहिणार का म्हणून विचारलं तर चांगदेव म्हणाला, काहीच नाही. मी बायबल वाचून संपवतो आहे. लिहिण्यापेक्षा वाचावंच, हे बरं.

नंतर शंकर परांजपेकडे गेला आणि चांगदेव लायब्रीत गेला.

शंकर हल्ली रोज परांजपेच्या नाटक मंडळीत संध्याकाळी जायचा. मागे अधूनमधून चांगदेवही जायचा. पण फार दिवस त्याला त्या लोकांमध्ये रस वाटला नाही. लाइट, सेट, स्टेज यांच्या फालतू तंत्रावर त्या लोकांचं जास्त लक्ष असायचं. कोणी एक बाई इंग्लंडमधून काही डिग्री घेऊन आली होती. पूर्वी ती या लोकांच्या बरोबर असायची. आल्यावर ह्या लोकांनी जोरात नाटकं सुरू केल्यामुळे तिलाही बरं झालं. तिकडची नवीनवी तंत्रं ह्या लोकांना नवी होती. शंकरलाही ही बाई फारच जिनियस वाटली. चांगदेवला तिच्याबद्दल विशेष काहीच वाटलं नाही. पण सगळ्यांना उत्साह आला होता. शिवाय बाईजवळ पैसा खूप म्हणून नवी नवी नाटकं बसवायला सगळ्यांना उत्साह आला. चांगदेव म्हणायचा, मराठीत कोणी नाटकंच चांगली लिहीत नाही तोपर्यंत ह्या सगळ्या गोष्टींना काहीच अर्थ नाही. मुख्य म्हणजे स्क्रिप्ट पाहिजे. फालतू स्क्रिप्टा बसवून बसवून कितीक चांगलं नाटक होईल? मग तमाशेच काय वाईट?

शंकरला ह्या बाईकडून **कामिनी**साठी एक लेख लिहून पाहिजे होता. ती बाईही लिहू लिहू म्हणत वेळ काढत होती. शंकरचाही फेऱ्या मारण्यातच चांगला वेळ जात होता. थोडंसं कच्चं लिहून झाल्यावर ती बाई नवऱ्याबरोबर महाबळेश्वरला निघून गेली. तेव्हा शंकरनं तिथला पत्ता काढून तिचा पोस्टानं पिच्छा पुरवला. तुम्ही नुस्तं कच्चं लिहून पुरं करा, मी पक्कं करून मग तुम्हांला दाखवून दुरुस्त करून घेऊन पुन्हा तुम्हाला दाखवून मग छापू असं त्यानं लिहिलं. तिचे महिनाभर उत्तरच आलं नाही. परांजपे म्हणाला, मरू दे ना लेखाचं. तिचा लेख नसला दोन महिने तर मासिक थांबतं आहे का तुझं? तुम्ही साले एक तर फुकटात लेख मागणार, त्याचाही कोण त्रास!

पण शंकरनं नाद सोडला नाही. एक तर बाईशी पत्रव्यवहार करायची त्याला फार हौस! शेवटी काय अनावर झालं तर शंकर स्वतःच्या खर्चानं महाबळेश्वरला जाऊन आला! तो परत आला तेव्हा रात्री त्याच्या लॉजचं दार बंद असणार म्हणून की काय तो सरळ चर्चगेटवर चांगदेवकडे आला. होस्टेलवर रात्री

बाहेरच्यांना झोपू देत नाही हे त्याला माहीत नसावं. शेवटी चांगदेव आणि तो दोघेही बाहेर चौपाटीवर फिरायला गेले. सकाळपर्यंत दोघांना वेळ काढायचा होता. इकडे तिकडे वेळ काढूनही सकाळ लवकर होईना. शंकरही एकूण सगळ्या प्रकाराला वैतागलाच होता. तो म्हणाला, कशासाठी आपण करतो हे सगळं? आपण दोन वेळ नीट जेवत नाही. तरी हे उद्योग करतो. आता माझ्या खिशात एक रुपयासुद्धा नाही. सकाळी उडप्याकडे काही खाऊ आणि मग जाऊ. तुझ्याकडे असतील...

माझ्याकडे आहेत पाचदहा. पण एवढं मरमर करायची काय जरूर आहे शंकर, माझ्या लक्षात येत नाही. बाईची एकूण तुझ्यावर चांगलीच मोहिनी बसलीय. ती काही तुला जवळ घेणार नाही कितीही हुशारी दाखवली तरी!

शंकरनं टाळी दिली. मला सालं महाबळेश्वरला तिनं तिच्या बंगल्यात झोपूसुद्धा दिलं नाही. मला तिथल्या महागड्या हाटेलात रात्र काढावी लागली. फुकट पैसे गेले आणि आता तिथे आतासुद्धा कसली थंडी! हाटेलात जायलाच लागलं बारा वाजल्यावर. चांगला झटका बसला. लेखही दिला नाही शेवटी. तिच्याबरोबर कोणीतरी नवाच माणूस दिसला बंगल्यात!

सकाळचे आवाज यायला लागले. समुद्राचा रंग हळूहळू दिसायला लागला. इकडे तिकडे इमारतींमधून लायटांचे चौकोन उमटायला लागले. चांगदेव म्हणाला, मला वाटतं तू हे सगळं सोडून दे.

सोडून दे म्हणजे काय करू? पुण्याला मला जायचं नाही आणि मुंबई सोडायची नाही. पुण्याला घरसुद्धा नाही स्वतःचं. भावाकडे राहणं ह्यापुढे कठीण आहे. पाहू जमेल तोपर्यंत.

मग ते दोघे उठले. होस्टेलवर गरम पाण्यानं आंघोळी वगैरे करून उडप्याकडे बरंच खाल्लं. शंकर गाडीनं गेला. चांगदेव लायब्रीकडे गेला. अजून लायब्री उघडली नव्हती. बाहेरच बागेत सिग्रेटी पीत तो बसला. शंकरला जसा दुसरा काहीच पर्याय नाही तसा आपल्यालाही काहीच पर्याय नाही. बारकीशी नोकरी आहे. प्रिन्सिपॉल महाजनांनी शहाणपणाचा सल्ला दिला म्हणून आता राहायला जागा आहे, लायब्री आहे. खोलीचा पार्टनर चौहानसुद्धा असाच काही पर्याय नाही म्हणून दिल्लीहून आईबापांकडून पळून आला आणि फिल्ममध्ये हमाल्या करतो. मुंबईत सगळेच जण पर्याय नाही म्हणून आलेले असतात की काय कुणास ठाऊक! अशी हळूहळू त्याला तिथे झोप लागली. दुपारी माळ्यानं उठवलं, तेव्हा त्याला आपण कुठे आहोत हे कळेना. गावी की मुंबईत, होस्टेलवर की दुसऱ्याच कुठेतरी? हळूहळू झाडं, मेंदी, लायब्रीची इमारत लक्षात येऊन तो उठला. बाहेर ॲकमीत

जाऊन चहा मागवून तो खुर्चीवर दगडासारखा रेलून राह्यला. रेडिओवर *तुम अपना रंजोगम अपनी परेशानी मुझे दे दो* असं भयंकर आळवून आळवून गाणं चाललं होतं. त्यानंतर सुरैय्याचं *धडकते दिल की तमन्ना हो मेरा प्यार हो तुम, मुझे करार नहीं जबसे बेकरार हो तुम*—हे गाणं. चहा घेऊन उदासी गेलीच नाही. सिग्रेटींची हल्ली पूर्वीसारखी सनक बसत नव्हती. पानात जास्त तंबाखू टाकून घेऊन थुंकत तो लायब्रीत आला. तोंडावर पाणी मारून मारून जरा उत्साह आला. नंतर अगदी शेवटची घंटा वाजेपर्यंत प्रचंड वेगानं त्यानं चारपाच पुस्तकातलं हवं ते वाचलं.

बाहेर आल्यावर अंधार—मोटारींचे सू सू आवाज, निमूटपणे पायी चालणारे एकटे दुकटे लोक. जेवायची इच्छा नव्हती. एक बटाटेवडा आणि चहा घेऊन सिग्रेटी फुंकत, पान खात तो होस्टेलवर आला. चौहाननं नेहमीप्रमाणे चांगदेवच्या खुर्चीवर, पलंगावर आपले कपडे, टॉवेल अस्ताव्यस्त फेकलेले होते. ते सगळे एकत्र गुंडाळून त्याच्या पलंगावर फेकून चांगदेव वाचत बसला. नेटानं वेळ काढत राहणं आवश्यक होतं.

मग एकदम काकांचा होस्टेलवर फोन की तू कुठे असतोस? तुझ्यासाठी दोनतीन पत्रं घरून आली आहेत. उद्या तुझे आईवडील, थोरले मेहुणे आणि सुमनताई आणि श्रीरामपूरचा धाकटा काका वगैरे सगळी मंडळी येताहेत. विजू आणि तिचा नवरा उद्या रात्रीच्या आठच्या विमानानं निघणार आहेत. वाटेत ते रोम, स्वित्झर्लंड, पॅरिस, लंडन वगैरे पाहून न्यूयॉर्कला जातील. तू आज रात्रीच तिकडे ये. चांगले कपडे करून ये.

चांगदेवला ते विसरत आणलेलं जग पुन्हा जाणवायला लागलं तरी तो रात्री गेलाच नाही. दुसऱ्या दिवशी दुपारी केव्हातरी तो काकांकडे गेला. सगळे भेटले. वत्सूताई बाळंतपणामुळे आली नव्हती. विजूला भेटणंच तेवढं आवश्यक वाटत होतं. पण विजू आणि तिचा नवरा संध्याकाळपर्यंत कुठेतरी एम्बसीतच अडकून बसले होते. आल्यावर तिऱ्हाइतासारखा तो तिच्या नवऱ्याला भेटला. आता विजू अप्रतिम सुंदर दिसत होती; पण तिचा नवरा अतिशय गुलछबू, बेफिकीर वाटत होता. त्यानं चांगदेवकडे तुच्छतेनं पाह्यलं. लग्नाला का आला नाही असं उगाच इंग्रजीतून विचारलं आणि उत्तराची वाटही न पाहता तो आत देवापुढे जाऊन बसला. विजू ह्या रोडावलेल्या निस्तेज भावाकडे करुणेनं पाहात राह्यली. आतून पूजेसाठी दोनदा बोलावणं आलं तरी ती उंची साडीचा पदर सावरत त्याच्याशी बोलत राहिली. नीट खातपीत जा. आणि अमेरिकेत ये असं म्हणून आत गेली.

नंतर शेवटपर्यंत विजूला तिच्या नवऱ्यानं सोडलंच नाही. तो सारखं विमानात कुठे काय असतं, कशाचा काय उच्चार करावा, काय म्हणावं, कसं खावं वगैरे सांगत होता. आणि सगळ्यांना सोडून जायच्या कल्पनेनं भांबावून लालबुंद झालेली, डोळे पाणावलेली विजू हो-ला-हो करत बॅगा भरत होती. तिचा नवरा तिच्याशी उद्धटपणे वागत होता. चांगदेवला अशा माणसाबरोबर आपली बहीण परदेशात कशी राहील याची कल्पना आली. पण त्याचे वडील अत्यंत आनंदात होते. आणि आईलाही आतून डुचमळलं होतं तरी ती बाहेरून समाधानी असल्याचं दाखवत होती. थोरली बहीण आणि तिचा नवरा उगाच खिन्न झाले होते.

विमानतळावर विजूनं चांगदेवला गर्दीत शोधून जवळ उभं केलं आणि फोटो काढून घेतला. कस्टममध्ये जाता जाता ती ओक्साबोक्सी रडायला लागली. नवऱ्यानं हर्री अप असं निष्ठुरपणे म्हणून तिला आत ओढलं. चांगदेव घोळक्याच्या मागे मागे होता.

आईवडिलांना विमानतळावरच सोडून गाडीनं तो होस्टेलवर परत आला. धाकटा काका एक दिवस थांबून मुंबईत दोनतीन मुली पाहून जमलं तर लग्नाचंही पक्कं करणार होता. ते झाल्यावर दोनतीन दिवसांनी आईवडील परत जाणार होते. सुमनताईला बरीच खरेदी करायची होती. काका चांगदेवला म्हणाला, तू उद्या सकाळीच ये; आपण मुली पाहून घेऊ. चांगदेवनं काहीतरी कारण सांगून त्याला कटवलं. त्यामुळे त्याला वाईट वाटलं.

नंतर दोन दिवस रोज संध्याकाळी शाळेत जायच्या आधी तो काकांकडे एकदोन तास बसून जायचा. वत्सूताईला बाळंतपणामुळे तिच्या सासूसासऱ्यांनी येऊ दिलं नव्हतं, तिला घरी कामाचा आणि शेतीचा किती त्रास होतो, तिच्या वेळी बाबांनी उगाच घाई करून लग्न उरकलं असा विषय निघायचा. आणि आईच्या डोळ्यांत पाणी यायचं. तेव्हा बाबा म्हणायचे, ह्याऽ ह्याऽ ह्याऽ, तुमच्या शहरातल्या दीडदमडीच्या संसारापेक्षा तिचं कितीतरी चांगलं चाललं आहे. मस्त दूध दही तूप खातात, माथनीभर ताक निघतं. घरात धान्य मावत नाही, मस्त कामं करतात, हसतात, बोलतात, खातात, पितात. तिचं चांगलं चाललं आहे. तो खरा संसार! हे तुमचे काका हजार रुपये कमावतात पण घरात डाल्डा खातात. काय उपयोग ह्या बकालीचा? खेडी मस्त असतात. तिचा छोट्या पाह्यला नाही तुम्ही कोणी. बाप रे बाप, निव्वळ भीमच! अशी पोरं पाह्यजेत. नाहीतर सुमे, तुमचा जयंता — पावशेर दूधसुद्धा देत नाही तुम्ही त्याला. काय करायचं ह्या पांढरपेशा संसाराला?

मग विजू आता पॅरिसमध्ये असेल की लंडनमध्ये असा विषय निघायचा. आणि आई डोळ्याला पदर लावायची. ती म्हणाली, मला असं वाटतंय की डिगंबर गेला तशीच माझी विजू पण गेली. तेव्हा बाबा म्हणाले, काय चाटायचाय हिंदुस्थान? तिथे जमिनीला पाय लागत नाही. घरातून मोटार, मोटारीतून घर. घरात भांडी घासायचंसुद्धा यंत्र आहे. म्हणाले जावईबापू! कपडेसुद्धा मशिनीत धुवायचे. फ्रीज आहे, घर झाडायचं यंत्र आहे. चार हजार रुपये पगार मिळतो कुठे हिंदुस्थानात?

सुमनच्या नवऱ्याबरोबर चांगदेव खरेदीला गेला. बाबा, काका आणि सगळ्या बायका मुलगी पाहायला गेल्या. सुमनताईचा जयंता सासरी ठेवून ते दोघेच आले होते. जयंतासाठी काहीतरी खाऊ किंवा खेळ घेऊन द्यायचं चांगदेवच्या मनात होतं. त्यानं खेळही पाहून ठेवला होता. पण तितके पैसेही जवळ नव्हते. कुणाकडून उसनेही मिळाले नव्हते. बापू म्हणाला होता देईन पंधरावीस रुपये, पण दोनतीन फेऱ्या मारल्या तरी तो भेटला नाही. त्यात उलट जवळचा एक रुपया खर्च झाला. छोटंसं काही घेऊन देणं त्याला बरं वाटेना. करंटेपणाची जाणीव आता फारच झाली.

धाकट्या काकाला एक मुलगी पसंत होती. लवकरच लग्न उरकून टाकावं असंही ठरत होतं.

वडलांना आता काळजी कशाचीच राह्यली नाही. फक्त चांगदेवचीच. पण काकांचे पैसे अजून बरेच फेडायचे होते. खिशात पैसे नव्हते तरी मोठमोठ्या बाता मारणं चाललं होतं. तुला ही नोकरी करायची काहीच गरज नाही, आताच, तुला हजारेक रुपये देऊन गेलो असतो पण काकांनाच देऊन टाकले. नंतर शेंगा विकून झाल्या की मनिऑर्डर करतो! आई म्हणाली, शेतात एक दिवस फेरीसुद्धा मारत नाहीत. यांना सगळे मजूर लुबाडून चालले. मी तर म्हणते, नाही जमत तर विकून टाकावी. पोटापुरता काय एक बिघाही पुरे होईल.

नंतर त्या सर्वांना गाडीत बसवून आईनं गुपचूप त्याच्या हातात ठेवलेली पन्नास रुपयांची घडी उलगडत अतिशय खिन्न होत तो होस्टेलवर चालत आला.

मध्यंतरी रामराव अधूनमधून चारचार दिवस सहेतुक गायब असायचे. सगळा कारभार खोळंबून राहायचा. यायचे तरी त्यांचा मूड नसायचा. एखादी गोष्ट जास्त वेळा विचारली तर ते चिडून ती गोष्ट बोलायचं टाळायचे. **कामिनी**चं काम मात्र बाकीचे सगळेजण सांभाळायचे. पण हल्ली अंक उशिरा निघायला लागले. एकदा

स्टेशनवर जाता जाता रामराव प्लॅटफॉर्मवरच फिट येऊन कोसळले. कोणीतरी लोकांनी पत्त्यावर घरी पोचवलं.

नंतर ऑफिसवर वेगवेगळे लोक त्यांची चौकशी करायला यायला लागले. बहुतेकांची बिलं थकली होती. शेवटी वक्कतूरनी आतली बातमी सांगितली की चितळ्यांकडच्या रामरावांच्या ठेवी संपूर्ण बुडाल्या आहेत. चितळ्यांच्या गावाकडे काही प्रॉपर्टीचा कब्जा मिळावा म्हणून रामराव गेले होते. पण बाकीच्या ठेवीदारांनी हे काम आधीच बजावलं होतं. रामराव हात हलवीत परत आले. नंतर ऑफिसवरही मूळ मालकाची नोटिस आली आणि ही जागा सोडावी लागली. **कामिनी**चं सगळं बिढार छापखान्यावर आलं. कुणाला काम उमजेना. तशात रामराव आजारी पडायला लागले. छापखान्यातल्या लोकांचे पगार थकल्यानं निम्मे लोक सोडून गेले. मॅनेजर आपला पगार तेवढा काढून निघून गेला. कागदवाल्यानं नोटिस लावली आणि **कामिनी**ची विक्री बँकेतर्फे आपल्या ताब्यात घेतली. **कामिनी**चं काम पाहाणारा एक माणूस जाहिरातदारांकडून चारपाच हजार रुपये परभारे वसूल करून नाहीसा झाला. त्याचा म्हणे सहा महिन्यांपासून पगार झाला नव्हता. पण तो सगळं मुकाट्यानं सहन करत होता. एकेक प्रकार असे.

अशा रीतीनं मराठी समृद्ध करण्याची व साहित्यात क्रांती करण्याची योजना संपुष्टात आली. आता शंकर, प्रधान, बापू, नाम्या यांना दमडी मिळायचीही शक्यता नव्हती. अर्थात कोणी आता मागणंही शक्य नव्हतं. वर्षभर बिचारे जीव ओतून लिहीत आले. हळूहळू कोणीच फिरकेनासं झालं. शंकरही नोकरी शोधत होताच, पण बसायला जागा म्हणून थोडा वेळ छापखान्यात येऊन बसण्याखातर काही काम पाहून जायचा. प्रथितयश साहित्यिकांनी पैसे मिळायचं बंद झाल्यापासून लिहिणं बंद केलंच होतं. पूर्वी निकालात काढलेल्या ढिगाऱ्यातूनच हाताला येईल ते कागद काढून रामराव मजकूर कंपोजला द्यायचे. जुन्या अंकावरूनच भविष्य सहेतुक जुळवून स्वतःच द्यायलाही ते शिकले. सहा महिन्यांपूर्वी **कामिनी**साठी कथास्पर्धा घेतली होती. त्यात तिघांना बक्षिसं मिळाली होती. ते तिघेही हौशी साहित्यिक आनंदानं बक्षिसाची रक्कम मागायला यायचे तर रामराव त्यांना दरवेळी चहा फक्त पाजायचे. फालतू मोठमोठ्या गप्पा मारून तो साहित्यिक कंटाळेपर्यंत ते त्याला बक्षिसाचा विषय काढून द्यायचे नाहीत, इतक्यातूनही दोन वाक्यांच्या अंतरात झटकन त्यानं बक्षिसाचे — पैशे — एवढं जरी म्हटलं तरी रामराव त्याकडे सहेतुक दुर्लक्ष करायचे आणि एखाद्या मोठ्या साहित्यिकाला परवा कसं जेवण दिलं हेच चालू ठेवायचे. शेवटी साहित्यिकांनी आल्याआल्याच लाज सोडून बक्षिसाची रक्कम घ्यायला आलोय, अशी सुरुवात

करेपर्यंत हे चाललं. तेव्हा रामराम देतो उद्यापरवा म्हणून महिनाभर असंच करत राहिले. त्यातले दोघे कंटाळून बंद झाले. तिसरा मात्र पुढे वर्षभर येत होता. त्याला रामरावांनी पन्नासेक रुपये देत जाईन, एवढं **कामिनी**चं काम बघत जाल का असं म्हणून कामाला लावलं. हे पन्नास रुपयेही एकदोनदा दिल्यावर पुढं देणं बंद केलं. तेव्हा त्यानं पुन्हा बक्षिसाच्या पैशांची रामरावांना आठवण करून दिली. तेव्हा रामराव सहेतुक म्हणाले, ते दिलेत वाटतं ना मागचे? पाहा आठवून. मला वाटतं दिले आहेत. नसलं तुम्हाला आठवत तर देईन मी. पण मला आठवतंय दिलेत म्हणून.

ह्यावर तो लेखक पोट फुटेस्तो हसून निघून गेला. पुढे तो फिरकला नाही. जाताजाता म्हणाला, वाऽ रामराव!

रामरावांनी नंतर **कामिनी**चा एकपात्री कार्यक्रम सुरू केला! कथा, कविता जुन्या ढिगातून काढायच्या, जुने ब्लॉक उलटे किंवा आडवे टाकायला सांगायचे, भविष्य स्वतः करायचेच. एखाद्या वेळी तर ते कंपोझिटरलाच म्हणायचे, लागेल तेवढा मजकूर ह्या ढिगाऱ्यातून काढून घे म्हणून. पण त्यांनी आता एक नवं सदर सुरू केलं होतं — **वधूवर साहाय्यक**. प्रत्येक प्रवेशाची फी दहा रुपये होती. त्याचा पत्रव्यवहार आता जोरात सुरू झाला. ही योजना सादर केल्याबरोबरच अंकात सुरुवात म्हणून त्यांनी बसल्या बसल्या शंकर, नाम्या, बापू, प्रधान, चांगदेव या सगळ्यांची व पुन्हा काही मित्रांची नावं अशी पंचविसेक काऱ्या तरुणांची यादी खोट्यानाट्या माहितीसह दिली आणि मुलींच्या यादीतही कुठूनतरी अशीच नावं, वर्णनं छापून टाकली. एका अंकानंतर नवी नावं आल्यावर ही खोटी नावं गाळून टाकावी असा त्यांचा विचार होता. हल्ली कोणी मित्र **कामिनी** वाचतही नसल्यानं कोणाच्याच लक्षात हा प्रकार आला नाही. त्यात शंकरचं वर्णन सशक्त, उंची सहा फूट, पगार मासिक आठशे, स्वतःचे घर असं होतं. सगळं खोटं. ही यादी वाचून एकजण शंकरच्या लॉजवर त्याला भेटायला गेला. कशाकरिता आलात म्हणून विचारल्यावर तो म्हणाला, आपलं टिपण **कामिनी**मध्ये वाचलं! शंकरला वाटलं, त्यानं नाटकावर एक टिपण लिहिलं होतं तेच. तेव्हा तो म्हणाला, वा, कसं काय वाटलं? तो गृहस्थ म्हणाला, ते काय विचारता? सगळं अगदी तंतोतंत जुळतंय!

आपला वाचक आला तेव्हा शंकर त्याला चहाला खाली घेऊन गेला. हळूहळू घरदार, भाऊबहिणी, गोत्रप्रवर अशा चौकश्या सुरू केल्यावर शंकरला शंका यायला लागली. आणि जेव्हा तो मुलीबद्दल सांगायला लागला तेव्हा सगळा प्रकार उघडकीला आला. त्याच्याकडचा अंक काढून मधलं वाचतांना तो संतापून

गेला. त्या गृहस्थाला नमस्कार करून तो थेट छापखान्यावर आला. इतके दिवस आपल्याला फुकट सहेतुक वापरून घेतलं याचा राग होताच. तेव्हा त्यानं रामरावला मनसोक्त शिव्या देऊन घेतल्या. शिव्या अपेक्षेपेक्षा जास्त झाल्या तेव्हा रामरावांनी त्याला छापखान्याबाहेर काढलं.

असा **कामिनी**चा व मित्रमंडळींचा संबंध सुटला. कारण ही हकीकत त्याच दिवशी शंकरनं सगळ्यांना स्वतः भेटून कळवली. सगळ्यांना हा प्रकार विनोदी वाटला. पण महिन्याभरात व नंतरही बहुतेकांच्याकडे लग्नाचं विचारायला काही काहीजण येऊन गेलेच. बापूनं रामरावांना जाब विचारला तर म्हणाले, लग्न तुम्हाला करायचं आहेच की! खरं म्हणजे प्रवेश फी न घेता नावं टाकली हे काय कमी झालं? पण काही त्रास झालाच असला तर माफी मागतो. मग तर झालं?

बापू म्हणाला, म्हणजे आम्ही इतकं लिहिलं त्याचा मोबदला म्हणून की काय?

रामराव सहेतुक हसत म्हणाले, तसंच समजा आता. चहा तर घेऊन जा.

पण रामरावांचे ते दिवस फारच वाईट होते. रामरावांना नुकतीच साडेसाती सुरू झाली होती. सहा वर्षांनंतर पुन्हा भरभराटीला येऊ हे ज्योतिष्यात होतं. ते **वधूवर साहाय्यक** चालवीत राहिले. वाचकांना अर्थात हा चमत्कारिक बदल विनोदीच वाटला. रामराव शनीच्या भ्रमणावर नजर ठेवत नेटानं जगत राह्यले.

उन्हाळ्याचे दोनतीन महिने चांगदेवला फार कठीण गेले. उपासमार सारखी चाललीच होती. उन्हाळ्यात होस्टेलचं दर महिन्याला भाडं भरावं लागलं. शाळेला सुटी असल्यानं पगार सुटीभर झाला नाही. बहुधा सुटीचा पगार शाळेलाच इमारतनिधी म्हणून दान करावा लागेल असं प्रिन्सिपॉलनं सहज कोणाला तरी सांगितलं होतं. मित्रांकडे, नातेवाइकांकडे अधूनमधून जेवायला व्हायचं. बाकी इडली, मिसळ असंच. तो रात्री एकदा व्हरांड्यातून खोलीकडे चालला असतांना एक भित्रं पोरगं त्याला पाहून घाबरलं. तेव्हापासून होस्टेलवर त्याला ड्राक्यूला असं नाव पडलं होतं. दाढी करताना तो आरशात पाहायचा तेव्हा ड्राक्यूलासारखं दोन्हीकडची जगं पाहत होता.

तिकडे शंकरचेही उन्हाळ्यात उपवास पडत होते. इकडे तिकडे काही लिहून देऊन पाचदहा रुपये मिळायचे. पण लॉजचे पैसे भरणंही कठीण झालं होतं. प्रभूनं एका महिन्याचे भरले, बापूनं एका महिन्याचे भरले; पण खायचे वांधेच होते. कुणाकडे दोन तास बौद्धिक चिजा सुनावून जेवण काढणंही आता शंकरला जमत नव्हतं.

बऱ्याच दिवसांनी चांगदेव त्याला भेटायला गेला. खोलीतल्या चार पलंगांतल्या एकावर प्रेतासारखा शंकर उघडा होऊन झोपी गेला होता. चांगदेव त्याच्या पायाशी बसला. सिग्रेट पेटवली तरी त्याला जाग आली नाही. त्याचा तो अस्थिपंजर देह पाहून चांगदेवला अतिशय वाईट वाटलं. इतक्या उमद्या मित्रासाठी आपण काहीच करू शकलो नाही, ह्याचं जास्त वाईट वाटलं. लहान मुलाला आई करते तसं त्याच्या अंगावरून हात फिरवावा असं त्याला वाटलं. त्यानं त्याच्या हाताला हात लावला. शंकरला चांगला जोराचा ताप होता.

तेवढ्यात शंकरनं डोळे उघडले, काय रे भडव्या?

चांगदेवला पाहून त्याला बरं वाटलं. उठवत नव्हतं तरी तो उठून बसला.

काय रे, केव्हा आलास?

आताच. कसं चाललंय म्हटलं तुझं.

शंकर उठून तोंड धुऊन आला. कपडे घातले. आणि म्हणाला, तुझ्याकडे पैसे असतील तर खाऊन येऊ थोडं.

जरूर. चल. त्यापेक्षा जेवूच नीट.

हाँ. मग तर फारच चांगलं. तिकडे भंडाऱ्याकडे जेवू.

हॉटेलमध्ये खायचे पदार्थ, वास पाहून शंकरला अचानक उत्साह आला. त्यामुळे त्यानं अतिशय बडबड करायला सुरुवात केली. चांगदेवला वाटलं, ह्याच्या मेंदूवर तर परिणाम झाला नाही? इतकी असंबद्ध बडबड. अधूनमधून आत्महत्येवर. बाकी कोणाकडे काय काय मागा. कितीदा मागा. त्यापेक्षा संपवून टाकावं झालं हे सगळंच. असंच सगळं. गुरु दत्तची आत्महत्या, हेमिंग्वेची आत्महत्या, मारलिन मन्रोची आत्महत्या — असं सगळं.

चांगदेव खिशातल्या पैशाचा हिशोब करत आणखी भात, पोळी मागवत मनातल्या मनात म्हणत होता, आत्महत्या करणारे आधीच करून मोकळे होतात. जेवण पोटात गेलं की बरं वाटेल याला. खर्चावे सगळेच पैसे.

नंतर तो शंकरला म्हणाला, रोज किती लोक किडामुंगीसारखे मरतात. कुणी मोजदाद करत नाही. त्यात तूही सापडलास तर काहीच फरक होणार नाही. कोणातरी अमेरिकन लेखकानं आत्महत्या केली की आपले टुकार वर्तमानपत्रवाले — तिकडची वर्तमानपत्रं पाहून — फोटोसकट बातम्या देतात. शेजारच्या बोळात कोणी अंगावर घासलेट टाकून जाळून घेतलं तर जाणारेयेणारे चुकचुक करून थुंकून फक्त पुढे जातात, पेपरमध्ये आत्महत्येच्या बातम्या क्षुल्लक म्हणून कुठंतरी कोपऱ्यात येतात, त्या वाचून कोणी हळहळतही नाही.

नंतर ते महालक्ष्मीकडे डोंगरावर फिरत गेले. चांगदेवनं त्याला पुण्याला जायचा

सल्ला दिला. काही झालं तरी नोकरी नसतांना भावाकडे राहायला हरकत नाही. मात्र घरी नीट जुळवून राह्यलास तर बरं. रात्री जाता जाता दर रविवारी भेटत जाऊच असं सांगून चांगदेव होस्टेलवर आला. जवळचे शेवटचे पाच रुपये गेले तरी समाधान वाटत होतं. पण उद्या उठल्या उठल्या कुठून तरी पैसे मिळवणं जरूर होतं. शेवटचा उपाय म्हणजे शेखरकडून तर थोडेसे मिळतीलच. शाळा सुरू व्हायला पंधरा दिवस अजून होते. ह्या वर्षीही त्याला घेऊ म्हणून सांगितलं होतं.

त्यानंतरच्या रविवारी शंकरकडे जाणं जमलं नाही. एकतर पैसे नव्हते जाण्यायेण्याइतकेसुद्धा, आणि संध्याकाळी काकूकडून थोडे घेऊन जावं म्हटलं तर अचानक पाऊस कोसळला. रस्ते भरून गेले. गाड्या दुसऱ्या दिवशीही बंदच होत्या. इतका परिणामकारी पाऊस पडत होता पण पूर्वीसारखं नवं काही सुरू झाल्याचं समाधान त्याला होईना. पण अंगावर शहारे आले. एक वर्ष संपलं. आता हे तरी कसं संपतं बघूच.

प्रिन्सिपॉल महाजनांचे बी. ए.चे पेपर त्यानं तपासून दिले होते. त्याचे एकदम दोनशे रुपये त्यांनी दिले. पैसे मिळाल्याबरोबर उसने परत करायच्या मोहिमेवर तो निघणार तेवढ्यात शंकरचं स्मरण होऊन तो ताबडतोब चर्चगेटवरून माहिमला आला. लॉजवर त्याच्या खोलीत त्याची खाट फक्त बदललेली होती. खाटेखालचे मासिकापुस्तकांचे ढीग गेलेले होते. गड्याला विचारलं तर तो म्हणाला, गेले ते.

म्हणजे? कुठे? की—

चांगदेवला वाटलं म्हणजे मेले की काय?

इतक्यात मॅनेजरच तिथे आला. तुम्हाला पत्ता माहीत आहे का त्या साहेबांचा. महिन्याचं भाडं दिलं नाही. इतका जुना मेंबर आमचा, तरी पाहा. पत्ता तरी द्या त्याचा. तसा विद्वान होता...

चांगदेव म्हणाला, काळजी करू नका. त्यानं पाठवले नाही तर आम्ही देऊ.

अहो पंधरा लोक त्याला पाहायला येऊन गेले पण सगळेच असंच म्हणतात. एकानं अजून दिले नाहीत.

एकूण तो गेला हे चांगलं झालं. पण चांगदेवला तो मुंबईत नसणं काही बरं वाटलं नाही. चांगले चांगले लोक आपण राहतो त्या गावात राहात असले तर तेवढाच आधार असतो.

नंतर कोणीतरी पुण्याहून निरोप आणला की तो हल्ली कुलकर्णी प्रकाशकांकडे आरामात राहतो! त्याची प्रकृती सुधारण्याकडे कुलकर्णी खास लक्ष पुरवत आहेत.

कुलकर्णी उदार प्रेमळ माणूस आहे. शंकरला त्यांनी कपडेही शिवून दिले आहेत. वगैरे. एकूण आत्महत्येच्या विचारानंतर मोटारीत बसून स्पेशालिस्टांकडे जाणं म्हणजे चांगलंच झालं. आता तो सुधारेल.

श्रॉफकडून शाळेत बरेच फोन आले होते. एकदा शेवटचा तास दुसऱ्याला देऊन चांगदेव श्रॉफकडे गेला.

काय बाबा हल्ली भेट नाही तुझी. तब्येत काय उतरली तुझी? काय करणार तुम्ही ह्या अशा तब्येतीनं?

आम्हाला काय बिझनेस सांभाळायचा आहे तुमच्यासारखा नंतर? करणार काय नीट तब्येतीनंसुद्धा पुढे?

बरं, जेवण झालं का तुझं? ...थोडा आमरस खाऊन घे. मी जरा हे पत्र लिहितो तोपर्यंत. हे सातवं रिमाइंडर आहे तुमच्या सरकारला! केमिकल्स सगळी पब्लिक सेक्टरला जातात. आम्ही फॅक्टरी बंद करून बसावं असं धोरण आहे तुमच्या सरकारचं!

तुझं आणि सरकारचं भांडण बहुधा सिव्हिल वॉर झाल्याशिवाय मिटणार नाही. तरी गेल्या पाच वर्षांत तुझा बिझनेस दसपट वाढला आहे.

फुकट वाढला का? चौदा चौदा तास काम करतो मी स्वतः. माझ्या मॅनेजरला बारा तास काम करावं लागतं. तुमच्या सरकारी फॅक्टऱ्या तिकडे बंद पडायला आल्या आहेत. चार तास कोणी काम करत नाही!

बरं ते राहू दे. काय विशेष कामबीम होतं काय माझ्याशी?

काही नाही रे. उगाच म्हटलं चारसहा महिन्यांत काही तुमच्या लोकांची वार्ता नाही. काय नवीन काही वाचायला मिळालं नाही. रसेलचं आत्मचरित्र वाचलं मी नुकतंच. तुला हवं तर घेऊन जा एक व्हाल्यूम.

नको बुवा रसेल. स्ट्रॅण्डमध्ये ऑस्पेन्स्कीची पुस्तकं आली आहेत. ती घे जरूर. फार ग्रेट आहेत.

म्हणजे तुझ्या त्या किर्केगार्दसारखं काहीतरी असणार. त्यापेक्षा अरबिंदो वाचलेला काय वाईट? इनफिनिटीच्या हरायझनवर सेटल झालेला इनवर्डनेसचा ऑपेक लाईट...! बरं, ते जाऊ दे. तुमच्या मासिकाचं कसं काय?

बंद केलं ते. म्हणजे बंद झालं.

होणारच. मी म्हणतच होतो. असं मासिक आपोआप बंद पडतं.

म्हणजे दिवाळं निघालं रामरावांचं. त्यामुळे आम्ही लिहिणं बंद केलं सगळ्यांनी. आमच्यामुळे नाही —

तुम्ही लोक अंकात कायम शिवीगाळ करणार मग चालेल तरी कसं? आणि त्यात पुन्हा त्या फालतू कविता ज्याला काहीच रिलव्हन्स नाही. लेखकांना काय किंवा प्रकाशकांना काय, लोकांना काय हवं त्याचा विचार केलाच पाह्यजे. उपयोग काय तुमच्या निरर्थक तत्त्वज्ञानाचा? उलट्यासुलट्या इंग्रजी कवितांतल्या इमेजिस वापरायच्या आणि काहीतरी न कळणारं लिहीत बसायचं! आमच्या बिझनेसच्या भाषेत म्हणायचं तर मी आता टेरिलिनची फॅक्टरी काढली तर चालेल, प्लॅस्टिकची काढली तरी चालेल, पण टोप्या शिवण्याचा कारखाना काढला तर कोणाला हव्या आहेत टोप्या हल्ली? हॉ हॉ हॉ...

असं म्हणून श्रॉफ आणि श्रॉफभाबी जोरजोरानं हसत सुटले. चांगदेवलाही ते उदाहरण नव्या साहित्याच्या संदर्भात मजेदार वाटलं. तो म्हणाला, नाही, त्यापेक्षा लोकांना हवं आहे म्हणून हातभट्टीचा धंदा का काढू नये? असंच की नाही.

उगीच भलतं उदाहरण काढू नको.

ते खरं आहे बाबा. नुसतं लेखक होणं काही शक्य नाही. आम्ही सगळे लिहिणारे दुसरे उपयोगी धंदेही करतच असतो. फुलटाइम लेखक कोणी होत नाही. कोणाला कंप्लीट लेखक होणं आवडेल हल्ली? हिंदुस्थानात तर नाहीच. उगाच राहावत नाही म्हणून अधूनमधून आम्ही काहीतरी लिहितो. नाहीतर वर्तमानपत्रात रोज एक कॉलम लिहून देणंसुद्धा किती भयंकर आहे? कोण लिहिणार रोज निव्वळ चार पानं चारपाचशे रुपये महिन्याकरिता? त्यापेक्षा लोटगाडीवर केळी विकणं समाधानाचं आहे.

शाळेत चार तास रोज शिकवणं दोनशे रुपयांकरता तू करतोसच की नाही?

ते जमतं. आणि ते उपयोगाचंही आहेच तुझ्या म्हणण्याप्रमाणं. हे वर्तमानपत्रातलं काही उपयोगाचं आहे? एकूण लिहिणंच हल्ली इव्होल्युशनच्या फेऱ्यात निरुपयोगी होत चाललं आहे तर काय करा? कित्येक कला नामशेष होत आल्या, मातीची भांडी गेली, कपडे गेले. चौसष्ट कलांची नावंसुद्धा आपल्याला आता माहीत नाहीत. साहित्याही त्याच मार्गावर दिसतंय.

नंतर श्रॉफनं चायकोव्स्कीची नवी सिंफनी विकत आणली होती ती लावली. जुन्याही काही रेकॉर्डी वाजवल्या. बरीच रात्र झाली तेव्हा चांगदेव निघाला. पुन्हा पुढच्या आठवड्यात येतो म्हणून गेला. त्या सिंफनीनंतर बाहेरचे रिकामे रस्ते विचित्र वाटत होते.

लायब्रीत वाचणंही जोरात चाललं होतं. आता मित्रमंडळी फारशी भेटायची नाही. सकाळी अधूनमधून नाम्या येऊन त्याला उठवून इडली, चहा उपटून

जायचा. नारायणला अलीकडे एकदम सणसणीत पगाराची नोकरी मिळाली होती. त्याच्याकडेच बहुधा नाम्या वारंवार जायचा. नारायणकडे जाऊ जाऊ म्हणता-म्हणता बरेच दिवस चांगदेवला जमलंच नव्हतं. कधी तरी पैशांची अडचण आली की जाणं होईलच म्हणून आळसात ते राह्यलंच होतं. लायब्रीतून सरळ सहासाडेसहाला शाळेत, साडेनऊच्या सुमाराला एका नवीन उघडलेल्या कारवारी हॉटेलात स्वस्तात राइसप्लेट मिळते म्हणून तिकडे जेवून, पान खात, थुंकत होस्टेलवर. असं रोज. हजारो वर्षांपासून आपण असं रात्री दिव्यांखालून चालत कायम होस्टेलवर येत असतो, असं त्याला वाटायचं. अत्यंत बांधीव, नियमित पण आतून पाहिलं तर बेशिस्त अनागोंदी आयुष्य. त्याचा पार्टनर चौहान तर त्याच्याहीपेक्षा उशिरा जायचा. आणि कैसा है चांगदेवजी म्हणत काहीही बोलत झोपी जायचा. त्याचं फिल्ममध्ये काही वेगळंच चाललेलं असायचं. देखना, थोडे दिनके बाद — असं म्हणून तो झोपी जायचा. तूर्त साइडरोलवर त्याचं चाललं होतं. तेवढ्यासाठीसुद्धा त्याला हजार हमाल्या करायला लागायच्या.

रात्री अधूनमधून चौहान खूष होऊन यायचा आणि चांगदेवच्या टेबलावरची चारमिनार पेटवून झुरके सोडत म्हणायचा, मस्त लडकी थी पार्टनर. तुम यार कुछ लडकीको घुमाना कभी. कितने दिन मुठ्ठी मारते रहोगे? चलो अपने साथ एक दिन.

चांगदेव म्हणाला, कितना पैसा लगेगा?

क्या यार पैसेकी फिक्र करते हो? पूरे घाटी हो तुम. यही टाइम है जवानीका. बादमें शादीके बाद क्या रखखा है मजा. तुमने कभी बॉलभी दबाये नहीं क्या पार्टनर? पकडो इस्कूलमें किसको. होटलमें ले जाव. एक रातका दस रुपया किराया! इस्कूलमें तो इसीलिये नौकरी करना. खाली पढानेमें क्या जान है?

चांगदेव हसत हसत म्हणायचा, अपनेको आताच नहीं तो खाली ले जाकर करेंगे क्या?

तुम जानते हो पार्टनर, अपने देशमें लौंडे क्यों बेशिस्त हो गये हैं? क्यों उनमें इतके प्रॉब्लेम्स हैं? इसी लिये! लौंडेलौंडियोंको खुल्लंखुल्ला चढने दो की ठंडे हो जायेंगे थोडे दिनोंमें... अच्छा, फिर कब चलते मेरे साथ?

छोडो बाबा. कुछ व्ही. डी. वगैरा हो गया तो मुष्किल हो जायगी. उससे तो हमारा चोळना काफी अच्छा है. सो जाव अभी, मुझे पढने दे.

नंतर अचानक काहीच वाचू नये असा मूड आला तेव्हा चांगदेवला एकेक दिवस लोटणं कठीण झालं. वेळ घालवायला खूप गोष्टी होत्या पण तितके पैसे

आता नसायचे. बापूबरोबर स्वस्त दारू नाक दाबून प्यायची, ओकायचं, कुठेही पडून केव्हातरी उठून परत यायचं असं काही दिवस चाललं. नंतर त्याचाही कंटाळा आला. सिग्रेटींनी, उपासमारीनं हळूहळू जिना चढून जातांनाही धाप लागायला लागली. अशात शेवट झाला तर बरं होईल असं त्याला वाटायला लागलं. पण तेही होईना.

मध्यंतरी कुलकर्णी प्रकाशकाच्या काही कामासाठी शंकर मुंबईला येऊन गेला. त्यामुळे आठेक दिवस मजेत गेले. पण तो चांगदेवला म्हणाला, तू आता सिग्रेट तरी कमीतकमी सोडून दे. तुझं खाणंपिणं म्हणजे काहीच नसतं त्यात उद्योग म्हणजे बरं नाहीत.

चांगदेव हसत होता. तो म्हणाला, तू साल्या नुसत्या तोंडानं आत्महत्येच्या गप्पा मारतोस. कोणी मरत असला तर त्याला मात्र मरू देत नाहीस. तू साल्या आता तिकडच्या काठावरून बोलायला लागलायेस. तू आमचा काठ आता सोडलाहेस. मी माझं हे स्वातंत्र्य सोडणार नाही. वगैरे.

शंकर म्हणाला, मग मर बाबा. मी काय सांगणार तुला? तुझ्याकडे पाहावत नाही. पूर्वी काय मस्त दिसायचास. पण, जाऊ दे.

त्यावेळी पुन्हा एकदा प्रधान आणि शंकर यांना एखादं मासिक सुरू करायची अनावर इच्छा उत्पन्न झाली. सगळेजण एकत्र आले की असे बेत व्हायचे. नंतर पुन्हा दोनचार अंकांनंतर गोता खाऊन मासिक बंद व्हायचं हा प्रकार चांगदेवला पसंत नव्हता. आता करायचं तर नीटच नाहीतर आहे हे बरं आहे असं तो म्हणाला. काय मोठंसं करणार आपण दरिद्री माणसं. प्रधान म्हणाला, हवा तितका पैसा आपण उभा करू. फक्त कोणीतरी चांगदेवसारख्यानं त्याची जबाबदारी उचलली पाहिजे. कारण बहुतेकजण आता नोकऱ्या सांभाळताहेत. चांगदेव म्हणाला, मला नाहीतरी आता दिवसभर मोकळा वेळ असतो. मी करतो सगळं. मात्र चारपाच वर्षं तरी आपण चालवलं पाहिजे. त्याशिवाय मराठीत नवं काही करता येणार नाही. शंकर म्हणाला, मी पुण्यात करता येईल ते सगळं सांभाळतो. खरं तर पुण्यात आता फारशी साहित्यिक चळवळ नाही. सगळं इतिहासजमा झालंय. पण उदाहरणार्थ छपाईचा भाव पुण्यात कमी आहे. आणि आपल्या ओळखीचे खूप छापखाने आहेत. तुम्ही नीट मजकूर पाठवत चला. मी अंक छापून पाठवीत जाईन. नाव **उपट** असं ठरलं होतं. पण एकानं **आपट** सुचवल्यावर सगळ्यांना **आपट** हेच नाव भयंकर पसंत पडलं.

झालं. त्यानंतर भराभरा सगळ्यांनी पैसे जमवले. नंतर पुन्हा ज्याचे त्याला

परत करू म्हणून जवळची सगळी शिल्लक सगळ्यांनी काढली. प्रभूनं पाचेकशे काढले. नारायणनं हजार दिले. पुन्हा परत केले नाहीत तरी चालतील, पण मासिक चांगलं निघू द्या असं म्हणून. बापू, परांजपे, चांगदेव यांनी थोडे थोडे दिले. नाम्याजवळ काहीच नव्हते. चांगदेवनं सगळ्यात जास्त धावाधाव सुरू केली. सगळ्यांकडे चांगलं चांगलं साहित्य पडून होतंच. **आपट**चा पहिला अंक जोरदार करायचा म्हणून खास कविता, लेख, परीक्षणं काढून पुण्याला छपाईला साहित्य पाठवून दिलं. तोपर्यंत इकडे सगळ्यांनी डोकं लढवून जास्तीत जास्त पैसा उभा करावा म्हणून रविशंकरचा कार्यक्रम ठेवावा, तिकिटं लावून तीसचाळीस हजार रुपये उभे करावे, मुख्यमंत्र्यांच्या हस्ते प्रकाशन करावं असा आराखडा केला. चांगदेवला हे सगळं झालं तर ठीकच होईल असं वाटत होतं. पण मुख्यमंत्र्यांना बोलावणं वगैरे प्रकरण फारच विनोदी होतं. पण प्रधानचे वडील मुख्यमंत्र्यांचे पी. ए. असल्यानं तो सोंगाड्या आपल्या हातातलाच आहे, तेव्हा का फायदा सोडा? आता आपण आपलं सोवळं सोडून दिलं पाहिजे असं तर्कट सुरू झालं.

तिकिटं वगैरे छापून हॉलही ठरवला. हॉलचे पैसेही दिले. रविशंकर नेहमीप्रमाणे तयार होतेच. पण त्यांचा तबलजी आगाऊ पैसे मागायला लागला. तेही पुन्हा कोणी उसने आणून भरले. सगळ्यांचा जवळ जवळ एक महिना ह्यातच गेला. तेवढ्यात पुण्याहून मासिकही छापून आलं. सगळ्यांना भयंकर उत्साह आला. टाइम्समध्ये जाहिरात द्यायचं ठरलं. त्याप्रमाणे दोघेतिघे टाइम्समध्ये गेले तर तिथे जाहिरात स्वीकारायच्या आधी लेखी करार दाखवा म्हटल्यावर सगळ्यांचं अवसान गळालं. तिकडे कॉलेजची पोरं ठिकठिकाणी साहित्यासाठी सेवा म्हणून तिकिटं विकायला लागलीसुद्धा होती. तिकडे प्रधान पैसे घेऊन रविशंकरचा तपास करत हिंडत होता. ह्यात दोन दिवस गेले. नंतर लेखी करार मिळाला तरी जाहिरात एक दिवस आधीसुद्धा आली नाही. आली ती कार्यक्रमाच्या दिवशी. त्यात तिकिटं कुठे मिळतील याच्या फक्त दोनच जागा छापल्या होत्या. त्यातल्या एका जागेवर तिकिटंच मिळाली नाहीत. प्रधान म्हणाला हे सगळं नाम्यानं बघायला पाहिजे होतं. नाम्या म्हणाला, मला ह्यानं एक दिवस आधी सांगायला हवं होतं. प्रधान म्हणाला, एक दिवस आधी? मी रविशंकरच्या मागे होतो, तुला भेटायला येऊ की ते बघू? एकूण आपटी बसणार.

तर त्या कार्यक्रमाला शंभरसुद्धा लोक आले नाहीत. इतका कमी श्रोतृवर्ग पाहून रविशंकरनंही काहीतरी भंकस करून हसत हसत दोनेक राग वाजवले आणि कार्यक्रम आटोपला.

त्या रात्री सगळेजण एकमेकांवर खेकसत सुन्न होऊन कार्यक्रमाचा खर्च कसा

काढावा याचा विचार करत बसले. सगळ्यांचे पैसे गेले होते. निदान दुसऱ्या लोकांचे उसने घेतलेले पैसे परत करावे असं ठरलं. मित्रांचे मात्र कष्टानं साठवलेले पैसे बुडाले. त्यामुळे सगळेजण एकमेकांवर संतापले.

मुख्यमंत्र्यांना बोलावून प्रकाशन सभारंभ करायचंसुद्धा कुठेतरी दंगा झाला तिथे मुख्यमंत्री अचानक गेल्यामुळे आपोआपच रद्द झालं. ते बरंच झालं. कार्यक्रमाला आलेले लोक शिव्या देत गेले हे वेगळंच.

नंतर चांगदेव आणि सारंग यांनी ह्या सगळ्या गोष्टी बाजूला ठेवून स्वतःचा एक वेगळा कार्यक्रम केला. दरमहा दहा लोकांकडून दहा दहा रुपये घ्यावेत. आणि लहानशा स्वरूपात मासिक चालू ठेवावं. कारण एक अंक काढून बंद पाडायचं आतापर्यंत खूप झालं होतं. ह्यावेळी ते नको असं बहुतेकांना वाटत होतं. दोनेक महिने भांडाभांडी, रुसणं एवढं संपल्यावर सगळेजण चांगदेवकडे दहा रुपये द्यायला लागले. काहींच्याकडे जाऊन पैसे वसूल करावे लागायचे. काही जण ऑफिसात भेटले तर नाही तर घरी जावं लागायचं. चांगदेव या सगळ्या भानगडीत गुंतून गेला. पण **आपट** चांगलं निघत गेलं. मासिकाची वर्गणीही किरकोळ ठेवल्यानं शंभरदीडशे वर्गणीदार झाले. कोणाकडून दोनतीन जाहिरातीही मिळवल्या. यावेळी चांगदेवनं शंकरला पत्र लिहिलं की निव्वळ बेअब्रू होऊ नये ह्यासाठीच मला लक्ष घालावंसं वाटतं आहे. बाकी तिकडे तू आणि इकडे मी सोडले तर कोणाला **आपट** चालावंसं वाटत नाही. शंकरचं उत्तर आलं की शिवाय वर्गणीदारांनाही **आपट** चालावंसं वाटतंच आहे.

चांगदेवनं पुन्हा लिहिलं की लोकांना काय, काहीही नाचगाण्यासारखं ऐकायला आलं की त्यांना ते चालूच राहावंसं वाटतं. हे ओळखून तर दलाली सुरू होते आणि सगळ्या संस्कृतिक जगावर धूर्त आणि लबाड लोकांचा हळूहळू ताबा येतो. ह्याला इलाज काहीच नाही. गेल्या पंचवीस वर्षांत मुंबईपुण्याच्या सांस्कृतिक बाजारपेठेतून फक्त पैसा आणि वर्तमानपत्री प्रतिष्ठा इकडे तिकडे जोपासली गेली. एकूण स्वातंत्र्यानंतरची ही वीस वर्षे म्हणजे निव्वळ सुसंस्कृत भाड्यांनी गाजवली. कोणासाठी ह्यांनी काही केलं नाही. आपापले लोक वर घातले. सगळ्या मराठी लोकांसाठी शुद्धलेखन नीट करावं हेसुद्धा अजून कळत नाही. *चोंच* वरसुद्धा अनुस्वार द्यावा लागतो! हे काय खरं आहे? पण आपण काहीतरी करू. सारंग उत्साहात आहे, म्हणजे लेखन काही कमी पडायचं नाही. पोरटं ग्रेट आहे.

रविशंकरच्या कार्यक्रमाचा हिशेब नाम्याकडे कुठे गडप झाला तो कुणालाच

कळला नाही. त्यानं म्हणे मुंबईतल्या मोठमोठ्या लोकांना तिकिटं खपवली होती. त्यांच्याकडे एकसारखं जाऊन नव्या साहित्याला उत्तेजन कसं मिळालं पाहिजे हे पद्धतशीर रुबाबानं सांगून शंभर शंभर रुपये उपटले होते. श्रॉफनंही शंभर दिल्याचं सांगितलंच, महाजननीही शंभर रुपये दिल्याचं कळलं.

नंतर नाम्यानं स्वतःच एक नवी तरकीब शोधून काढली : मराठीत पुस्तकाच्या किमती इतक्या भरमसाट आहेत की सामान्य वाचकाला पुस्तकं घेणं परवडत नाही. प्रकाशक आणि पुस्तक-विक्रेते मधे मलई खाऊन जातात. लेखकही दरिद्रीच राहतो आणि वाचकाच्याही खिशाला चाट बसते. तर आपण हे मोडून टाकू या. थांबा! वाट पाहा!

अशी पाच हजार कार्डं छापून महाराष्ट्रात आणि मुंबईत सगळ्या महत्त्वाच्या ठिकाणी पोस्टानं पाठवून दिली.

नंतर महिन्याभरानं नाम्याचं दुसरं कार्ड : स्वस्तात पुस्तकं. दोन सुप्रसिद्ध लेखकांच्या कादंबऱ्या, एक लघुकथासंग्रह आणि एक लहान मुलांसाठी सचित्र गोष्टींचं पुस्तक एवढं वर्षभरात आपल्याला पोस्टानं पाठवू. सगळ्यांची किंमत तुमच्यासाठी दहा रुपये. पाच हजार सभासद होतील अशी अपेक्षा आहे. खालील पत्त्यावर पैसे पाठवा. पहिली ऐतिहासिक कादंबरी दिवाळीत प्रसिद्ध होत आहे.

ही कार्डं घेऊन नाम्या मुंबईत मोठमोठ्या प्रतिष्ठित लोकांच्याकडे गेला. मराठी वाचक तुमचे कायम ऋणी राहतील. केरळातल्यासारखी लेखकांची व वाचकांची संघटना ह्यातून आम्हाला उभी करायची आहे. आम्ही असे असे लोक आहोत. आम्ही कधीच आमचं साहित्य बाजारी होऊ दिलं नाही. वगैरे.

नाम्या बोलायला लागला की कुणावरही मोहिनी घालायचा. कमी बोलायचं, विचार करा, मी पुन्हा येईन म्हणून कोणी काही म्हणायच्या आत निघायचं, बोलायची पाळी आली तर घडाघडा मंत्रासारखं बोलून ऐकणाऱ्याला गुंगी आणायची. अर्थात साहित्याची त्याला चांगली जाण होती. कुठून तरी दोस्तोव्स्की किंवा मेलव्हिल अशा गाजलेल्या लोकांचं एखादं सूचक विधान वापरायचं, काही वाटत असेल तर करा; नाहीतर घर आणि ऑफीस करणारे बँकेत पैसे टाकणारे हजारो आहेत, कोण कोणाला विचारतं, असं म्हणायचं. शिवाय कोणत्याही वेळी हा मोकळाच असल्यानं योग्य वेळी हा गिऱ्हाइकं पकडायचा. कोणाकडे सकाळपासून जाऊन बसला की कोपऱ्यात शांतपणे डोळे विस्फारून निर्विकार पाहात बसायचा. तिथे जेवणाची वेळ झाली की त्या माणसाबरोबरच शांतपणे जेवून पुन्हा संध्याकाळपर्यंत बसून राहायची तयारी. शिवाय मुंबईत वेगवेगळ्या वर्तुळांत प्रत्यक्ष फिरकला असल्यानं सिनेमाच्या डायरेक्टरांपासून तर गाणारे,

वाजवणारे, लेखक, चित्रकार, नाटकवाले — सगळ्यांवर हा प्रत्यक्ष माहितीवजा बोलायला वाकबगार. त्यामुळे कोणीही माणूस घेरला जायचा आणि पैसे काढून द्यायचा. असं रोज एक गिऱ्हाईक गाठलं तरी मुंबईत हजारो लोक आहेतच. अशा पद्धतीनं त्यानं कोणाकडून पाचशे, कोणाकडून हजार असे पैसे काढले. मजा केली. आता पुस्तक काढतोच म्हणून वर्षभर चालढकल केली. दारूत रात्री घालविल्या.

तसं पाचसात वर्षांपासून तो मित्रांकडून चहा, जेवण, सिग्रेटी, पैसे असं उकळत भिक्षुकासारखा ह्या मित्राकडून त्या मित्राकडे हिंडतच असायचा. एखाद्याला चिकटून बसला की त्याला सोडायचं नाही, निदान तो जे खातोपितो ते तरी आपल्याला मिळेलच अशी इतरांच्या चांगुलपणाची खात्री बाळगून त्याला बिलगून राहायचं असा नाम्याचा रोजचा कार्यक्रम. बहुतेकांना बसल्याबसल्या मुंबईतल्या सांस्कृतिक क्षेत्रात काय चाललं आहे, हे याच्याकडून कळायचं म्हणून एक जेवण काही जड वाटायचं नाही. पण चांगल्या चांगल्या लोकांजवळ असं फिरलं की रस्त्यात त्यांना भेटणाऱ्या लोकांजवळ याचा रुबाब वाढायचा. पुढे केव्हातरी वर्षा-दोन वर्षानं ह्या नव्या लोकांना घेरायचं हे तो तेव्हाच ठरवून ठेवायचा. त्यातून पूर्ण वेळ मोकळा असल्यानं कोणाची सिनेमाची तिकिटं काढून ठेवायचा म्हणजे आपल्यालाही त्याच्याबरोबर सिनेमा. किंवा कोणाबरोबर तिरुपतीलाच त्याच्या खर्चानं जावं असंही बऱ्याचदा व्हायचं. मुंबईत पैशांना कोणी पाहत नाही. असा एखादा माणूस बरोबर असला की पैसा कितीही जावो. कुठे गांजा मिळतो, कुठे दारू मिळते हा मुंबईचा भूमिगत नकाशाही त्याला इतक्या वर्षांच्या भटकेगिरीमुळे माहीत होता. एकूण माहिती असण्यात नाम्यासारखा माणूस दुसरा नव्हता. ह्याचा बरोबर उपयोगही त्यानं करून घेतला.

मोठमोठ्या ऑफिसरांपासून ते चांगदेवसारख्यांपर्यंत सगळ्यांकडून त्यानं पैसे काढले होते. पैसे काढायच्याही सर्व युक्त्या त्याला माहीत असायच्या. म्हणजे रात्री अकरा वाजता नारायणच्या घरी जाऊन दारातच — थोडे पैसे हवे होते. मिळतील का? असं म्हणायचं. किंवा चांगदेवला संध्याकाळी गाठून चौपाटीवर फिरता फिरता हा सुरू करणार — समज की मैलच्या मैल गवत पसरलं आहे... हिरवंगार. आणि वर निळीपिवळी फुलं आणि त्यावरून रणगाड्याचा एक कबिला चालला आहे... कसं वाटेल?

किंवा — तू एकदा तिकडे जाऊन येच. प्रचंड चाफ्याची झाडं फुलली आहेत. पांढरी, सोनेरी झाडं... सबंध डोंगर भरून. आणि काळेभोर भुंगे, भुंग...भुंग करत फिरताहेत... भुंगे म्हणजे किती? हजार... दहा हजार... वीस हज्जार... चाळीस

हज्जार काळेभोर भुंगे! कुणीतरी ओव्याच म्हणतंय असं वाटतं. खरं म्हणजे वाल्मीकीला अनुष्टुभ छंद असं काही ऐकूनच सुचला असावा दंडकारण्यात. तू ऐकच.

आणि वाल्मीकीचं अरण्य, फुलांची झाडं, हजारो भुंगे, त्यांचे हजारो लयबद्ध आवाज सगळं कल्पनेत आणून चांगदेव गुंग झाला आहे असं पाहताच नाम्या हळूच मरीन लाइन्स स्टेशनजवळ एकदम उभा राहून म्हणतो, अरे तुझ्याकडे दोनेक रुपये आहेत का?

पुन्हा मागतांना बेफिकिरी! दिलं तर बरं असं आधीच प्रयोगांती यशस्वी ठरलेलं धोरण. चांगदेवनं गुपचूप दोन रुपये काढून दिले. चाळीस हजार भुंग्यांनंतर दोन रुपये काही विशेष वाटायचे नाहीत. अशी दरवेळी नवनवी युक्ती.

मुंबईत कोणत्याही क्षणी नाम्या कोणाला तरी गुंग करून पैसे काढायच्या मोहिमेत असतोच, हा विचार चांगदेवला फार भयंकर वाटायचा. शहरात अशी प्रजा वाढत जाणार, न कमावता पैसे उकळण्याची कला अनेक रूपं धारण करणार हा विचारच भयंकर होता.

नंतर हळूहळू परीक्षाही जवळ येत चालली होती. परीक्षेची वेगळी तयारी करायची जरूर नव्हती. कसंही बसलं तरी नापास व्हायची भीती नव्हती. तसं एकदम चांगले पेपर लिहायची दगदग त्याला करायची नव्हती आणि मध्यम प्रतीचं लिहिलं तर कसेही मध्यम प्रतीचे मार्क मार्क पडतातच, तेव्हा जादा आटापिटा करायची जरूर त्याला वाटली नव्हती. कसून अभ्यास करायला जी पुढच्या आयुष्यातली स्वप्नं लागतात ती त्याच्याजवळ नव्हती. म्हणून वाटेल ते वाचत राहणं, मित्रांकडे फेऱ्या मारून **आपट**चे पैसे जुळवायचे, कागद स्वस्तात कुठे कसा मिळेल हे पाहायचं, कव्हरचा कागद दुसरीकडून काढायचा, मॅटर जमवायचं, जुळवून पाठवायचं, पुण्याहून नेहमी ये-जा करणारे टाइम्सच्या ऑफिसातले एक गृहस्थ अंकाचे गठ्ठे घेऊन यायचे. तशी तारीख शंकर कळवायचा, त्या दिवशी तिकडे जाऊन यायचं. अंक घेऊन हातोहात सगळीकडे वाटायचे. पोस्टानं पाठवायची वेष्टनं आधीच पत्ते लिहून तयार ठेवलेली असायची, अंक आला की कोणाला तरी बरोबर घेऊन बांधून तिकिटं लावून पोस्टात टाकून यायचं. बऱ्याचदा हे सगळं चांगदेवला एकट्यालाच करावं लागायचं. भयंकर थकवा यायचा. सिग्रेटी पिऊन पिऊन काम तडीला न्यायचं

आणि अंक नजरेआड झाला की पाय ताणून चिकार झोपी जायचं. जाणकार लोकांना **आपट** एकदम पसंत पडत होतं.

हळूहळू **आपट**चे दहा रुपये जमा करणं कठीण होत चाललं होतं. काहीजण पैसे काढून देणं मुद्दाम पुढे ढकलायचे. त्यांच्याकडे तीनचारदा जावं लागायचं. काहींना केव्हा ही कटकट संपेल असं वाटायला लागलं होतं. तिकडे शंकरचा आणि इकडे चांगदेवचा उत्साह लवकर संपला तर बरं म्हणून काहीजण मुद्दाम चांगदेवला फेऱ्या मारायला लावायचे. तो तिसऱ्यांदाही आलाच हे पाहिलं की नाइलाजानं दहा रुपये काढून द्यायचे. **आपट**चे वर्गणीदार केव्हातरी चारपाचशे होतील आणि मग आपली पायपीट संपेल असं चांगदेवला फार वाटायचं. पण तोपर्यंत आंग झोकून देऊन काम करत राहू असं त्यानं ठरवून टाकलं होतं. पुढची दिशाच काल्पनिक होती. आताचं थकून जाणं हेच खरं होतं.

खरं म्हणजे पायी याच्यात्याच्याकडे जाण्यापेक्षा आणि त्यांच्या ठरलेल्या वेळी तिथे पोहोचण्यापेक्षा फोन करणं बरं होतं. पण तेवढं पायी चाललं तर फोनचे दहा पैसे वाचतात ते चहाला कामी पडतात असा चांगदेवचा हिशेब होता. शिवाय **आपट**मुळे मुंबईत नाही नाही तिथे ओळखी झाल्या होत्या. तसा त्यांचा उपयोग काहीच होण्यासारखा नव्हता, पण इतके लोक एकदम चांगल्या ओळखीचे होणं ही काही कमी समाधानाची गोष्ट नव्हती. झिंगून गेल्यासारखं अघोरी राबणं चाललं होतं. अधूनमधून पाठीतून कळा यायच्या. डोकं बधिर व्हायचं. तरी ही पायपीट जोरात चालली होती. खरं म्हणजे दुःख दाबून टाकावं म्हणून तो जास्तीतजास्त खोलीबाहेर राहायचा. खोलीत फक्त झोपायलाच. नाहीतर दिवसा पूर्वीसारखं खोलीत पडून राह्यलं तर वेड लागायची पाळी होती. दिवस अत्यंत वाईट होते. पण मेंदूवर काळं पटल कधी चढू द्यायचं नाही असं त्यानं अगदी ठरवून टाकलं होतं. मनानं सारखं आडवं पसरत राहावं, कधीही वर किंवा खाली मनाला जाऊ द्यायचं नाही, हाच एक आनंदाचा मार्ग होता. सारखं कोणाला न् कोणाला भेटत राहावं, त्याच्याबरोबर चहा घ्यावा. विनोद करावे. गंभीर जगण्याच्या गोष्टी कराव्या, अच्छा भेटू म्हणून पुन्हा दुसरीकडे जावं. हल्ली माणसांचा संबंध जास्त-जास्त असावा, असं त्याला वाटायला लागलं होतं. आतले स्फोट आतल्या आत जिरवून टाकायचे, कधी चेहऱ्यावरसुद्धा काही हादरे दिसू द्यायचे नाहीत, सारखं पायांवर उभं राहात फिरून फिरून दमून खोलीवर यायचं ते एकदम झोपायचंच. शाळेतही तो भयंकर काम करायला लागला. रविवारीही जादा तास घ्यायला लागला. श्रॉफ, महाजन ही कौटुंबिक मंडळी कायम त्याच्या प्रकृतीवर आणि लग्नावर बोलायची म्हणून तिकडे फिरकणंही त्यानं बंद केलं होतं. एखाद दिवशी

बातमी कळेल तेव्हा त्यांना सगळं उमगेल. एकदम प्रचंड लांबरुंद चौथरा घालून ठेवायचा आणि मग एकदम सूर मारून गायब. हे जास्त चांगलं.

इतके दिवस निदान सकाळी झोप पुरेशी मिळायची. पण चौहानला कुठल्यातरी सिनेमाची असिस्टंट डायरेक्टरशिप मिळाल्यापासून तो हल्ली रात्रभर अंधेरीला स्टुडिओतच असायचा आणि सकाळी होस्टेलवर परतायचा. त्यावेळी चांगदेव नुकताच झोपलेला असायचा. पहाटे सहाच्या सुमाराला पहिल्या गाडीनं तो चर्चगेटला यायचा. आल्याबरोबर घाईघाईनं खोलीत शिरून, घाईघाईत दाढी आटोपून आंघोळ उरकून चेहऱ्यावर कलाकुसर करून मग तो पुन्हा आठनऊच्या सुमाराला चांगदेवला उठवून दरवाजा बंद कर ले यार, चोर बहुत हो गये हैं आजकल, असं म्हणून बाहेर पडायचा.

मग चांगदेव संतापून दार धाडकन् बंद करून झोपायचा. त्यानं दार बंद केल्याशिवाय चौहान जायचाच नाही. खोलीत कॅमेरा, टेपरेकॉर्डर वगैरे त्याच्या भारी- भारी वस्तू स्मगलरांकडून घेतलेल्या होत्या. घरून पळून आल्यामुळे त्याचीही हलाखीचीच स्थिती होती. त्यामुळे जवळच्या होत्या त्या वस्तू तो जीवापाड सांभाळायचा. चांगदेवसारखाच तोही कधी वर्गात जायचा नाही. निव्वळ होस्टेलसाठीच त्यानं हिंदी एम. ए. जॉईन केलं होतं. एम्. ए.ची ही दोन वर्षं संपल्यावर राहायची व्यवस्था काय करायची याची त्याला आतापासून काळजी पडली होती. त्याच्या आत एखादा बऱ्यापैकी रोल मिळून थोडेफार पैसे मिळत गेले तर बरं अशीही त्याला आशा होती. पण तूर्त फुकटच स्टुडिओचं सगळं हमाली काम करायला लागत होतं. डायरेक्टरची कलकत्ता पानं आणून ठेवून ती त्याला लागतील तसतशी देण्यापासून तर चहा-बिस्किटं, व्हिस्की, खर्चाची नोंद, डायरेक्टरची डायरी नीट नोंदत राहाणं, शूटिंग झाल्यावर स्टेज साफ करून स्टुडिओ मॅनेजरच्या हवाली सगळं सामान करणं, मुंबईभर पायपीट करून हव्या त्या लोकांना व वस्तूंना आणणं, नटनट्यांना डायरेक्टरच्या गाडीतून हवं तिथं सोडणं, त्यांची व्यवस्था — असली कामं करून शेवटी एका सिनेमात मालिश करणाऱ्याचं काम त्याला वर्षभरानंतर मिळालं! आणि आता एका टांगेवाल्याचं पाचदहा मिनिटाचं कामही त्याला मिळणार होतं!

चौहानच्या ह्या मूर्खपणाबद्दल चांगदेवला त्याचा मनापासून तिरस्कार होता. तशात तो हल्ली सकाळी सगळा गोंधळ माजवून झोप बिघडवायला लागल्यापासून तर चांगदेव चौहानवर फारच चिडला. वॉर्डनकडे तक्रार करावी असं तो रोज सकाळी त्रासून ठरवायचा. खरं म्हणजे सगळ्यांनी रात्री साडेनऊच्या आत

होस्टेलमध्ये यायला पाहिजे असा नियम होता. पण गुरख्याला पैसे देऊन सगळेजण उशिरा परतायचे. चांगदेव नेहमीच उशिरा यायचा. तेव्हा गप्प बसल्याशिवाय इलाज नव्हता.

त्यातून चौहानला भेटायला येणारी नवशिकी बायकी चेहऱ्याची पोरंही हल्ली वाढत होती. ती दरवाजा ठोठावून चौहान किधर गया? कब गया? जरा पेन दीजिये चिठ्ठी लिखके रखता, कागज मिलेगा? उनको दे दीजिये, असं काहीतरी लावून चांगदेवला सकाळी झोपूच द्यायची नाहीत. एकूण शेवटी चडफडत जागरणामुळे तांबारलेले डोळे घेऊन तो आंघोळ करून बाहेर पडायचा. कशाचाच कशाला मेळ राह्यला नव्हता. उपासमार, दगदग, पायपीट, जागरणं — यातून दिवसभर त्यचं मन धगधगत राहायचं. हिंदी सिनेमात चौहानसारखे लोक असतात म्हटल्यावर तर हिंदी चित्रपटसृष्टी म्हणजे निव्वळ पोरखेळ आहे, असं त्याला वाटलं.

कारण चौहान हल्ली निव्वळ सिनेमातल्या नव्या एक्स्ट्रा पोरींच्या गोष्टी सांगत सुटायचा. पुढे केव्हातरी आपण नायिका होणार म्हणून कुणालातरी लुबाडू देणाऱ्या पोरींच्या कितीतरी गोष्टी! चौहान कधी म्हणायचा, क्या यार लडकी थी! एकदम मधुबाला बनेंगी वशिला लगाया तो! तू तो देखतेही दिवाना बन जायेगा. एक दो दिनमें सालीको दबा देता. देखते रहना. आ हा हा, क्या आँखें थी सालीकी!

कधी तो म्हणायचा, यार चारपाच पहेलवान चाहिये कल शुटिंगके लिये. चलते मेरे साथ? मुझे तो मऱ्हेटी आती नहीं.

कधी काम जास्त झालं तर म्हणायचा, पार्टनर, साले ये पंजाबी और बोंगाली लोग फिल्ममें इतने एस्टॅब्लिश हो गये हैं की तुम्हारे हमारे जैसे लोगोंको कुछ स्कोप नहीं. सब अपने अपने भतीजे उपर डाल देते! चारपांच सालमें साले हीरो बन जाते बुद्दू! और हम... अब क्या करे... सोना मत यार इतने जल्दी! कुछ बातें कर. सुबह सुबह क्या सोता यार?

चांगदेवला या कशातच काही रस नव्हता. पण चौहान त्याला झोपू द्यायचा नाही. मग तो चिडून त्याला म्हणायचा, तेरे जैसे गधे क्या हीरो बनेंगे? अब मुझे सोने दो भेनच्योद! पांच बजे तो सोया मैं, और ये तेरी किरकिर... जाव बाहर जल्दी.

इधर मेरी जिंदगी बरबाद हो रही है पार्टनर... दो आरजूमें कट गये, दो इंतजारमें... जूते सरपर लेनेके दिन कभी हटतेही नहीं. जब बंबई आया तो क्या क्या अरमान थे यार! लेकिन रुकना कितने साल? बताइये...

त्याचं हे म्हटलं तर करुण होतं, म्हटलं तर हास्यास्पद. कारण आठ दिवसांनी

तो पुन्हा एखाद्या झक्क सतरा वर्षांच्या पोरीबरोबर कशी रात्र घालवली हे उशी मांडीत घेऊन सांगायचा. कुठल्यातरी फालतू फिल्मी मासिकातल्या एका माणसाला पार्ट्या देऊन देऊन पोरी पुरवून त्यानं त्या मासिकातल्या **नये सितारे** ह्या सदरात वाट्टेल ती खोटी माहिती स्वतःच्या फोटोखाली छापून आणली होती. पत्ता होस्टेलचा होता आणि नव्या लोकांना फिल्ममध्ये प्रवेश करायला **आप हरगिज मदद करते हैं** असंही त्यात होतं. त्यामुळे हिंदुस्थानातल्या कुठूनकुठून त्याला पत्रं यायला लागली, फोटो यायला लागले. त्यातली पोरींची पत्रं, फोटो तो सांभाळून ठेवून पोरांची फेकून द्यायचा. पोरींना पत्रं पाठवायचा. क्वचित स्टुडिओत काम करत असतांनाचे मोठमोठ्या नटनट्यांच्या आसपासचे स्वतःचे फोटोही पाठवायचा. ह्या... ह्या सिनेमात मी हीरो होणार आहे असंही ठोकून द्यायचा. एकूण ह्या जाळ्यात त्यानं बऱ्याच पोरी पकडल्या होत्या. त्यातली एक तर थेट याला कळवून लखनौहून मुंबईतच येऊन धडकली होती. तिनं घरचे दागिने वगैरे बरेच आणले होते. तिला यानं फिल्ममध्ये घुसायचं टेक्निक बरोबर पटवून दिलं. त्यानुसार आलिशान हॉटेलमध्ये खोली घेतली. मुंबईतले कपडे शिवले. रिवाज शिकवले. लवकरच प्रोड्यूसरकडे नेतो, डायरेक्टरकडे नेतो म्हणून पंधरा दिवस हा एकसारखा तिच्यावर कामतृप्त होत होता. फार सुंदर पोरगी होती म्हणे. तिचा आवाजही फार सुंदर होता म्हणे. तिला एक ग्रुपसाँगमध्ये घुसडून द्यायला असिस्टंट म्युझिक डायरेक्टरला सांगितलं होतं. एकदाची ती तिकडे गेली की मग हातातून सुटली तोपर्यंत ती माझ्या अशी कवेत आहे, असं म्हणून तो डोळे मिटून उशी दाबत राहायचा!

नंतर त्या उच्च आकांक्षा घेऊन आलेल्या पोरीचे पैसे संपले. सिनेमात काहीच प्रवेश झाला नाही. हेही चौहान सहज झाल्यासारखं सांगायला लागला आणि तेव्हा डोळ्यांवर हात लावून उजेड चुकवत चांगदेव अतिशय दुःखी होऊन पडून राह्यला. कोण असेल ही मुलगी... इतकी सुंदर पण इतकी मूर्ख. कठीण आहे... कठीण आहे. पुरुष कसेतरी सुटतात कशातूनही, पण स्त्री असणं आणि सुंदर असणं म्हणजे तर भ्रष्ट होण्याचा शापच जणू कायम! सगळा बांध फुटला आहे आणि धो धो धरणाचं पाणी फुटलं आहे चोहीकडून... असं काही तरी डोक्यात भरून गेलं आणि अर्धवट गुंगीत तो पडून राह्यला.

नेहमी सकाळी भूक लागलेली असायची. थकवाही मेंदूपर्यंत जाणवायचा. झोप घेणंही शक्य नसायचं. कारण चौहानची बडबड संपल्यावर तो जायला निघाला की दरवाजा बंद करायचं एक शिल्लक असायचंच. असे झोपेशिवाय दिवसामागून दिवस.

...मला हे कळूच शकत नाही. मला समजूच शकत नाही. पुन्हा तेच! आयम् शॉक्ड, आयम् रीअली शॉक्ड, पाटील. परीक्षेला बसून काय फायदा, नोकरी करून तरी काय फायदा? आम्ही सगळे नोकऱ्या करतो ते आम्हाला आवडतं म्हणून का? फूटपाथवर उन्हात तो न्हावी पाहा हजामत करत बसला आहे. चार आण्यात! ते काय त्याला आवडतं म्हणून? ही तुमची अनार्की ह्याआधी कधीही इतिहासात सापडत नाही... मॅट्रिक झाल्यावर हा लिफ्टमन लिफ्टची नोकरी करतो, तू एम. ए. झाल्यावर कॉलेजमध्ये शिकवणार. ह्यात काय फरक आहे, माझ्या लक्षात येत नाही! आय डोन्ट अण्डरस्टँड धिस! कुणाला शिकवण्यात तुला काय कमीपणा वाटतो? नोकरी ती नोकरी. आय डोन्ट अण्डरस्टँड धिस. आय डोन्ट... आणि ती लिटल मॅगझिनची वीसपानी चोपडी मोठ्या हिमतीनं चालवून त्यासाठी मरमर मरता तुम्ही, त्याचा तरी काय उपयोग? सिग्रेटी पिता तेवढ्याचं काही खाल्लं केळी, ब्रेड तर तब्येत कशी राहणार नाही. हे पाहा, मिस्टर पाटील, सगळ्याच गोष्टी वाया जाणाऱ्या असतात. एव्हरीथिंग इज अ कलोस्सल वेस्ट. त्यात आपण आपल्यालाही झोकून द्यावं... त्यात हिरीरीनं भाग घ्यावा.

जुनाट लिफ्ट घों घों करत वरच्या मजल्यावर पोचली. प्रिन्सिपॉल महाजन रागातच एकटे बाहेर पडले. खालूनच कुणीतरी बटन दाबलं असेल म्हणून लिफ्टची दोन्ही दारं बंद झाली आणि तो लिफ्टबरोबर खालीच एकदम उतरला. पुन्हा वर जाण्याची इच्छा नव्हती. जरूरही नव्हती. हे असं कुठवर चालणार? नशीब. नशीब. महाजनशी फारच स्पष्ट बोललो... चांगदेव तोंडावर फटका बसल्यासारखा बाहेर पडला.

का बुवा एकदम असं? हिंदी सिनेमा नको तर इंग्रजी बघू.

तेही तेच. मला तर हल्ली सगळ्याच बनवलेल्या गोष्टींच्यामागे फसवाफसवी, उपासमार, धडपड आणि ट्रॅजिक लाइफ दिसतंय. कवितासुद्धा बिचारे कवी धडपडून करतात आणि आपण वाचतो. मळमळही व्हायला लागलीय मला सारखी. हे अंक घे जरा...

तुला धापही जबरदस्त लागते आहे चांगो. जरा बसू या खाली जिन्याखाली. सिग्रेटी तरी बंद कर की!

आपटचे अंक घेऊन सारंग आणि चांगदेव पोस्ट ऑफीसच्या पायऱ्या चढत असतांना चांगदेव फार मागे पडत होता. सकाळपासून चहाशिवाय पोटात काही नव्हतं. काल रात्रीही थोडंसं काही खाल्लं होतं. झोप तर कित्येक दिवसांपासून चांगली झाली नव्हती.

तरी तो रेटून जिना चढायला लागला. डोकं सपाटून दुखत होतं. छाती सूं सूं वाजत होती. पाठीमागून आत काहीतरी बारीक सुईसारखं टोचत होतं. ते जोरात झुरका घेतला की थांबेल म्हणून त्यानं सिग्रेट कसून ओढली. जरा वेळ टोचणं थांबलं. पण लगेच एक प्रचंड कळ निघून त्याचं अवसान गेलं. सगळे अंक खाली पडले. कपाळावर दरदरून घाम आला. तो कोलमडला.

सारंग धडपडून त्याला सावरत म्हणाला, काय होतंय पाटील? बसायचं का जरा वेळ इथे?

काही नाही... मला वाटतं बसू या.

चारपाच पायऱ्या खाली उतरलं तर रिकामा कोपरा होता तिकडे तो आपण होऊन धडपडला. पण दोनतीन पायऱ्या उतरल्याबरोबर तो कोसळला.

सारंग रडकुंडीला येऊन काय करावं, काय करावं करत त्याला धरून उठवायला लागला. जिन्यारून येणारेजाणारे थांबले. कोणी नुस्तं पाहून गेले. कोणी म्हणाले, पाणी मागवा. एकजण म्हणाला, टॅक्सी आणा. पळा.

चांगदेव भयानक कण्हत होता. डोळ्यांपुढे अंधारी होती आणि हवं तेच होतं आहे हे तो समजला होता. पण वेदना सहन होत नव्हत्या.

सारंग पळत पळत रस्त्यावर गेला. दिसेल त्या टॅक्सीपुढे जाऊन दोन्ही हात करून थांबवू लागला. अधूनमधून जिन्यावर कचऱ्यासारखा पडलेल्या चांगदेवचं काय झालं असेल या कल्पनेनं तोही घाबरून गेला. तेवढ्यात कुणातरी दोघाजणांनी चांगदेवला उचलून रस्त्यावर आणलं. एक टॅक्सीही आयतीच येऊन थांबली. त्याला आत कोंबलं. सारंग पुढे बसला. टॅक्सीवाल्यानं ॲक्सिलेटर दाबून घाईघाईनं चाक फिरवत विचारलं, कहाँ?

सारंग मोठमोठ्यानं विव्हळणाऱ्या चांगदेवकडे पाहून म्हणाला, कहाँ?

तोपर्यंत टॅक्सी बरीच पुढे गेली. सारंग पहिल्यांदा म्हणाला, चर्चगेट. युनिव्हर्सिटी होस्टेल. नंतर भानावर येऊन म्हणाला, डॉक्टर मालूम है इधर कोई?

टॅक्सीवाला सारंगकडे तिरस्कारानं पाहत चाक वळवत, ब्रेक लावत ॲक्सिलेटर दाबत कुलाब्यात भरधाव घुसला. एका डॉक्टरच्या दवाखान्यासमोर उभं करून आत पळाला. स्ट्रेचर आलं. चांगदेवचं ओरडणं बेसुमार वाढलं होतं. आत डॉक्टर तयारच होते. स्टेथॉस्कोप लावून त्यांनी टॅक्सीवाल्याला सांगितलं, जल्दी हॉस्पिटलमें ॲडमिट करो. सिरिअस केस. भागो.

पुन्हा कर्कश हॉर्न वाजवत भरधाव टॅक्सीतून व्ही. टी. जवळ हॉस्पिटलमध्ये. तोपर्यंत चांगदेवचा आवाज संपत आला होता. पण डोळे सताड उघडे होते. हललं तर छातीत कळा यायच्या. थोडं बोलताही यायचं. कॅज्युअल्टीत एका लांब टेबलावर दिव्याखाली तो उताणा पडून होता. सारंग धावाधाव करून डॉक्टरांना, नर्सला शोधत होता. पण सगळेजण काहीतरी कार्यक्रम असल्यानं ग्रुप फोटोला गेले होते. कोणीही जाग्यावर नव्हता. सारंग आईबहिणीवरून शिव्या देत शोधत होता. फोन उगाच फिरवून पाहत होता. अधूनमधून आत येऊन चांगदेवला हात लावून घाबरू नकोस असं सांगून पुन्हा बाहेर जात होता.

पंधरावीस मिनिटांनी सगळे डॉक्टर, नर्सबाया, पोरी थट्टाविनोद करत सुपाऱ्या चघळत आल्या. सारंगच्या आरडाओरडीचा काहीच परिणाम झाला नाही.

चांगदेवच्या बाजूला दुसऱ्या एका टेबलावर एक फटक्या कपड्यातला माणूस निजलेला होता. त्याच्या बाजूला दुसऱ्या दोन वेगवेगळ्या रंगांच्या तुकड्यांचं आखूड लुगडं नेसलेली बाई चिंतेच्या पलीकडे गेल्यासारखी उभी होती. एका पोरसवदा डॉक्टरनं आधी तिकडे जाऊन त्या फाटक्याच्या अंगावरचा घाणेरडा पंचा चिमटीत धरून फेकला. एकेक डोळा उघडून कपाळाकडून पाह्यला. छाती तपासली. आणि पुन्हा पांघरून नर्सला म्हणाला, उचला हे इथून, उठाव. ती बाई तिची आध्यात्मिक मुद्रा मोडून डॉक्टरला म्हणाली, क्या हुआ डॉक्टरसाब? डॉक्टर काहीच बोलला नाही. नर्सनं तिला काहीच सांगितलं आणि तिनं फाटका पदर डोळ्यांना लावला. सारंगनं मान दुसरीकडे फिरवली.

चांगदेवला तपासून स्टेथॉस्कोप वारंवार लावून डॉक्टर सारंगला म्हणाले, ॲडमिट करा. कार्ड भरून द्या. चलो.

स्ट्रेचरवरून वरचे सिमेंटचे सरे जात जात शेवटी एका प्रचंड मोठ्या हॉलमध्ये उंच छत. मधल्याच एका कॉटवर त्याला ठेवलं. भराभर एकेक नर्स येऊन तिचं काम करून गेली. एकीनं कपडे बदलले. प्रचंड लांब सदरा आणि आखूड विजार चढली. दुसरीनं गोळ्या आणि कडू औषधं, तिसरीनं तोंडात थर्मामीटर आणि हातात हात घेऊन त्याची नाडी मोजणं. कितीतरी दिवसांनी असा त्याच्या अंगाला लागत होता. सारंग इतका वेळ अस्थिर मनानं उभाच होता. चांगदेव त्याला क्षीणपणे म्हणाला, रात्र झाली. तू जा.

बोलू नकोस. मी जाईन. तुझं सगळं होऊ दे. तुझ्या नातेवाइकांना निरोप द्यायचा का? जाता जाता मी देईन.

नको, नको. मी जिवंत आहे. काही होणार नाही.

उद्या येतो म्हणून सारंग तिकडे डॉक्टरला काही सांगून, काही विचारून पुन्हा त्याच्या जवळ येऊन उद्या आम्ही सगळेच येतो म्हणून झपाट्यानं निघून गेला.

मन आता निर्विकार होतं. एक विचित्र प्रवास संपला. शिकवणं, वाचणं, रस्तेरस्ते वळणं, चढणं-उतरणं, गाड्या बदलणं — सगळं एकदम थांबलं. नर्सनं जरासुद्धा हिलना नही असं अत्यंत संतापून सांगितलं होतं. त्यामुळे उताणं पडून सबंध पाठीखाली, पायाखाली, डोक्याखाली प्रचंड जुनाट पलंगाचा आधार होता. असा भक्कम आधार पाठीला कित्येक दिवसांत नव्हता. आता बहुतेक उठणं चुकलंच. अशा हॉस्पिटलात बहुधा माणसं मरूनच बाहेर येतात. तो हव्या त्या ठिकाणी आला होता.

जरा वेळानं वर दोनतीन चेहरे दिसले. एक तरुण डॉक्टर होता आणि एक तरुण डॉक्टरीण. ते दोघेही प्रेमी लग्न करायच्या विचारात होते. लग्न झाल्यावर कुठे कसा दवाखाना टाकावा याचा विचार क्वार्टर्सवर करत असतांनाच त्यांना बोलावलं गेलं होतं. चांगदेवकडे पाहायच्या ऐवजी तो डॉक्टर तिच्याकडेच जास्त पाहायचा. ती तरणी डॉक्टरीण नुसती लाजत त्याला दुजोरा द्यायची. त्याचा केसपेपर कसातरी तयार करून दोघे जण पुन्हा आधीच्या गप्पांत रंगून जाणार होते. त्यामुळे त्यांनी इंग्रजीत विचारलेल्या प्रश्नांना सुरुवातीला घाईत उरकायचं स्वरूप होतं. पण नंतर-नंतर डॉक्टर चिंतेत पडत चालला. पेन दातात चावून मान हलवायला लागला.

तुम्हाला ह्याआधी काही सिरिअस इलनेस झाला होता?

पुनः पुन्हा हा प्रश्न विचारला. जरा वेळानं फिरून विचारला तरी चांगदेव काहीच बोलला नाही. मग तर चिडून ओरडला, तुम्ही खरी माहिती दिली तर ते तुमच्याच हिताचं आहे.

चांगदेवनं त्याच्याकडे दुर्लक्ष केलं. नंतरच्या किरकोळ प्रश्नांना मात्र त्यानं बरोबर उत्तरं दिली. डॉक्टर हळूहळू गोंधळात पडला. त्याच्या डॉक्टरीण प्रेयसीलाही हे सगळं अजब होतं. ती जास्त जास्त करुणेनं चांगदेवकडे पाहायला लागली. दारूही पितो. सिग्रेटी चारमिनार चार तरी पाकिटं रोज, पुन्हा तंबाखूची पानं, भूक कमी. जेवण पूर्ण बहुधा नाहीच. ताप खोकला कधी येत नाही, नखं काळी पडलेली, डोळे निस्तेज, वजन पूर्वीसुद्धा कधी केल्याचं आठवत नाही. सगळं विचित्र होतं. काही कारण सापडत नव्हतं. पेन चावत तो डॉक्टर अत्यंत अस्वस्थ झाला. डॉक्टरणीचा हसरा चेहराही चिंतातुर झाला, त्यांचा आधीचा सगळा मूड निघून गेला. केसपेपर तिथेच लावून ती दोघं निघून गेली.

मग एका पोक्त, हुशार नाकडोळ्यांच्या मोठ्या डॉक्टरना घेऊन ती दोघं तिथे आली. ते म्हणाले, हॅलो! यंग मॅन, गुड इव्हिनिंग!

मग केसपेपर न्याहाळत एका रिकाम्या जागेवर बोट ठेवत पोक्त डॉक्टर म्हणाले, ते नंतर बघता येईल. याच्यातून वाचला तरच पुढचं पुढं.

पण प्रेमी डॉक्टर म्हणत होता की कम्प्लीट इन्व्हेस्टिगेशन आवश्यक आहे.

नंतर एक काळी, कमळासारख्या डोळ्यांची नर्स ट्रे घेऊन आली. गोळ्या आणि कडू औषध ट्रेमधून त्याला काळजीपूर्वक देऊन पुढे गेली. मग चांगदेवला हळूहळू ग्लानी येत गेली. तो मधुर अशा निर्विकार झोपेत सापडला.

पुन्हा मघाची काळी, कमळासारख्या डोळ्यांची नर्स गळ्यातला क्रूस हातात चाळवत त्याला उठवत होती. उटो, काना काव, असं म्हणून त्याच्या तोंडावर वाकून उठवत होती. तिनं त्याच्या मानेखाली हात घालून त्याला हळूहळू उठवलं. छातीत उजवीकडे प्रचंड कळ आली. पण तो फक्त तोंड दाबून थोडं कण्हला. ह्या मुलीसमोर कण्हणं त्याला बरं वाटलं नाही. तिनं मागे उशी लावून त्याला आधार दिला. मांडीवर ट्रेसारखी चौपाई ठेवून भात, मासे यांनी काठोकाठ भरलेली डिश आणि दुधाचा पेला. भराभरा खाऊन तो उशीला टेकला. चारही बाजूला रोडके, निस्तेज रोगी जेवत होते. कोपऱ्यात कोणीतरी मोठमोठ्यानं करुण ओरडत होता. सगळीकडे पांढऱ्या चादरीवर हे मुंबईनं फेकून दिलेले कचऱ्यासारखे प्राणी. ह्यातला तोही एक. पण त्याला इथून पुन्हा बाहेर मुंबईत जायची इच्छा नव्हती.

रात्री दिवे मालवले जात असतांना त्याला पुन्हा इंजेक्शन गोळ्या औषध आलं. काळी सिस्टर रातमें उटना नहीं, कुच लगेगा तो बेल बजाना, मैं हूँ, म्हणून त्याला पुन्हा अलगद निजवून पांघरूण घालून निघून गेली. चारही बाजूला तरातरा चालणाऱ्या ह्या स्वच्छ नर्समुली, त्यांच्या वरच्या लाल फितींच्या पोक्त बाया पाहून त्याला फ्लॉरेन्स नाइटिंगेलचं चार वर्षांपूर्वी वाचलेलं चरित्र आठवलं.

त्या लोकांनी जगात कायम स्वरूपाचं काहीतरी केलं आहे. ग्रेट लोक आहेत. जीवनावर अलोट प्रेम असलेली तिकडची संस्कृती. आणि आपण खास गलिच्छ इंडियन. पौर्वात्य. पण ह्या नर्सच्या गळ्यातला क्रूस पाश्चात्त्य वाटला तरी तो जेरुसलेमचा आहे. पौर्वात्यच आहे. ख्रिस्तीधर्मातूनच युरोप उभा राहिला. तमाम युरोपीय चळवळींत, शास्त्रांमागे ख्रिस्ती तत्त्वं आहेत. कम्युनिझममध्ये अर्थशास्त्रीय ख्रिस्तीधर्म आहे, फ्रेंच राज्यक्रांतीमध्ये लोकतंत्री ख्रिस्ती जोष आहे, ह्या हॉस्पिटलांच्या पायाखाली दयेची ख्रिस्ती भूमिका आहे. येशू तर मूळ काश्मीरमधला होता असं कुठेतरी वाचलं होतं. आणि ह्या मुलीच्या छातीवर

रुळणारा क्रूस काही परका नाही. हे सगळं आपलंच आहे. आपल्याही देशात ख्रिश्चन कितीतरी आहेत. हिंदुस्थानात सगळंच आहे. ह्या ख्रिस्ती मुली तर तुफान सुंदर दिसतात. मला आता मरण येतं आहे. नाही तर कदाचित मी ह्या ख्रिस्ती मुलीवरच प्रेम केलं असतं. आता सगळं आटपायची वेळ आहे. तेव्हा प्रेम करणंबिरणंही आता गुंडाळून ठेवावं, हे बरं. तिचा क्रूस मोठा होत होत आकाशात वाढत चालला आणि गोळ्यांच्या अमलाखाली त्याला पुन्हा झोप चढायला लागली. क्रूस. क्रूस. क्रूस.

पटापट सगळे लाइट बंद झाले. रात्रपाळीच्या नर्समुली आधीच्यांशी थट्टामस्करी करत, त्यांच्याकडून कुठल्या खाटेवर काय द्यायचं हे समजावून घेत त्यांना मोकळं करून फेरी मारून कामाला लागल्या. चांगदेवच्या तोंडात एकीनं थर्मामीटर टाकलं आणि नाडी पाह्यली. थर्मामीटर तसंच ठेवून ती बाजूला गेली ती बराच वेळ आली नाही. नंतर केव्हातरी आली तेव्हा चांगदेव हसला. ती म्हणाली, रातमें कुछ लगा तो बेल बजाना. उटना नहीं!

तिकडे दोन मुलींनी रेडिओ सुरू केला. सगळेजण झोपत चालले. चांगदेवला झोपेच्या गोळ्या देऊन ती मुलगी गुड नाइट म्हणून गेली. तो रेडिओची गाणी ऐकायला धडपडत होता पण डोळे लागायला लागले. तिकडे बराच वेळ रोशनचा खास कार्यक्रम लागला होता. मधेच बरसातकी रातची त्याला बेहद्द आवडलेली कव्वाली... एका नर्सनं पायानं ताल धरलेला स्पष्ट ऐकू येत होता, त्यातच केव्हातरी तो झोपी गेला... *रुसवाऽ किया खराब किया इस निगाहने... ओ जुल्म बेहिसाब किया इस निगाहने... भई, जी चाहता है चूम लूऽ अपनी नजरको मैंऽऽ....* अफलातून जुने दिवस गदी करून त्याच्या पापण्यांपुढून फिरायला लागले आणि तो गुंगून आपोआप झोपी गेला. कित्येक महिन्यांनी इतकी सुंदर शांतपणे पडून झोप येत होती. हे असंच मरण जर असलं तर पुन्हा उठायची इच्छासुद्धा करवत नाही. आपल्यासारख्या तरुण पोरांना मरणं काहीच भीतिदायक वाटत नाही. ह्या वयात सगळंच अद्भुत, अनाकलनीय वाटत असतं. त्यात एक मरणही असतं. म्हणून युद्धात तरुण लोक मर्दुमकी गाजवत मरतात. तरुण क्रांतिकारक त्वेषानं फासावरून वंदे मातरम् म्हणायचे तेही असेच. सुखानं तडकाफडकी मरणं ह्याच वयात शक्य असतं. डिगंबरसारखं!

रात्री केव्हा तरी त्याला कोणीतरी दाबून धरतं आहे असं वाटल्यानं तो किंचाळून उठला.

नंतर त्यानं डोळे फिरवून पाह्यलं तर फक्त एक दिवा लागला, नर्स मधून चालत चांगदेवजवळून एक फेरी मारून परत गेली आणि दिवा पुन्हा बंद झाला. तो काहीतरी ओरडत उठला होता. सगळं शांत होतं. त्याच्या छातीत काहीतरी जड वेटोळी करून बसल्यासारखं वाटत होतं. प्रचंड धाप लागली होती. सगळं शरीर घामानं भिजलं होतं. पण कुशीवर झोपणंही शक्य नव्हतं. मरण येतच असलं तर व्यवस्थित येऊ दे, आपल्याला आता दुसरी कशाची इच्छा नाही.

आणि तशा अवस्थेत कधी नाही ते त्याला एकटेपणा प्रचंड सामोरा यायला लागला. कधीच नाही ते एकदम लहानपण दिसलं होतं. भाऊ, मोठ्ठा वाडा आणि घरातला स्वैंपाकाचा धूर, धगधगणारी चूल, घरात वावरणारे त्यावेळचे भावाबहिणींचे चेहरे, काकांचे खेळ, भांडणं, आत्याचे खेळ, भांडणं, भिंतीवर भावंडांनी काढलेली चित्रं आणि नावं, शेजारपाजारच्या काक्या, आज्या, म्हातारे, माहेरकरणी. आणि त्यांना तुला भुरगंडा व्हील म्हणणाऱ्या गोंड बाया. एकत्र जमून पापड, बिबडे, कुरडया, शेवया करणाऱ्या सगळ्या मायाळू बाया, त्यांच्या आसपास वावरणारी पोरं, सणामागून सण आणि खाणंपिणं, करमणूक म्हणून लेकरांच्या तोंडात थाना देणाऱ्या गल्लीतल्या लेकुरवाळ्या बाया. ओसरीत जुना करंडा पुढे मांडून वेणीफणी करणाऱ्या बहिणी आणि आत्या, भावाबहिणींचे फाटके कपडे जाड्याभरड्या दोऱ्याने शिवत बसलेली त्यावेळची तरतरीत नाकाची आई... आणि त्याला असंही दिसलं होतं की आई शिवता शिवता अधूनमधून पदरानं डोळे पुसते आहे. आणि ह्यावेळी स्वप्नात ऐकायला येणारे आवाज सोसाट्यानं बदलले होते. त्यांच्या घरामागे गुरवाचं घर होतं, तिथे भिकू गुरव वडाच्या झाडाखाली त्याच्या जुळ्या पोरांना सनई शिकवायचा. ते आवाज लहानपणाशी निगडित झालेले आहेत. पण अचानक विठ्ठलमंदिरातल्या नगाऱ्यांचे आवाज, दाणदाण घंटा. आणि मग डोंगरात गुणगुणणारे मोरपंखी रंगबिरंगी भिंगे.

सगळं आठवावं पण लहानपणचं चौदापंधराव्या वर्षापर्यंतचं काहीही ठरवून आठवू नये असं त्यानं मनाशी ठरवलेलं होतं. ते केवळ नितांत सुंदर जग मनात शुद्ध पवित्र असं राहायला हवं होतं. आता ते आठवून बाटवायचं नाही असं त्यानं ठरवून टाकलं होतं. बालपणावर कविता-कथा लिहिणाऱ्यांचा तो तिरस्कार करायचा, इतकं त्याला स्वतःचं लहानपण तेजःपुंज वाटायचं. ह्या झऱ्यांवर तर तो इतक्या वर्षांच्या दुष्काळात टिकत होता. ते कधी खणून वर आणायचे नाहीत. तिथे त्याची मुळं शांतपणे ओल शोषत असायची. इतकं सुंदर तगडं निरोगी बालपण पायाखाली असल्यावर त्याला कशाची तमा नव्हती.

पण कितीही टाळलं तरी आता ते सगळं वर येत होतं. औषधामुळे का

कशामुळे त्याचा स्वतःवर ताबा राहिला नव्हता. पुन्हा पुन्हा सातपुड्याच्या उंच रांगांमधलं छोटंसं गाव समोर येत होतं. डोंगरातून, झाडाझाडांमधून वर टेकडीवर पोहोचल्यावर भिरार वाऱ्यात उभं राहून खाली झाडाझाडांत वसलेलं दिसायचं. तसंच. बाजूनं संथ वाहणारी प्रचंड तापी. किती टाळलं तरी ही मुळं विसरत नाहीत. आपण कितीतरी अवजड निसर्गशक्तींचे तांडे घेऊन तरंगत असतो... भय, राग, तिरस्कार, वासना, उत्सुकता, स्वाभिमान, स्व-धिक्कार, एकटेपणा, उन्माद, कर्तृत्वशक्ती, असहायता, अनुभव, भावना, संवेदना, विचार, आठवणी, बुद्धी, हक्काची जाणीव... अगणित. एवढ्या गोष्टी आरमारी काफिल्यांसारख्या आपल्या शरीरात संचारत असतात. इतक्या बेहेत्तर गोष्टी एकत्र घातल्यानंच कदाचित त्या एकमेकांवर ग्रहमालांसारख्या ताबा ठेवून आपलं जगणं समतोल करत असाव्यात. आणि मरायच्या वेळी सगळ्या धडका मारून सुट्या व्हायला पाहतात.

खाटेखाली चाचपून भांडं वर घेऊन त्यानं कशीतरी नेम धरून लघवी केली. आणि भांडं पुन्हा खाली ठेवून दिलं. पुन्हा तीच सूर मारून वर येणारी सुंदर चित्रं. पण तो सगळ्यांना दाबून ठेवू पाहात होता. ते सुंदर जग अबाधित राहायला हवं, त्याला आताचे हे डागसुद्धा लागता कामा नयेत. म्हणजे आता स्वप्नं पडू नयेत याची काळजी घेणं जरुरीचं होतं.

सकाळी त्याला जाग आली तेव्हा बराच उशीर झालेला होता. सगळ्या खाटांवर रोगी जागे होऊन चहा पीत होते. पुन्हा काळ्या सुंदरीनंच त्याला उठवलं होतं. संडास नाही म्हटल्यावर त्यानं चूळ भरली आणि मागच्या रांगेतून पुढे सरकणाऱ्या कालच्या चाणाक्ष डोळ्यांच्या मोठ्या डॉक्टरांमागच्या ताफ्याकडे पाहत तो चहात पाव बुचकळून खात राह्यला.

सुंदर डोळ्यांची काळी सिस्टर पुन्हा येऊन म्हणाली, जल्दी कीजिये, बडा डॉक्टर आ रहा. हिलना नै, असं म्हणून तिनं नाडी, ताप मोजून नोंद केली. तिचा क्रूस पुन्हा समोर तरंगत हिंदकळत होता.

मग कालचे चाणाक्ष डोळ्यांचे पोक्त डॉक्टर त्यांच्या बरोबरच्या सातआठ तरुण डॉक्टर-डॉक्टरणींना काही सांगत त्याच्या खाटेसमोर आले. तरुण डॉक्टर-डॉक्टरणी उत्साहानं गळ्यातला स्टेथॉस्कोप चाळवत त्याचा केसपेपर ह्याच्याकडून त्याच्याकडे फिरवून प्रोफेसर काय म्हणतात याचा अर्थ लावत उभे राह्यले. कालचा प्रेमी डॉक्टरही त्यांच्यात होता. पण चांगदेवशी बोलायची कोणाला इच्छा नव्हती. तो क्रूर स्फोटक असा वाटत होता. त्याला मात्र त्या डॉक्टरणी पोरी फार मोहक, लोभस वाटत होत्या. उभ्या, तरतरीत, शास्त्रीय आणि तटस्थपणे उपकारोत्सुक.

चाणाक्ष डोळ्यांच्या प्रोफेसर डॉक्टरनं तीक्ष्ण नजरेनं केसपेपर पाहून सगळ्यांना काहीतरी आश्चर्यदायक समजावून सांगितलं. नंतर प्रेमी डॉक्टरला ते म्हणाले, धिस अमाउंट्स टु सुइसाईड. मग सगळ्या शिष्यांनी फुप्फुस कोलॅप्स व्हायच्या कारणांची चर्चा केली. त्यातलं एकही कारण ह्या तरुण माणसात नाही असं चाणाक्ष डॉक्टरनं सांगितलं. स्मोकिंग, स्टार्व्हिंग, ड्रिंकिंग, मालन्यूट्रिशन ह्यातलं काहीही असू शकेल. आपण ही केस नीट स्टडी करून ठरवू. तोपर्यंत ह्याची तब्येतही थोडी सुधारेल. असं म्हणून ते पुढे सरकले. केसपेपरवर आज काय करायचं हे चाणाक्ष डॉक्टरनं लिहून ठेवलं.

दुपारी चांगदेवला सपाटून भूक लागली होती. सगळे जेवलेही तरी त्याचं जेवण येईना. मग कालच्या प्रेमी डॉक्टर आला आणि त्याच्या मागोमाग स्ट्रेचर. त्याला स्ट्रेचरवर टाकून डॉक्टर आतल्या खोलीत घेऊन आला. डॉक्टरनं तिथे त्याची संपूर्ण कपडे काढून तपासणी केली. चांगदेव आता भीतीनं अत्यंत डळमळत होता. डॉक्टरनं नोकराला पुन्हा कपडे चढवायला सांगितले आणि मग हातातला कागद नाचवत तो म्हणाला, तुम्हाला ह्या आधी कोणती ट्रीटमेंट झाली आहे? सांगून टाकाल तर बरं. कोणती?

चांगदेव गप्प निजून होता. तो म्हणाला, काही नाही.

मग डॉक्टरनं पुन्हा तेच विचारलं. चांगदेव मग ठरवून गप्प बसला.

तुम्हांला बोलताना धाप लागते का? अजून छातीत दुखतंय का?

चांगदेव म्हणाला, नाही.

मग बोला की, हे आम्हाला कळणं आवश्यक आहे.

डॉक्टर संतापल्यानंतर जरा वेळ बाहेर जाऊन आला. अत्यंत भीतिदायक शांतता. जरा वेळानं डॉक्टरबरोबर ती काळी सुंदर डोळ्यांची नर्स. इंजेक्शनची सुई थरथरणाऱ्या हातात वर डोळ्यांसमोर धरून तिनं हलकेच दोनतीन थेंब उडवून सांडले. त्याचा हडकुळा हात पाहून डॉक्टर तुच्छतेनं म्हणाला, खालीच द्या. ढुंगणात इंजेक्शन दिल्यावर मग डॉक्टर करड्या आवाजात तेच ते प्रश्न विचारायला लागला. वी मस्ट नो असं दर वेळी म्हणत. चांगदेव सुरुवातीला भान ठेवून ओरडत होता, लीव मी. आय वॉन्ट टु डाय. डॅम इट. नाही. मी कोणतीच ट्रीटमेंट घेतली नाही. आय अव्हायडेड इट. सिली सिली. पण नंतर आपण नको तेसुद्धा सांगतो आहोत इतपतच त्याचं भान राह्यलं. डॉक्टरनं सस्मित चेहऱ्यानं काहीतरी लिहून घेतल्याचंही. चांगदेवची विरोधशक्ती संपूर्ण संपली. प्रचंड हुरहुरी मात्र चढली. इतकी वर्षं स्वतःचं गुप्तधन म्हणून स्वतःपुरतं ठेवलेलं सगळं त्यांना सांगून टाकलं. तीन वर्षांपूर्वी कोणत्या डॉक्टरनं काय सांगितलं हेसुद्धा.

डॉक्टरनं आता अत्यंत मायेनं आता पुरे, आता बोलू नका. तुमच्या फुप्फुसांवर प्रेशर येईल, इनफ गुड बॉय! म्हणून सहानुभूतिपूर्वक दुसरं इंजेक्शन दिलं. नर्सला सांगितलं, ह्याला ताबडतोब जेवण देऊन झोपू द्या.

मग चांगदेवला बोलता येऊ नये इतका प्रचंड थकवा येत चालला. त्याला पुन्हा मधल्या हॉलमध्ये आणून खाटेवर हळूच टाकलं. स्वतः डॉक्टरनं त्याला नीट खाटेवर ठेवलं. मग आत खूप वेळ फोन करत त्यानं चांगदेवचा केसपेपर काही-काही लिहून भरून टाकला. चांगदेव जेवून झोपायला लागला. आपण हरलो, सगळं हरलो असं पुटपुटत तो डोळे उघडत होता. त्याला झपाट्यानं ग्लानी आली. तरी तो ओठ हलवत काहीतरी सांगतच होता. हळूहळू ओठ शांत झाले आणि कमळासारख्या डोळ्यांच्या काळ्या नर्सनं तोंडात टाकलेलं कडू औषधही गिळवेना, इतकी मधुर गुडूप ग्लानी त्याच्या अंगावर चढली.

नर्सच्या गळ्यातला छोटासा चांदीचा क्रूस हळूहळू प्रचंड मोठा मोठा होत-होत गेला आणि चांगदेवला अत्यंत निर्विकार झोप आली. रात्री कायम डोंगर नदी झाडं रान असं डोक्यात चाललं होतं. आणि फांद्याफांद्यांमधून घूऽ घूऽ करणारे पक्षी. मधेच क्लिक क्लिक असे पक्ष्यांचे आवाज. शेवटून प्रचंड गगनभेदी किंचाळी. चिंचेचं अवाढव्य झाड.

—उठायच्या संवेदना. पुन्हा झोप.

लख्ख उजेड. भूक. पावलोणी आणि चहा. पुन्हा शरीरात जगण्याचं भान. पुन्हा मागून सरकत येणारा डॉक्टरांचा उत्साही तांडा. हॉस्पिटल. मुंबई.

आज मोठे डॉक्टर चाणाक्ष डोळ्यांनी केसपेपर वाचून एकदम आश्चर्यानं त्या प्रेमी डॉक्टरला खाजगी सुरात एकामागून एक प्रश्न विचारत सुटले. मग त्यांनी एकदोन गोष्टी सुचवल्या. ते म्हणाले, आपण त्याची काळजी घ्यायची गरज नाही. ह्याच्यातून क्यूअर केलं की पुढचं स्वतंत्रपणे पाहता येईल. डॉ. मेहतांना तशी नोट आताच पाठवून द्यावी, ऑपरेशननंतरच हा प्रॉब्लेम सोडवावा. नंतर प्रायव्हेटलीसुद्धा ते करता येईल. तो प्रॉब्लेम पेशंटचा आहे, आपला नाही. यंग मॅन फार विचित्र परिस्थितीत आहे. फोन करून आणखी डिटेल्स काढून घ्या. तोपर्यंत ऑपरेशनची तयारी करा. आता ही केस आपल्या सेक्शनमध्ये ठेवायची गरज नाही. नंतर त्यांनी प्रेमी डॉक्टरची पाठ थोपटली.

ते दोघेजण ही खाजगी चर्चा करत होते. तोपर्यंत बाकीचे तरुण डॉक्टर त्याची तपासणी करत राहिले. मग त्यांनी आपसात चर्चाही सुरू केली. त्या सगळ्या प्रकारामुळे चांगदेवला आपण निर्जीव वस्तू आहोत असं वाटायला लागलं. मोठे

डॉक्टर नंतर ही केस आटपली ह्या समाधानानं पुढे सरकले. बाकीचेही पुढच्या खाटेभोवती असंच कडं करून उभे राह्यले.

दुपारी त्याला स्ट्रेचरवर घालून एक्स-रेमध्ये नेलं आणि पुन्हा दोघांनी कसंतरी खाटेवर टाकलं, पुन्हा झोप.

त्याला वाटलं, आपले मित्र आता संध्याकाळी गर्दी करून येतील. पण कुणीच आलं नाही. मित्रांना तर नक्कीच कळलं असेल. सारंगला तर सगळे नेहमी भेटतातच. पण कुणाला वेळ नसेल, कुणाला सावकाश जाऊ असं वाटलं असेल. पण काका-काकूंना कळवलं तर ते तस्से धावत येतील. मित्र आणि नातेवाइकांच्यात हा फरक असतो.

सहा वाजता सारंग आला आणि चांगदेवला बरं वाटलं. त्यानं तीन-चार मोसंबीही आणली होती. त्यामुळे तर आणखीन बरं वाटलं. सारंगनं काल प्रधान, बापू, परांजपे ह्या तिघांना तर प्रत्यक्ष भेटूनच कळवलं होतं. आज सगळे जाऊ म्हणाले होते. बाकीच्यांनाही कळलं असेल. पण जो तो घरी जायच्या घाईत असतो. येतील सावकाश — सारंग त्याला बरं वाटावं म्हणून म्हणत होता.

तो कदाचित कालच मेला असता तर मित्रांनी आज हळहळ व्यक्त केली असती. बस्स.

केसपेपरवरून सारंगला काहीच कळत नव्हतं. एक्स-रे झाला म्हटल्यावर त्याला थोडाफार अंदाज आला. चांगदेव म्हणाला, एक फुप्फुस कोलॅप्स झालं आहे, पण एकानं काही बिघडत नाही! सारंग म्हणाला, माझ्या मामांचंही एक फुप्फुस काढून टाकलेलं आहे. काही विशेष नाही.

मग सारंगनं विषय बदलला. शंकरला पत्र लिहिलं आहे, तो काहीतरी कामासाठी इतक्यात येऊ म्हणतच होता. मी त्याला तुझंही कळवलं आहे. कुलकर्णी प्रकाशकाला एक दणकेबाज कादंबरी ह्या वर्षीच्या बक्षिसासाठी हवी आहे असं शंकर म्हणतो. त्यानं सांगितलं कुलकर्ण्यांना, की आमचा प्रत्येक मित्र अशी कादंबरी लिहू शकेल! पण लिहीत बसणं हे आमच्या कोणाला आवडत नाही, फडके-खांडेकर आमच्यात नाहीत. चांगदेव पण लिहू शकेल चांगली कादंबरी असं सांगितलं त्यानं!

मी? — चांगदेव नुसता हसला, हॅ हॅ हॅ!

माझ्याही मागे सारखा लागलाय तो. कुलकर्ण्यांजवळ त्यानं माझी खूप स्तुती मारली. पण आपण काय कादंबरी लिहिणार?

तू लिहू शकतील. तुला फार ओरिजिनल स्टाईल आहे. लिहिलीस तर चांगलीच लिहिशील. शंकर उगीच तुझी स्तुती करत नाही. लिहीच.

नको बाबा, यंदा आपलं बी. ए.चं तेवढं आटपून नोकरीला लागून जावं. घरी निव्वळ बापाच्या खानावळीत राहिल्यासारखं वाटतं दररोज.

तेही खरंच. पण जमलं तर लिहीच.

अरे, परांजप्या काल एक क्लासिक सांगत होता. त्यानं परवा फार मस्त काम केलं म्हणे. नाटक संपल्यावर आपली सुजाता त्याला म्हणाली, मी फार खूष झाले तुझ्या कामावर. तुला काय घेऊन देऊ? सदरा की पॅण्ट की पुस्तकं. तुझी चप्पल फाटलीय आहे बऱ्याच दिवसांपासून. चल, तुला भारीपैकी चप्पल घेऊन देते. असं म्हणून सुजाता त्याला ओढतच बाहेर घेऊन गेली आणि नवी चप्पल त्याच्या पायांत घालून जुनी बाहेर फेकून तिच्या जॅग्युअरमधून गेली.

ग्रेट आहे सुजाता.

ऐक तर खरं. परांजप्या म्हणाला, मला वाटलं सुजाताशीच लग्न करावं, पण ती काय, हो म्हणेल? आहे की नाही परांजप्या? नुसत्या नाटकातल्या कामाबद्दल हे फारच झालं. चप्पल पुरेशी नाही का?

फार कशाला होईल, परांजप्याला म्हणावं पुन्हा भेटली की नक्की विचार. अशी मुलगी कितीही श्रीमंत असली तरी बरोबर हो म्हणेल. चांगल्या मुलींना काही माज नसतो.

सांगतो तुझा निरोप.

छातीत पुन्हा दुखून आल्यामुळे त्याला धाप लागली. सिस्टरला सारंगनं बोलावून आणलं. सिस्टर ठैरो म्हणून गेली. सारंगला ती बाहेर जा म्हणाली. सारंग पुन्हा उद्या येतो म्हणून गेला. जेवण आलं. पुन्हा औषधं इंजेक्शनं आणि एकदम कोसळणारी झोप.

पुन्हा गुरवाच्या सनया आणि त्याच्या धीम्या तानांशी जुळवून घ्यायचे प्रयत्न करणाऱ्या, चुकणाऱ्या शिकाऊ पोरांच्या ताना आणि चांदण्या रात्री आणि चांदण्यात वडाखालच्या सावल्या. वेड लागेल असं ते सगळं लहानपण. गावातल्या भणंग लोकांनी स्वतःचाच एक तमाशा उभा केला होता. रात्री त्यांची ढोलकी सुरू व्हायची आणि मग गण सुरू व्हायचा : *पान रे पानऽ तऱ्हेाट्याचं पाऽनऽ होऽऽ* अशी लकेर. मग मंगू तेल्याच्या घरासमोरच्या पडवीत कुई कुई वाजणारा घाणा आणि त्याला झापड्या बांधून फिरत राहणारा बैल. हळावरच्या मोटेचा कुऊं कुऊं असा आवाज. वडाखालती पेंगणारी म्हैस आणि तिच्यावर पंखांनी तोल सावरत शांत गोचड्या शोधणारा कावळा. सगळे हळूहळू मरून दिसेनासे होणारे म्हातारे. त्यांच्या लाल जर्द पगड्या आणि उपरणी. आजी. आता किती वर्सं हयात आहे बाप्पा, कशाला वीस रुपयाची शाल आणली मला असं

वडिलांना म्हणणारी. आणि तालुक्याच्या गावी पायी जाऊन कंट्रोलच्या मक्यासाठी दिवसभर रांगेत उभे राहणारे डिगंबर आणि चांगदेव आणि सोपान. त्यांनीही खूप कामं केली लहानपणी. बारे धरले, मोटा वाह्यल्या. डोंगरातून गाड्यावर दगड आणायला नेहमी गोऱ्हे शिकट करायला लहानशी दमनी घेऊन सगळी भावंडं, काका रस्त्यात हैदोस घालायचे. गोऱ्हं बेफाम झालं की गाडी भिर्र पळायची की मधेच गोऱ्हं पुन्हा फूं फूं करून उलटं. मग त्याला पुन्हा सुलटं करून जोतायचं म्हणजे शिंगाचे हुंदडे खायची तयारी ठेवून त्याच्याशी मस्ती करून संध्याकाळपर्यंत त्याला पुरं थकवायचं. आणि जेव्हा त्यांच्या एका आवडत्या जरीला गोऱ्ह्याचं आंड मांगाकडून कुटलं तेव्हा त्यांना प्रचंड पश्चात्ताप झाला... खळ्यातल्या बोरीखाली जरीलाचे पाय बांधून दोन्ही हातात मावणार नाही अशा त्याच्या आंडाला लोणी लावून दगडावर आंड ठेवून नसांवर एका गोट्यानं हरी मांग बडव-बडव बडवतो आहे. जरीला आ करून मातीत तोंड घुसमटतो आहे. शब्दसुद्धा फुटत नाही... देवा देवा देवा. माणसासाठी प्राण्यांचं काहीसुद्धा काहीच नाही... नंतर जरीला वीस वर्षं आपल्या घरी बैल म्हणून! पोळ्याला त्याच्या पांढऱ्या शुभ्र अंगावर रंग, झूल, आणि शिंगांना चवऱ्या, कपाळावर माथोटी. देवा देवा, मरावं तर तडकाफडकी... हे असं किती दिवस नुसतं पाठीवर दुखरं जगणं घेऊन. झटपट व्हायचं ते उगाच लांबत चाललं आहे. डाव फसला.

मरता मरता जे थोडंसं तिकडचं जग जाणवत होतं, त्यात काहीच जाणवत नव्हतं. काहीतरी अतिमानवी होतं. मोकळं मोकळं आकारहीन. आता जसे सगळ्या पाह्यलेल्या गोष्टींत आपले तंतू तंतू चिकटलेले आहेत, तसं तिकडे काहीच वाटत नाही. काहीच नसेल. हाच जर मृत्यू असेल तर इतके दिवस मृत्यूच्या काय भाबड्या कल्पना बाळगून होतो आपण. हे असं थोडंसं बऱ्याचदा त्याला चाटून गेलं.

मग पुन्हा घनघोर गुंगीत झाडांचे शेंडे डोळ्यासमोर दिसायला लागले. *होऽ रामा रेऽऽ* अशा जिलकऱ्यांच्या लकेरी, आणि धोंडीच्या गाण्यांच्या मधुर चाली... *झिर काय खंदला वाटंवरी व माय, खंदला वाटंवरीऽ.* मग कडाडून कोसळणारा पाऊस आणि गावभर नाचणारी बायका माणसं... *बरस रेऽ बरस रेऽ मेघुराया बरस रेऽ.* मग गावात वाड्यात सगळी सामसूम. सगळे शेतात गेलेले आहेत. दुरडीत झाकून ठेवलेल्या भाकरी आणि शिंक्यावरून दूध ताक दही उतरून घेणारी भावंडं. खाऊन थाळ्या धुऊन लगेच बाहेर पळणारी. मग खेळ... पानपत्ती. आजनाचं पान आणायला डोंगराकडे. बाभळीवर चढून हळूच हात मारून पकडलेले गरीब जड सुंदर भिंगे. गावात छोटी लेकरं राखणारी मोठी भावंडं. हाऱ्यात तान्ही लेकरं

झाकून ठेवून ओणव्यानं काम करणाऱ्या लेकुरवाळ्या, हाऱ्यावर कावळा बसला की लांबून *हाळ्या रेऽ* म्हणून कावळे उडवणाऱ्या. बहिणींची, आत्यांची बाळंतपणं. पाळणे, गाणी, माडीवर मातीचं घर करणाऱ्या गुं गुं कुंभारणी आणि भिंगोट्या. त्यांचा गुं गुं आवाज. जात्यावरच्या पहाटेच्या ओव्या. थकलेल्या आई काकू, दळण.

त्यावेळी जवळच्या एका गावात पिठाची चक्की निघाली होती. पाटलाच्या बायकांना परगावी दळायला जाणं शोभणारं नव्हतं म्हणून मुलांच्या डोक्यावर दळण बांधून द्यायचे. सगळी भावंडं गमती करत जायची. कोणाच्या डोक्यावर दोन शेर, कोणाच्या तीन शेर, कोणाच्या पायलीभर. एकदा चांगदेवनं आई नको नको म्हणत असताना पायलीभर ज्वारी नेली. ज्वारीचं गाठोडं घेऊन मानेवर गाठोड्याचा तोल सांभाळत. दळून गरम पीठ तसंच डोक्यावर घेऊन उन्हात अनवाणी चालत परत. सगळीकडे ऊन ऊन. खालून चटके आणि डोक्यावर गरम पिठाचे चटके. अर्ध्या रस्त्यात त्याला आपण कोलमडतो असं वाटलं. पण तो हिंमत बांधून चालतोच आहे. तेव्हासारखं. किंवा तान्या डोहात आत पोहता पोहता शेवटी थकून खाली पाय लावतो तर पाय पुरत नाहीत, गटांगळ्या, दोन हात मारून पुन्हा पायानं चाचपत पुन्हा गटांगळ्या. नदीचा सगळा तीर हलत होता वरखाली. आता बुडणार हे नक्की... तेव्हासारखं. लहानपणचं ते सगळंच शांत. लांब हिरव्या काठांच्या नदीसारखं कायम झुळझुळ करणारं. सबंध वर्षंची वर्षं. डोहात उंचावरून उडी घेणारा डिगंबर.

तहान भयंकर लागली होती. डोळे उघडून त्यानं वरचं आजूबाजूचं सगळं अंतर समजावून घेतलं. पुन्हा मुंबई. हे मरतुकडं हॉस्पिटल. पुन्हा हे आत्ताचं आयुष्य. मागची गलिच्छ पाचसहा वर्षं. हात पुरवून पुरवूनही पाण्याचं भांडं लागेना. कसंबसं उठून छाती तोलत त्यानं पाणी ओढलं. पिऊन झोपला.

सकाळ. पुन्हा डॉक्टर आणि बरोबरचा तांडा. पुन्हा त्यांची प्रश्नोत्तरं. त्याला आता हे ऐकावंसं वाटत होतं. पण मोठे डॉक्टर म्हणत होते—तुम्ही सुशिक्षित लोकही असं करता तर अडाणी लोकांचं काय?

मग उजेडात एक्स-रेचा फोटो सगळ्यांना दाखवत एका बाजूच्या ठिपक्यावर बोट ठेवत ते म्हणाले, सी सी, इट्स् फाइन. नंतर ते नर्सला म्हणाले, ह्याला डॉक्टर मेहतांकडे पाठवून द्या. लवकर हवा काढून घ्यायला पाह्यजे.

येस सर.

पण डॉक्टर मेहतांकडे जागा फुल होत्या. दोनचार दिवस लागतील असं नर्स त्याला सांगून गेली. त्या रात्री मात्र ती खाट रिकामी करणं आवश्यक होतं. म्हणून त्याला बाहेर व्हरांड्यात उचलून नेलं. तिथे उघड्या गजांमधून बाहेरचं आकाश, बाजूची हॉस्पिटलची दुसरी उंच इमारत दिसत होती. थंडी सपाटून होती. आणि तो अधूनमधून गुदमरत होता. पूर्ण डोक्यावरून पांघरलं की कोणीतरी नर्स पांघरूण खसकन ओढून जायची. आता मेहताकडे जागा होईपर्यंत ह्या थंडीत.

दोन दिवस कोणी भेटायलाही आलं नाही. दिवसा नुस्तं उताणं पडून, खायची चहाची वाट पाहत पडायचं. नंतर सारंग येऊन गेला. त्यानं जरा वेळ विनोबांवर गप्पा मारल्या : कुठल्यातरी गावात दारू पिऊ नये असं ते सांगत असतांना एक दारुड्या त्यांना म्हणाला, विनोबा, तुम्ही कधी दारू प्याला आहात का? दारू प्याल्यावर काय वाटतं याचा तुम्हाला अनुभव आहे का? ती वाईटच असं छातीठोक तुम्ही सांगताच कसे? तेव्हा विनोबा म्हणतात की त्या माणसाचं मला पटलं. दारूचे वाईट परिणाम फक्त आपल्याला माहीत, पण चांगलेही काही असतील ते माहीत नाहीत. तेव्हापासून विनोबा म्हणतात मी दारूवर बोलणं सोडून दिलं!

चांगदेवला हे फारच आवडलं. तो म्हणाला, अप्रतिम आहे.

आणखी ह्या भाषणात एक ग्रेट आलं आहे. विनोबा महाभारताचा उल्लेख करून म्हणाले, भीष्माला सगळं समजत होतं. पण दुर्योधनाचं मीठ खाल्लेलं! तेव्हा करणार काय? अर्थस्य पुरुषो दासः म्हणून ढोंग करून कौरवांच्या बाजूनं लढता-लढता मेला. ढोंग तरी याला कसं म्हणणार? मरेपर्यंत ढोंग करायचं म्हणजे काय ढोंग झालं. अशी माणसं महाभारतात आहेत, असं विनोबा म्हणाले!

अरे हे तर आणखी ग्रेट आहे. आपण सालं फालतूच इंग्रजीतून वाचत असतो. मी तर विनोबांना पाहिलंसुद्धा नाही.

मी पण तर महाभारत संपूर्ण अजून वाचलं नाही. पण मी हल्ली फेकून दिलेली पत्रं जमा करतोय. हे बघ, आज एक सापडलं. वाच :

सौभाग्यवती वहिणीसाहेबांस साष्टांग नमस्कार.

पत्र पावले, मला ऐंशी रुपये पगार मिळतो हे तुम्हाला कोणी सांगितले? मला फक्त साठ रुपये मिळतो. मला वाईट वाटते. तू आशा सोडू नको. माझा भाऊ मला बापासारखाच आहे. मी त्याला आंतर देनार नाही. मी तू सांगितल्या सर्व्या रकमा आनीन. दसऱ्याला आनीन. भाडे फार आहे. म्हणून दसऱ्याला एकदा यीन.

चड्डी, सदऱ्याचा माप मिळाला. आनीन. विमल, सुमन यांणा शुभ असिर्वाद सांगने. भावाला साष्टांग नमस्कार सांगने. वाड्यातल्या सगळ्यांणा साष्ट्रांग नमस्कार सांगने.

ते घाण झालेलं पत्र सारंगनं काळजीपूर्वक पुस्तकात ठेवून दिलं. थोड्या वेळानं तो चांगदेवला म्हणाला, काय सांगितलं डॉक्टरनं?

दुसऱ्या डॉक्टरकडे पाठवताहेत. एकूण हे लांबत चाललंय. वाटलं नव्हतं इथपर्यंत पाळी येईल म्हणून.

होईल. तू आराम कर. कुणी आलं नाही का भेटायला? बापू म्हणत होता जातो म्हणून. प्रधानही म्हणत होता. साले कुठे हिंडतात लेख खिशात घेऊन मादरचोद. नारायणला मात्र कळवता आलं नाही. प्रेमबिम करायला लागलाय तो, लग्नच करतोय म्हणे!

जाऊ दे. येऊन तरी काय फायदा. तूही मुद्दाम यायची गरज नाही.

एका नर्सनं ताप असल्याचं सांगितलं पण दुसरीनं तिकडे दुर्लक्ष केलं. त्याला सारखं पाणी लागत होतं. भांडं संपून गेल्यावर कोणी आणून दिलं नाही. इथे घंटीही नव्हती. ओरडता आलं असतं! पण नंतर ओरडू, नंतर ओरडू करता करता त्याला ग्लानी आली. होस्टेलवरचं सामान तसंच राह्यलं असेल याचा विचार करता करता **आपट**च्या अंकाचं कामही अपुरंच राह्यलं, असं होत होत त्याला कॉलेजमधले जुने मित्र, खोल्या, रात्रीच्या हॉटेलमधल्या गप्पा असं सगळं आठवत गेलं. डोळ्यासमोरच्या चेहऱ्यांना प्रचंड वेग आला. नारायण — हडकुळा, गरीब, एकदम अड्ड्यात चहा पितांना, एकदम खोलीवर उपाशी झोपलेला आणि आता मोठ्या ऑफिसात मऊ खुर्चीवर. लग्नही. भैय्या संतापून बोलताबोलता एकदम आदिवासींच्यामध्ये. सुशीला पाटणकर — तेजस्वी, वर्गात मग बागेत नंतर पुन्हा एकदा रस्त्यावर आणि नंतर लग्न. आणि तो स्वतः मुंबईला आल्या आल्या उत्साहात मुंबईभर आणि मग अभ्यास आणि अड्ड्यात गुडलकवर आणि मग अचानक ढासळतढासळत इथे! पराक्रमी योद्ध्यासारखा शेवटी थकून इथे उताणा. आणि मग अचानक बहिणी. आता सुमनाताईचा जयंता शाळेत जात असेल. तेव्हा तिनेक वर्षांचा होता. आई, बाबा दोघे सोडून गेलेले आणि तो एकटा दाराशी खेळत होता. आईची वाट पाहत. त्या दिवशी ताईला उशीर झाला होता. शाळेत काही काम निघालं होतं. चांगदेव अचानकच बहिणीकडे गेला होता. बहिणीसारखे सुंदर डोळे, भुवया असलेला जयंता डबीच्या झाकणाला दोरा बांधून वर आडव्या बांबूवर फेकत होता. केव्हातरी झाकण वर अडकून पलीकडे पडलं

की होऽ ओरडायचा. चांगदेवला पाहून तो शहाण्यासारखा म्हणाला, कोण पाहिजे?

तुम्हीच.

आई अजून आली नाही शाळेतून.

बाबा?

बाबा कुठे असतात का घरी?

मग तुला बाहेर काढून जातात का?

मग. चोर घुसतील ना घरात? तुम्ही कोण?

मी तुझा मामा.

मामा? हॅट. मामा का असा असतो?

मग कसा?

एवढा खाऊ घेऊन येतो. एवढाऽऽ

चांगदेवनं काहीही खाऊ नेला नव्हता. तो हातानं दाखवत होता तेवढा तर शक्यही नव्हतं.

पुन्हा येईन तेव्हा गाडीभर खाऊ आणीन.

गाडीभर? मग खूप दिवस पुरेल! वा?

पण नंतर तो कधी गेलाच नाही बहिणीकडे. खाऊ द्यायचा राह्यलाच. केव्हाच देता आला नाही. सुमनताई शाळेतून थकून आली तरी लगबगीनं एवढ्याशा स्वैंपाकघरात घामाघूम होऊन स्टोवर स्वैंपाक. घरात असेल नसेल ते सगळं भावाला खायला. खरं तर काही फारसं नव्हतंच. घरात पार्टिशन करून एकाच खोलीचे दोन भाग. मेहुणा दुसऱ्या गावी स्वतः स्वैंपाक करून बदलीचे अर्ज पाच वर्षं करणारा. एवढ्याशा पोराला घरात खायला काहीसुद्धा खाऊ नव्हता. पण तो एकटा सकाळपासून वेळ काढत असायचा. असा थोरल्या बहिणीचा संसार.

मधल्या बहिणीला तर हुंडाच नव्हता म्हणून एस. टी.नं उतरून पुन्हा पाच मैल पायी जावं लागायचं अशा अडाणी गावात जुनाट मातीच्या प्रचंड घरात संसार. रोजची कामं म्हणजेच मरायला घातल्यासारखी. गाव टेकडीवर वसलेलं आणि खालून नदीतून पाण्याच्या खेपा करायच्या उजाडायच्या आधीपासून. नदीतच धुणी धुवायची, घर पोथारायचं, सारवायचं, म्हशी, गायी, स्वैंपाक. इतकं करून पुन्हा भाकरी घेऊन शेतात आणि तिथे काम करून पुन्हा संध्याकाळी आल्यावर भाकरी बडवत खाणाऱ्यांच्या ताटात टाकत राहायचं. तिथे दोन दिवस राहणं कठीण झालं होतं त्याला. आणि बहिणीला तर कायम तेच.

तो तिथे पोहोचला तेव्हाच बहिणीच्या म्हाताऱ्या आंधळ्या सासूनं सांगितलं, केव्हाची नदीवर गेलीय धुणं घेऊन. खाटेवर बसूनबसून कंटाळल्यावर तो नदीकडे

निघाला. त्या रस्त्यानं डोक्यावर आणि कडेवर बहीण कशी घागरी आणत असेल पावसापाण्यात? निसरड्या पायवाटेनं तोल सांभाळत तो खाली गेला. टेकडीला वळसा घातल्यावर खाली लांब नदीचं वळणदार पात्र, गुरं, बाया. ह्यांत बहीण कोणती? सगळ्या बायका जणू आपलाच भाऊ आला अशा मायेनं त्याच्याकडे पाहत थोडा वेळ धुणं टाकून उभ्या. नंतर एकीनं जोरानं हाक मारली बहिणीला. बहीण वाकूनवाकून धोतर बडवत होती. बाजूला छोटी पोरगी रेतीत खेळत होती. तो चालत गेला तेव्हा पदर खोचलेली पाण्यात उभी असलेली बहीण. ते मनोहर चित्र तसंच कायम. स्थलकालाला गोठवून टाकत नुस्तं तेवढंच. धुरधुरीत नाकाची आणि टपोऱ्या डोळ्यांची बहीण नदीत दगडासारखी पाण्यात उभी. मागचं लांब पात्र.

लहानपणी एकत्र जेवणारी भावंडं, चुलत बहिणी, चुलत भाऊ, आत्या, काका. एकत्र गोधड्यांवर झोपणारी छोटी-छोटी सगळी भावंडं, काका, आत्या — आता कुठल्या कुठे. आणि तो तर एकदम इथेच.

आणि ह्या घनदाट चित्रातून फिरत फिरत लहानाचा मोठा होत तो हळूहळू एकटा राह्यलाच नाही. त्या दोनतीन दिवसांत त्याला वाटलं की आपण कधीच एकटे नव्हतो. सगळीकडे आपले मायेचे लोक आहेत. मामा, मावश्या, चुलते, चुलत्या, चुलत्यांची माहेरं, बहिणी, भाऊ, चुलत बहिणींची सासरं, चुलत भावांच्या सासुरवाड्या, आत्या. कितीतरी ठिकाणी तो अजून एकदासुद्धा गेला नाही. पण आहेतच जिथल्या तिथे जे ते. रात्र आणि दिवस सारखेच वाटायला लागले. मुळांमधून कुठून कुठून ओल वर धावायला लागली. त्याला आध्यात्मिक गुंगी चढली. असे दिवसचे दिवस.

नंतर डॉ. मेहताकडे जागा रिकामी झाली म्हणून त्याला लिफ्टनं तिकडे वर नेण्यात आलं. मेहता गुबगुबीत, हसरा, म्हातारा माणूस होता. तो हातात केसपेपर, फोटो घेऊनच आला. गुजराथी पद्धतीच्या मराठीत चांगदेवशी तो जिव्हाळ्यानं बोलत होता : का रे बाबा, मुंबईत का आज्यारी पडायला म्हणून आला. आँ? दोनतीन वरसांपासून औशेदपानी काय करत बी नाय. आँ? आनी ते तर ते, पुना वरतून हे लंगच्याबी? आता शिनमा खतम झ्याला असता तो? आँ? वाच्यला का थोड्याशानं. बरं बरं, करू आपण शगळा नीट हाँ. ऑपरेशन करावा लाग्येल अगुदर. कोणी नाना मामा नाय का पास तुज्या? कोण नाय? पर बाबा तुज्या शिग्रेच्यर लागंल आमाला. सिस्टर, उद्याला समदा तयार ठेवा बरं. आनी हेच्यातून सुदारल्यावर समदा नीट करायच्या बरं. तुमच्या डॉक्टरनी कलवला आमाला समदा. ठीक होयेल बरं बेटा समदा. काय घाबरायच्या नाय.

संध्याकाळी नर्सनं एक पिवळा फॉर्म पुढे केला. साइन करो... दगावला तर कोणी जबाबदार नाही... नंतर जरा वेळानं न्हावी आला आणि त्याचे कपडे काढून सगळी छाती वस्तऱ्यानं साफ करून ओल्या फडक्यानं पुसून तो निघून गेला. मग बऱ्याचशा गोळ्या औषधं एकदम आणून त्याला पाजून नर्स निघून गेली. जरा वेळानं सगळे दिवे बंद झाले. हॉलमध्ये दहाबारा खाटा होत्या. बहुतेक रोगी मेल्यासारखे शांत पडले होते. बहुतेकांची ऑपरेशनं नुकतीच झाली होती. तिघं-चौघं उद्या ऑपरेशन होणार म्हणून भेदरून नुस्ती टकमका पाहत होती. उद्या कदाचित आपण नसणार हे त्यांच्या भेदरण्यात दिसत होतं. पण चांगदेव शांत, उलट थोडासा तरतरीत दिसत होता. अजून मरायची संधी होती. तीही क्लोरोफॉर्ममध्ये. नर्स त्याच्या जवळ जास्त वेळ उभी राहायची. रातको पानी मत पीना बाबूऽ असं पुन्हा पुन्हा सगळ्यांना सांगून ती पुन्हा त्याच्या खाटेजवळ येऊन उभी राहायची. तोही उगाच टकमका तिच्याकडे पाहायचा.

बाहेरच्या लांबच्या एका ट्यूबमुळे सगळ्या हॉलमध्ये अंधार पांढुरका झाला होता. थेट झोपेत सुरू होतो तसा पांढरट अंधार. त्या रात्री त्याला एकदम घनदाट झोप आली. थोडंसंसुद्धा अस्पष्ट काही जाणवलं नाही. फक्त लहानपणी तालुक्याच्या गावी कधीकधी सगळेजणं सिनेमा पाहायला जायचे. जुनाट इंजिनचा आवाज बाजूला येत राहायचा आणि मशीन तापलं की सिनेमा तुटून अंक व्हायचा. असे चारपाच अंक व्हायचे. पुढच्या सिनेमाबद्दल जास्त जास्त उत्सुकता वाढायची. सिनेमा मध्येच तुटला की समोर एकदम :

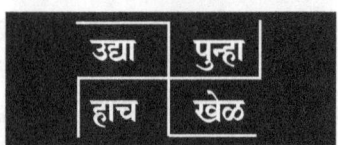

उद्या	पुन्हा
हाच	खेळ

मग पुढला अंक सुरू होईपर्यंत खाली फरशीवर बसलेले सगळेजण खालून वरून तिरपं उभं आडवं उलटं तेच तेच वाचत वेळ घालवायचे : खेळ उद्या पुन्हा हाच, पुन्हा हाच खेळ उद्या. उद्या हाच खेळ पुन्हा. पुन्हा खेळ हाच उद्या— असं कंटाळा येऊन पुन्हा त्याचाही कंटाळा आल्यावर वाचत राहायचं : हाच पुन्हा उद्या खेळ, पुन्हा उद्या खेळ हाच.

बाकी दुसरं काही डोळ्यासमोर नव्हतं. सकाळी त्याला जाग येईना इतकी झोप. नर्स त्याला हलवून उठवत होती पण तो पुन्हा डोळ्यावर हात घेऊन झोपत होता. मग तीक्ष्ण सुरांत—सोना नहीं बाबू. तैयार हो जाव.

उठल्यावर त्याला तहान लागली होती. पण नर्सनं चारपाच बारक्या गोळ्या दिल्या. त्याबरोबर थोडंसं पाणी. ज्यादा पानी पीना.

थोड्या वेळानं त्याला आपोआप प्रचंड उत्साह आला. सकाळच्या गार निर्मळ हवेत एकदम गाणं गावं असाच उत्साह एकाएकी. स्ट्रेचर आलं तेव्हा मात्र त्याचा आनंद एकदम संपला. स्ट्रेचरवर निजवून त्याच्या बाजूनं चालत नर्स स्ट्रेचरवाल्याला रस्ता दाखवत होती. प्रस्थानाची तयारी. आता आपण संपतोय. एकदम निरोप घ्यायचं वातावरण झालं. गोळ्यांमुळे उत्साह भयंकर दाटला होता. आणि हळूहळू तो स्वतःशी बडबडायला लागला. नर्स फक्त ऐटीनं चालत, वळत, थांबत, लिफ्टचं दार उघडत, पुन्हा लावत, पुन्हा पुन्हा उघडत, बाजूनं चालत होती. वरती एकेक ट्यूब सरकत होती. नर्सचं सरळ नाक, ताठ चालल्यामुळं अतिशय मोहक दिसत होतं. नर्ससुद्धा मोहकच दिसत होती. तो उगीचच तिला हाका मारत होता. मी तर आता मरणारच. पण चांगला असतो तर तुझ्याशी लग्न केलं असतं. सिस्टर, तू फार सुंदर आहेस. पण त्याचं बोलणं नर्सला ऐकू येत नव्हतं. तो मात्र मेंदूतल्या मेंदूत बेभान झाला होता, ती येस येस म्हणत अधूनमधून त्याचा स्ट्रेचरबाहेर येणारा हात पुन्हा त्याच्या पोटावर ठेवत होती. तो म्हणत होता, माझ्या बाजूनंच राहा. घशाला कोरड इतकी पडली होती की बोलता येणंच अशक्य होतं. वरचे दिवे एकदम संपले. मग स्ट्रेचरची गाडी न चालता मागूनच हलली. आणि काटकोनात वळली.

पायासमोरून एक प्रचंड दरवाजा उघडला आणि दुसरीच नर्स त्याच्या बाजूला उभी राह्यली. तिचा चेहरा त्याच्या लक्षात येईना. फक्त बदामी तपकिरी केस आणि वरची पांढरी स्वच्छ टोपी. मघाशी त्याला आवडलेली नर्स आता मागच्या मागेच दिसेनाशी झाली. मागचा दरवाजाही लागला. वरती झगझगीत प्रखर उजेडाचे अगदी खालपर्यंत लोंबणारे मोठमोठे दिवे सरकत आले आणि थांबले. एका नर्सनं इंजेक्शन दिले. तो पाणी मागत होता, पण शब्दच फुटत नव्हता.

नंतर मेहतांचा आवाज ऐकला तेव्हा तो बेंबीच्या देठापासून काहीतरी सांगू पाहत होता. पण सगळं आतल्या आतच राहात होतं. मेहता हातात मोजे चढवत त्याच्याजवळ आले. वाकून पाह्यलं. ते गोड हसले. काहीतरी बी चिअरफुल का काही म्हणाले. गालावर गमतीनं मऊ हातानं चापटी मारून त्यांनी पाठ वळवली. सिस्टर, या सुयांना गंज कसा लागतो? ह्या बदला. हेही फेकून द्या. गेल्या बुधवारी सेप्टिक... नंतर चांगदेवला काहीही कळेना... डोळ्यांवर झापड येत चालली. तो स्वतः विघटित होत होत कशात तरी विरघळत होता. म्हणजे एकूण हेच मरण. आपण — आई बाप भाऊ बहीण घर पांढऱ्या रंगाचं सगळं भिंती आकाश जमीन

हळूहळू हे सगळंच किंवा हळूहळू काहीच नाही. असं काहीतरी एकत्र हलकं आणि निव्वळ अंधारासारखं त्यातून आपण म्हणजे निव्वळ काहीतरी स्वतःलाच जाणवणारं सळसळणारं चैतन्य. तेसुद्धा नुस्तं असणारं. बस्स. आणि आता खाली बहुधा आपली छाती फाडत असणार. थोडंसं जाणवलं, नाहीही, तेवढ्यात त्याला काहीही जाणवेनासं झालं. ह्याच्याही जरा आधी डॉक्टरचे आभार मानावे असं थोडंसं आणि त्याच्याही जरा आधी पण थोडंसं जाणवणं होतं तेव्हा मरतो आता असं वाटून गेलं. शेवटी जे हवं होतं ते मिळालं. आधीचं सगळं आयुष्य म्हणजे एक लांबचा लांब दिवस आणि त्याच्या शेवटी हे असं सूर्यास्तासारखं रंगीबेरंगी काळवंडत जाणारं आकाशासारखं काहीतरी. हे मरणच. किंवा खरं तर कशासारखंच नसलेलं काहीतरी. मग तेवढ्यात काहीच नाही असं.

* * * *

मधे सारंग पुण्याला खास कुलकर्णी प्रकाशकांनी बोलावलं म्हणून दोनतीन दिवस गेला. घरीही तो कंटाळलाच होता आणि पुणं त्याला फार आवडायचं. येणार म्हणून शंकरला पत्र टाकलं होतं. रिक्शानं तो कुलकर्ण्यांच्या पत्त्यावर पोहोचला. रिक्शावाल्याला द्यायला एक रुपया काढला तोच खिडकीतून आवाज आला, ए रिक्शावाला, पैसे कुणाकडून घेतोयस तू? समजतं का तुला काही? मूर्ख! कृष्णा, देऊन ये रे हे.

इतक्यात कुलकर्ण्यांचा नोकर पैसे घेऊन बाहेर आलाच. सारंग रुपया खिशात ठेवून बॅग उचलायला लागला तेवढ्यात पुन्हा खिडकीतून आवाज — कृष्णा, हरामखोर! बॅग दिसते का नाही तुला? बेशरम!

कृष्णानं बॅग घेतली. सारंग मागून आत गेला. मळके कपडे झटकून केस नीट करत गेला.

कुलकर्णी प्रकाशकांजवळ बैठकीत सारंग बसायला लागला तर ते म्हणाले, तुमचं काय काम?

मी सा —

तुम्ही बाईंचे पाहुणे का? शंकर आणि बाई आत आहेत. तिकडे जा. इथे ऑफिस आहे. कृष्णा, बाईंना म्हणावं, पाहुणे आलेत. काय करता आत? बेअक्कल! ने ह्यांना तिकडे. बॅगही ने.

कृष्णा म्हणाला, बॅग कुठे ठेवू?

ते मला काय विचारतोस? बाई काय करताहेत आत? त्यांचे पाहुणे, त्यांना विचार. मला त्यांची कटकट नको आहे.

सारंग तिथून उठून, मांडी घालून तळपाय चोळणाऱ्या कुलकर्ण्यांकडे भीतीनं पाहत आत पळाला.

या या या. अगबाई, तुझी गाडी बाराला येते नाही का. विसरलेच की रे मी. आंघोळ करायची का आधी? नाही! नाहीतर खाऊन घे आधी. चहा करायला सांगते हं. कृष्णा, ह्याची बॅग तिकडे माझ्या पाहुण्यांच्या खोलीत ठेवून ये. शंकर तिकडे मागे बागेत वाचत बसलाय. फार वाचू नको म्हणावं. पाठवून दे बरं त्याला. तुझा मित्र आलाय म्हणावं. बैस की रे. काय करतोस तू? बी. ए.ला खूपदा बसलास म्हणे तू? का? कमाल आहे पोरांनो तुमची. खा, लाडू आवडतो ना? आणखी देऊ? खावं रे पोरांनो ह्या वयात. आमचा मुलगा प्रमोदही काही खात नाही. तुमची पिढीच अशी. तोही नापासच होतोय.

सारंग स्वतःच्या आईबद्दल तिरस्कार बाळगणारा मुलगा. पण कुलकर्णीबाईंच्या प्रेमानं विरघळून गेला. नंतर शंकरही आला. मग गप्पा वगैरे मारून झाल्यावर जेवतांना बाई म्हणाल्या, तू कादंबरी चांगली लिहिशील असं शंकर म्हणतो. खरंच येईल तुला लिहिता. चांगलं लिहिशील तू. शंकर कळवतो ना तुला सारखे लिही म्हणून? मग का नाही लिहीत? लिही तर खरं. बघू तुला जमतं का!

सारंग आडव्या तिडव्या बौद्धिक गप्पा मारत होता. खाणंपिणं, मोटारीतून शंकरबरोबर हिंडणं, कुलकर्ण्यांनी पैसे देऊन सिनेमालाही पाठवलं. रेकॉर्डी, बौद्धिक गप्पा असे तीन दिवस छान गेले.

तो परत निघाला तेव्हा गाडीतून स्टेशनवर पोचवलं. तिकीट आधीच काढून आणलेलं. जाता जाता पुन्हा बाई म्हणाल्या, तू बोलतोस तस्सं लिही. मी कुलकर्ण्यांना छापायला लावीन. लिहिशील?

सारंग म्हणाला, मूड आला तर लिहीन. तुम्ही म्हणता म्हणून लिहीन.

आणि तो परत मुंबईला आला.

घरी आल्या आल्या आईनं त्याला सांगितलं, तुझा मित्र — चांगदेव पाटील —तो गेला हॉस्पिटलमधे रे. भैय्या गोखले सकाळीच सांगून गेला.

बाप रे! खरंच? आणि भैय्या कसा मुंबईत?

दोनतीन दिवसांसाठी आलो म्हणाला मला. थांबलाही नाही. घाबऱ्या-घाबऱ्या आला आणि पळाला. लगेच त्याचे नातेवाईक इथे कुठे शिवडीला राहतात म्हणाला त्यांना सांगून येतो म्हणून पळाला. तू जेवून तर घे.

बाप रे. चलतो मी.

धडपडत तोंड धुऊन सारंग तसाच खाली पळाला. वाटेत भैय्याकडे आधी जावं म्हणून तो हिंदू कॉलनीपर्यंत टॅक्सी करून गेला. भैय्या नव्हता. पण चांगदेव मेल्याचं भैय्याचे वडीलही म्हणाले. हॉस्पिटलमध्येच गेला म्हणाले. तसाच सारंग व्हीटीवर आला. हॉस्पिटलमध्ये चांगदेवच्या भागात त्यानं पाह्यलं तर त्या खाटेवर दुसराच जिवंत म्हातारा माणूस कण्हत होता. त्याला चर्रर्र झालं. नर्सला विचारलं तर म्हणाली, कालच ह्या सेक्शनमधून त्याला ऑपरेशनसाठी वर नेलं होतं. पता नही. मुडदाघरमें देखो. अच्छा छोकरा था. बहुत बुरा हुआ.

खिन्न होऊन सारंग भ्रमिष्टासारखा बाहेर पडला. असं काही वाटतच होतं. चांगदेवलाही जगण्याची अजिबात इच्छा नव्हती. तेव्हा असं होईल याची सारंगला अंधुक कल्पना होतीच. मुडद्यांच्या खोलीसमोर येऊन पाहतो तो तिथे भैय्या आणि बरोबर महाजनसर, शेखर, चांगदेवचे काका, काकू रडतांना. पुन्हा बाकीचे नवखेही बरेच. थोड्या वेळानं दुसरीकडून श्रॉफही लगबगीनं आले.

भैय्या म्हणाला, इथे नाही या प्रेतांच्या यादीत. दुसरीकडे कुठे आणखी असतात का प्रेतं?

विचारा. विचारा.

नाही म्हणाला हो तो. विचारलं आम्ही.

काय करावं कोणालाच कळेना. शेखर खिन्न होऊन श्रॉफला सांगत होता की कॉलेजमध्ये कोणी सोसायटीचा सभासद काल मेला म्हणून आज शोकसभा होती. आम्ही घाईघाईनं चांगदेवचंही कळवलं. दोघांचा दुखवट्याचा ठराव एकदमच पास केला.

चांगदेवच्या काकांनी त्याच्या वडलांना सकाळीच तार केल्याचं सांगितलं. उद्या ते येतील म्हणाले.

श्रॉफ म्हणाला, पण कॉर्प्स का नाही ट्रेस होत? यादीत नाही म्हटल्यावर कसं? कोणत्या सेक्शनमध्ये होता तो?

मी फोन केला तिथे कोणी सी. ए. पाटील नावाचा डेथ नाही म्हणाली मेट्रन.

फोनवरून कशाला हो. प्रत्यक्षच जाऊन येऊ ना. जा बरं तुम्ही.

तिकडे सारंग आणि भैय्या सगळे अनोळखी मुडदे पांघरूण काढून पाहत होते. पण त्यात चांगदेव नव्हता.

श्रॉफनं रजिस्टर नीट पाहून सहज विचारलं, भैय्या, तुला कसा मेसेज मिळाला?

मला फोनवर ह्या त्याच्या मित्रांना आज सकाळीच कळवलं. हॉस्पिटलमधूनच बोलत होता ना हो तुम्ही.

शेखर म्हणाला, हो. गंजलेल्या सुया वापरल्यानं सेप्टिक झालं म्हणून — मी भराभर फोन केले लगेच. भैय्यामुळे सगळ्यांशी कॉन्टॅक्ट करता आला.

बोंबला! अहो गंजलेल्या सुयांचा तो वेगळा पेशंट आहे. पटेल आहे तो. फोनवरून सांगितलं नाही का मघाशी. पटेल–पाटीलचा घोळ तर केला नाही हो तुम्ही? पटेलचं नाव आहे इथे रजिस्टरमधे. हा सी. ए. पाटील.

शेखरला आता खात्री वाटत नव्हती. तो चाचरत काहीतरी बोलला.

भैय्या आणि सारंग म्हणाले, च्यायला. चल वर. येडंच दिसतंय सालं हे. चल रे, पळा वर...

जी वार्डमध्ये नर्सला घाईघाईत विनंती करून सारंग आणि भैय्या आतच शिरले. दोघे दोन्ही रांगांत टोकापासून खाटांवर झोपलेल्या प्रत्येक माणसाला नीट न्याहळत पुढे सरकत गेले. बहुतेक जण थंडीमुळे पांघरून नुस्तं तोंड उघडं ठेवून डोळे सताड उघडे करून पाहत होते. काही अजून झोपले होते. मागून पलीकडच्या रांगेत भैय्या तर पांघरलेल्या लोकांची पांघरुणं ओढून पाहत होता. तिथेही कुठे चांगदेवसारखा चेहरा नव्हता. मग नर्सनं बाजूला नव्या एक्स्टेंशन बिल्डिंगमध्ये काही पेशंट ठेवले आहेत तिकडे जा म्हटल्यावर काळवंडलेले त्या दोघांचे चेहरे थोडे उजळले.

तिकडे कोपऱ्यातल्या खाटेवर चांगदेवला अलगद शुद्ध येत होती. डोळे हळूहळू उघडत होते. वरती सफेद छत, भिंती, मोठमोठ्या खिडक्यांमधून लकाकणारं ऊन आणि आजूबाजूला पुन्हा खाटा. पुन्हा हेच जग. पुन्हा हे सगळं. पुन्हा दिवस. भर्रकन फुगा फुगावा तसं पुन्हा आयुष्य छातीत. पुन्हा नव्यानं जमलेल्या मोठ्या सहा फुटी बाळासारखा तो हातापायांसकट पुन्हा जिवंत. म्हणजे पुन्हा आपल्या डोक्यावर आयुष्य लादलं गेलं आहे. पुन्हा लहानपणापासूनचं सगळं. सगळी झाडं,

खुणा, चेहरे एका पातळीवर सरकून गेले. जणू गेल्या जन्मातलेच सगळे अस्पष्ट संबंध. पुन्हा हेच जग.

डॉक्टर मेहता आणि दोन मुली राउंड घेत त्याच्याजवळ आल्या. मेहतांनी हसत पुन्हा त्याला हातावर थोपटून खूष केलं. आता आठ दिवसांत सगळं ठीक होईल म्हणाले. पण ह्यानंतर नीट नॉर्मल राहायला पाह्यजे... दररोज औषधं घेतली पाह्यजेत. इंजेक्शनंही पाचसहा महिने. एकदोन वर्षं तरी नियमित औषध घेणं आवश्यक आहे. सिगरेट तंबाखू सोडली पाहिजे. खूप खाल्लं पाहिजे. आणि मुंबईत राहायचं तर जास्त काळजी घेतली पाहिजे. चांगदेवनं विचारल्यावर त्यांनी आपल्या खाजगी दवाखान्याचाही पत्ता सांगितला. अधूनमधून तपासून घेतलं तर चांगलं. ह्या वयात माणूस लवकर भरून निघतो, बरं का?

चांगदेव म्हणाला, थँक्यू, थँक्यू. आता मला खरोखरच जगावंसं वाटतं आहे. मी निरोगी होईन. दर आठवड्यात तुमची इंजेक्शन घेईन.

डॉक्टर निघून गेल्यावर दूध, अंडी, ब्रेड खा तो म्हणाला, हे खाणंसुद्धा नवीन-नवीन आनंदच आहे. रोजचं जगणंही आनंद म्हणून जगलं तर? मी ह्याआधी अत्यंत उमेदपणानं दुःख भोगलं आहे. आता उमदेपणानं हेही आयुष्य तसंच जगू. जीवनाशी संबंध तोडू नको, ते घट्ट बिलगलेलं असतं. आणि प्रत्येक गोष्ट जर प्रचंड खराबी आहे, तर मग सगळंच आता खराब समजून आनंदानं जगावं. पूर्वी मृत्यूचा विकार आत्यंतिक होता, आता जगायचा विकार आत्यंतिक म्हणून करायचा. दोन्ही टोकं भानावर राहून पाहून होतील. युद्धाचे दिवस संपले. आनंदोत्सव.

नंतर त्याला अशीही भीती वाटायला लागली की असे उलटे विचार आता मनात येतातच कसे? असं आधी कधीच का वाटलं नाही? इथे पडून पडून डोळे मिटून विचित्र जगात राहून असा एकदम बदल कसा झाला? आपण पूर्वीचे नसून दुसरेच कोणी तर नाही? की आपल्या कायेत कोण्या परक्या जीवानं प्रवेश केला आहे? ह्यामुळे तो थोडा वेळ शहारला. मग झोपला.

सारंग आणि भैय्या थेट त्याच्या खाटेसमोरच उभे होते. जणू तो मेलेलाच आहे असे धाकधुकीत. त्यानं डोळे उघडले आणि तो त्यांना पाहून क्षीणपणे आनंदाने हसला. मित्र!

लगेच सगळे खालचे लोक गर्दी करत आले. काका-काकू रडलेली दिसत होती. मित्रांना आनंद झाला होता; पण परत जायचं असल्यानं चुळबूळ करत तेही उभे.

नर्सनं शेवटी सगळ्यांना बाहेर काढलं आणि तो एकटा राह्यला. अनेक निश्चय करत, नव्या अवताराची धारणा करत शांतपणे इंजेक्शनं गोळ्या घेत पडून राह्यला.

तिकडे धाकधुकीत चांगदेवचे वडील, थोरला आणि धाकटा काका, दोघे शेजारी, थोरल्या काकांचा मुलगा सोपान असे रात्रभर आगगाडीच्या प्रवासानं शिणून शिवडीला काकांकडे आले. तिथे काका-काकू नव्हते. मुलांनीही मेल्याची बातमी सांगितल्यावर वडलांनी डोळे पुसले. मुलगा मेल्याचं मनाला वाटतंच, पण तो फार चांगला मुलगा होता, आपल्या घराचं नाव उजळवणारा झाला असता म्हणून त्यांनी मेलेल्या दोघा भावांच्या आठवणी हजार काढल्या. अत्यंत दुःखानं चर्चा केली. काका-काकू लवकर घरी यायचं लक्षण दिसेना, तेव्हा सगळ्यांनी निघावं आणि हॉस्पिटल शोधून काढावं असं ठरवलं. पण एवढ्या मुंबईत आपण बरोबर कसे जाणार? सगळे खेडवळ गोंधळून गेले.

सोपाननं हातपायतोंड धुऊन खास नवे आधुनिक पद्धतीचे कपडे घालायला सुरुवात केली तशी त्या सर्वांच्या चेहऱ्यावर सुरक्षितपणाची भावना वाढायला लागली. त्यानं पँटीत रंगीबेरंगी चट्ट्यापट्ट्यांचा सदरा खोचून वर पट्टा लावून मोजे-बूट घातल्याबरोबर सगळ्या खेडुतांना एकदम आत्मविश्वास आला. वडील म्हणाले, काही कठीण नाही. चला. टॅक्सी केली की झालं.

सगळे हॉस्पिटलवर आले. तिथे शोधता शोधता काका-काकूच भेटले. चांगदेव जिवंत आहे. ऑपरेशन चांगलं झालं असं त्यांनी सांगितलं! आणि वडलांनी पुन्हा आनंदानं डोळे पुसले. मनात काहीतरी नेम केला आणि आत आनंदानं शिरले. सोपानला मोसंबी आणायला पिटाळलं. नंतर वडील खास पाटीलकीच्या रुबाबात वॉर्डात कोणाला न विचारता दुपारी मोठ्यानं बोलत सगळ्यांची झोप मोडत पण सगळ्यांची करमणूक करत आत आले. अरे आमची ग्रामपंचायत बरी म्हणायची तुमच्या हास्पिटलापेक्षा. कोई बोलता यहाँ है, कोई बोलता वहाँ है. हम काय सब हॉस्पिटलका इनस्पेक्शन करने को आये काय? सब वार्ड घुमाये तुम नर्स लोगोंने. काय ग पोरी, कुठल्या गावाची तू? म्हणजे पंढरपूरकडची का? वा वा, आम्ही जात असतो पंढरपूरला दरसाल. चांगलं आहे. पोरीच्या जातीनं असंच काहीबी काम करावं. आईबापाच्या डोक्यावरून तर भार कमी होतो. कुठे आहे रे चांगदेवा, अररररर, काय पडलास बाप्पा इकडे. पण बरं झालं बाळा वाचलास.

हं, ठेव ती मोसंबीची टोपली. सोल बरं पाचसहा झटपट. ह्या बाबालाही दे एकदोन. त्या तिकडच्या म्हातारीलाही दे. का ग नर्सबाई, रस पिळायचं चाक आहे का. बरं, राहू दे. खाईल असंच.

असा त्यांनी सगळ्या वार्डाचा कबजा घेतला. मग त्यांनी चांगदेवला नेहमीच्या पद्धतीनं माया दाखवायला सुरुवात केली : काय अचानक पडलास बाबा असा. बरं झालं विठ्ठलानं कृपा केली. तुझी आई आधीच जगते का मरते अशी. काल तार आल्यापासून देवापुढे रडत बसली आहे... आज करू तार, उद्या जाईल. पण तुझ्या तब्येतीला काही झालं होतं हे आम्हाला का कळवलं नाही रे? पहिल्यापासून तू असाच. लय शहाणा झालास. घरी येणं नाही, जाणं नाही. काकूकडून कळत होतं म्हणा सगळं. अरे, काय तुझं तेज होतं मुंबईला आलास तेव्हा! काय तुझ्या हुशारीची ख्याती! आणि काय नंतर पास झाला का नापास झाला का एम्. ए. करतो का काय करतो काही पत्ता नाही. तेसुद्धा मधे आलो तेव्हा कळलं. जाऊ दे, तुला आता काही बोलत नाही. बरं, आता घरी चालतो का? दे सोडून शिकायचं जमत नाही तर. आहे आपल्याला अजून सहा बिघे जमीन. काढायचे दिवस कसेतरी. परवा वाड्याच्याही वाटण्या झाल्या आपल्या. मी काही भांडलो नाही. म्हटलं, आपलं व्हईल तसं व्हईल. पण बरं झालं चांगदेवा, आम्ही आलो कोणत्या हैरानीत, आल्याबरोबर विठ्ठलानं चांगली वार्ता दिली. खा तू. आणि आता सोड परीक्षाबिरीक्षा. सोड असले नाद. इथून तर चाल आमच्याबरोबरच. येतो आम्ही पुन्हा संध्याकाळी. राहू तीनचार दिवस. नारळ फोडून येतो देवीवर.

जाताजाता वडील पुन्हा सगळ्यांची चौकशी करत कोणाला काय झालं हे विचारत, दर वेळी विठ्ठलाची कृपा म्हणत गेले. दोनतीन दिवस असेच फेऱ्या मारत, भेटून चौकशी करत, दर खेपेला फळांच्या करंड्या आणत होते. नंतर चांगदेवला उठल्यावर घरी येऊन जा म्हणून सांगून दोनशे रुपये काकूकडे ठेवले आहेत असं सांगून गेले. असं सांगता सांगता त्यांच्या डोळ्यात थोडं पाणी आलं. आता आपण गरीब आहोत, एवढेच आहेत, पुन्हा लागले तर पाठवीन म्हणून गेले. हेही पैसे त्यांनी काकांकडून उसने घेतले आहेत असं चांगदेवला नंतर कळलं.

पंधराएक दिवसांत फुप्फुसं नीट झाली. निव्वळ पडून राहणं आणि चिकार खाणं आणि गुंगीत गुरफटून बसणं. पुढचं आयुष्य अचानक सामोरं आलं होतं. त्याचा आधी विचारच केला नव्हता. काहीच लांबचे कार्यक्रम नव्हते.

डॉक्टर मेहता म्हणाले की आणखी पंधराएक दिवस इथून सुटका नाही. मुख्य

म्हणजे आता हे मिटलं तरी आधीचं सुरू केलंच पाह्यजे. चांगदेव मेहतांच्या मागे लागून लागून लवकर बाहेर सोडा म्हणत होता. परीक्षा जवळ आली होती. यंदा परीक्षा आटपून पुढल्या वर्षापासून नीट नोकरी धरून व्यवस्थित आयुष्य सुरू करता येईल. मेहतांचं खाजगी हॉस्पिटल होतं. त्यात सगळ्या प्रकारचे स्पेशालिस्ट होते. चांगदेव म्हणाला की, मी तुमच्याकडेच ट्रीटमेंट सुरू करीन, तुम्ही म्हणता त्याप्रमाणे आठवड्यातून दोनदा इंजेक्शनं घेईन, दररोज गोळ्या घेईन. मला आता नीट जगावंसं वाटायला लागलं आहे. माझ्यावर विश्वास ठेवा. पूर्वीचा मी राह्यलो नाही. मला सोडा.

चांगदेवच्या नीट तपासण्या करून घेऊन सगळं काही हल्ली बरं करता येतं असं त्याला वारंवार समजावून सांगून त्यांनी जायची परवानगी दिली. तरी पंधरा दिवस पडल्यापडल्याच वाचायचं, खूप जेवायचं, औषधं गोळ्या चालू ठेवायच्या आणि दर आठवड्याला तिकडे खाजगी हॉस्पिटलमधे यायचं असं त्यांनी बजावलं. वर्षभरात ठीक होईल, इंजेक्शनंही सहा महिने फार तर चालतील, नंतर वर्षदीडवर्ष गोळ्या घेत राहायचं. बाकी त्यात घाबरायसारखं काही नव्हतं. वाटल्यास मुंबईच्या बाहेर पंधराएक दिवस जाऊन या, असंही ते म्हणाले. बऱ्याचशा गोळ्या आणि औषधं त्यांनी फुकट आणवून त्याच्याजवळ दिली. आणि पाठ थोपटून त्यांनी त्याला बेस्ट लक म्हटलं.

तो म्हणाला, थँक्यू. आता तिकडे नियमित भेटत जाऊच. मला एकदम बरं व्हायचं आहे.

ते म्हणाले, होऊन ज्याएल. होऊन ज्याएल.

काकूबरोबर हॉस्पिटलबाहेर आल्यावर त्याच रस्त्यांवरून पुन्हा जाणं अद्भुत वाटत होतं.

काकूकडे परीक्षेपर्यंत कसकसा अभ्यास आटपून परीक्षा नीट पार करायची हे ठरवून झालं. ते फारच सोपं. फक्त जरा महिनाभर बैठक जुळवायला हवी होती. विश्रांतीनं आता हुरूपही आला होता.

मध्ये सारंग तिकडे आला आणि म्हणाला, कादंबरी लिहिली बेट्या दाणकन. काल रात्री संपवली! पंधरा दिवस लागले. उद्या चालतोस का पुण्याला? तिथे कादंबरी वाचून दाखवणार आहे. तूही आलास तर बरं. कुलकर्णी प्रकाशक फार अधीर झालेले दिसतात, शंकरच्या पत्रांवरून. शंकरनं तुलाही बोलावलं आहे. मजा

येईल पुण्याला आठदहा दिवस. चल, कुलकर्ण्यांना माणसं आवडतात. शंकरनं लिहिलंय चाप्लीनचा *मॉडर्न एज* लागलाय तिथे म्हणून. शिवाय सत्यजितचा *देवी* ह्या रविवारी.

चांगदेव म्हणाला, मलाही मेहतांनी हवापालट सुचवलीच आहे. गावी जायचं रद्द करतो मग. थोडा अभ्यास पडल्यापडल्या व्हायला पाह्यजे. परंतु तू मात्र कादंबरीचं मस्त केलंस. वाचू या तुझी कादंबरीसुद्धा.

अरे, कुलकर्ण्यांकडे अभ्यासही मस्त होईल. तुझा तू खोलीत पडून वाचत जा. माझं दोन दिवसांत वाचून होईल.

ठीक आहे. मी आज मेहतांकडे जाऊन होस्टेलवरून पुस्तकं, कपडे वगैरे घेऊन तयार राहतो. उद्या इथूनच निघू.

गाडी सुरू झाल्यावर चांगदेव उत्साहाने म्हणाला, पुण्याला मी पाच वर्षांपूर्वी गेलो होतो.

आता फार बदलतं आहे पुणं.

तू एकदम कशी काय कादंबरीच हाणलीस बाबा झपाट्यात.

ते पाहा बोट कसं सुजलंय. रात्रंदिवस चाललं होतं. फार जोरात लिहून झाली. आता वाचूच आज.

पण ठरवलं कसं एकाएकी. मधे पुण्याला काय काय केलंस? कुलकर्णी प्रकाशक पाहण्यात आहेत, मागे रामरावांकडे. पण माझी फारशी ओळख नाही.

अरे! एकदम ग्रेट माणूस आहे. उद्धट आहे पण मनानं साधा आहे. बाई मात्र हुशार बरं! पैसा चिकार आहे. प्रचंड मोठा बंगला आहे. माणसांचं प्रेम आहे त्यांना. शंकरची तब्येतच नीट करून टाकली त्यांनी! आता स्वतःच्या घरी जायला मागत नाही तो इतकं आवडतं त्याला कुलकर्ण्यांकडे. मी मागे गेलो तेव्हा मजा आली. विक्षिप्तच आहेत पण गृहस्थ. दाखवतात दोघंजण की बाबासाहेब कुलकर्ण्यांचं जग वेगळं आणि बाईंचं वेगळं. पण आतून सगळं ठरलेलं असतं. मी गेलो ऑफिसात तर बाबासाहेब म्हणाले, तू माझा पाहुणा नाहीस. कादंबरी लिहिशील तेव्हा तू माझा लेखक होशील. तर गेल्यागेल्याच आत आम्ही चहा घेत होतो. बाबासाहेब ऑफिसातून स्वैंपाकघरात येऊन म्हणतात, तुमच्या पाहुण्यांमध्ये आम्ही आलो तर चालेल का? असं! शंकर म्हणाला, बाबासाहेब, हा सारंग.

मी म्हणालो, मी आपल्याला मागे मुंबईत भेटलोय एकदा. त्याकडे कुलकर्ण्यांनी उद्धटपणे दुर्लक्ष केलं. आणि म्हणाले, कुठे असतोस?

मी म्हटलं वरळीला.

मग म्हणाले, काय येतं तुम्हाला?

मी म्हणालो, काहीच येत नाही!

ते चिडून म्हणाले, ते दिसतंच चेहऱ्यावरून.

—तर अशी सुरुवात. मग बाई म्हणाल्या, अहो, तुमच्यासाठी कादंबरी लिहून घेतोय आम्ही—मी आणि शंकर मागे लागून याच्याकडून! कुलकर्णी म्हणाले, कादंबरी? केव्हा? मी म्हणालो, वाटलं तर लिहीन. ते म्हणाले, सोपं नाही लिहिणं. **कामिनी**मध्ये रिव्ह्यू लिहिणं सोपं असतं. एक पान स्वतःचं लिहायचं तर शंभर उठाबशा काढाव्या लागतात. बाई म्हणाल्या, लिहील तो. फार हुशार आहे तो. तर असं थोडा वेळ चाललं. मी आपला म्हणत होतो, मूड आला तर सहज एक कादंबरी लिहीन आठपंधरा दिवसांत. मी दोनेक दिवस होतो. अधून- मधून आमचे मजेदार खटके उडायचे. कुलकर्णी एकदा म्हणाले, तुम्ही पोरं एवढी हुशार वाटता, मग परीक्षेत कसे काय नापास होता रे नेहमी? मी म्हणालो, आम्हाला इतकं माहीत झालेलं असतं की दोनचार पानांत एका प्रश्नाचं उत्तर लिहिणंच विनोदी वाटतं. मग ते म्हणाले, काही नोकरी वगैरे मिळावी असं वाटत नाही का तुला? मी म्हटलं, दोन वेळा जेवण आणि झोपायला जागा असली की माणसाला पुरे, तेवढं सध्या आहे. मग ते म्हणाले, पण आईबाप फुकट किती दिवस पोसणार तुला? मी म्हटलं, म्हणजे आम्हाला जन्माला घालूनच्या घालून पुन्हा हे का वरतून? मग बाई म्हणाल्या, लग्न करावंसं वाटत नाही का? मी म्हटलं, नाही, पण मुलगी हवीशी वाटते अधूनमधून. बाई म्हणाल्या, तेवढ्यासाठीच लग्न करतात. मी म्हटलं, तसं असलं तर मग मुलगीही नको. उगाच नाकापेक्षा मोती जड असा प्रकार असतो लग्न म्हणजे.

चांगदेव म्हणाला, एकूण तुझा इंटरव्ह्यू घेत होते म्हणायचं कादंबरी लिहायच्या आधी.

जवळपासच तसंच. पण तसे साले धूर्त आहेत बरं दोघं नवराबायको. आपली सगळी मतं, आवडीनिवडी बरोबर काढून घेतात. काय वाचलं आहे, किती वाचलं आहे—सगळं. मग मी यायला निघालो तेव्हा बाई म्हणाल्या, मग आता घरी नुसता रिटोळासारखा हिंडतोस त्यापेक्षा लिहायला बैस. तू जे काही लिहिशील ते मी बाबासाहेबांना छापायला लावीन. काहीही! पण पुण्यात कोणी बरं बोलत नाही यांच्याबद्दल.

एकूण तू आल्याबरोबर लिहायला सुरुवात केलीस.

आल्याबरोबर नाही. जरा विचार केला. पुन्हा वाटलं कशाला मरायला लिहा

एवढं! पण मध्ये वडलांनी फार त्रास दिला. एकदा घराबाहेर काढीन म्हणाले. त्या त्वेषात मी लिहून काढली.

चांगदेव म्हणाला, लिहिलीस तरी तुझा मूळ प्रश्न काही सुटला नाही. वडलांचा आणि घराचा वगैरे.

तेही खरंच आहे. आता मी बघतोच काहीतरी. मुंबईत एका घरासाठी तरी साल्या, आईबापांवर अवलंबून राहावं लागतंच. बघू. आधी नोकरीचं तर ठरवतोच. आमचे कुठे वशिले नाहीत, काही नाही. टाकले आहेत दोनतीन ठिकाणी अर्ज. जुळलं तर बघू. एकदोन वर्षांत बघू खोलीचंही. स्वतःचं वेगळं केल्याशिवाय मात्र समाधान नाही. ज्ञानेश्वर-तुकाराम आता जन्मले असते तरी त्यांना बी. ए. व्हावं लागलं असतं. आणि नोकरी करावी लागली असती!

बरं झालं तुला ते कळलं ते.

या या. काय लिहिली म्हणे कादंबरी. हा नवा कोण आणखी? मुंबईला दिसला होता खरा. तू काय करतोस रे बाबा? बसणार आहेस ना परीक्षेला? छान. लिहितोसही का तू काही. नाही ना. बरं आहे. ह्याची कादंबरी बघू आता आपण छापण्यासारखी आहे की नाही!

चांगदेव आजारातून उठला आहे म्हटल्यावर त्याची नीट सोय करण्यात आली. तिकडे शंकर काहीतरी विनोदी बौद्धिक बोलून नवराबायकोची करमणूक करत असायचा. चांगदेवही पडल्यापडल्या अभ्यासाचा कंटाळा आला की त्यांच्यात बसायचा. नंतर दिवसभर सारंगनं कादंबरी वाचून दाखविली. चांगदेव आणि शंकर दोघेही कादंबरी ऐकून एकदम उत्साहात आले. फार ग्रेट होणार पुस्तक, म्हणाले. पण कुलकर्णी प्रकाशक छापूच असं काही म्हणेनात. ते दोघेही त्यांना पटवून द्यायला लागले की ही कादंबरी कशी सगळ्याच बाबतीत नवी ठरेल. खूप खपेल. छापाच.

पण कुलकर्णी बक्षिसाला कितपत ही चांगली होईल याचा विचार करत होते. त्यांच्याकडे दुसऱ्या एका जुन्या लेखकाची यशस्वी कादंबरी लिहून तयार होती. तीच बक्षिसाला टाकलेली बरी असाही ते विचार करत होते. त्या कादंबरीत नवं काहीतरी एक्झिस्टंशिॲलिझमवर बरंच होतं. शंकर त्यांना म्हणाला, तुमच्या ह्या लेखकाला अजून एक्झिस्टंशिॲलिझमचं स्पेलिंग नीट येत नाही. सगळीकडे तेवढाच शब्द इंग्रजीतून चुकीच्या स्पेलिंगात टाकला आहे. ते आधी दुरुस्त करा म्हणावं, काय साले लेखक!

कुलकर्णी म्हणाले, माझ्या लेखकांबद्दल वाईटसाईट बोलायचं नाही, समजलं. तू बाईंच्याजवळ तुझी हुशारी दाखवत जा. तू तिचा पाहुणा आहेस.

शंकर म्हणाला, तरी पण ते स्पेलिंग पुढल्या आवृत्तीत दुरुस्त करून घ्यायला सांगा! निदान येत नसलं स्पेलिंग तर मराठी शब्द लिहावा. इंग्रजीत लिहायची काय गरज?

कुलकर्णी रागावून म्हणाले, ह्यानंतर मला असा सल्ला द्यायचा नाही. नुस्तं खायचं प्यायचं रेकॉर्डी वाजवायच्या. बस्स.

शंकर म्हणाला, बरं. पण ते स्पेलिंग—

चांगदेव नंतर शंकरला म्हणाला, मला त्यांनी बोललेलं मुळीच आवडलं नाही. कशाला राहतोस तू इथे. उगाच लाडात!

शंकर म्हणाला, तुला बाबासाहेबांचा स्वभाव माहीत नाही.

चांगदेव म्हणाला, सकाळी जेवतांना ते तूप टाकायच्या वेळी अचानक रोखून माझ्याकडे पाहात होते—दोन मिनिटं! तेही मला विचित्र वाटलं! तुलाही असं कधी केलं असेलच.

ते त्यांचं काहीतरी विक्षिप्त चाललेलं असतं. आपण दुर्लक्ष करावं. तसे ते प्रेम करायला लाभले म्हणजे बघावं. स्वतः त्यांनी मला मोटारीत घालून स्पेशालिस्टकडे नेऊन तपासलं. औषधं घेऊन दिली, रोज चौकशी करतात औषध घेतलं का म्हणून. खरं म्हणजे काय संबंध? पण ग्रेट माणूस आहे. तुला रोज आंबा मिळाला पाह्यजे म्हणून सांगून गेले ते स्वैंपाकिणीला. चांगला माणूस आहे.

सारंग म्हणाला, लिहिशील तशी छापतो म्हणाले होते, पण आता बराच विचार करायला लागलेयत.

शंकर म्हणाला, धंद्याच्या दृष्टीनंही पाहावं लागतं. पण छापतील. मी सांगितलं आहे त्यांना. बघ तू उद्यापरवा.

चांगदेव सारंगला म्हणाला, साला शंकरही काय एकदम बदलला. कुलकर्ण्यांचं सगळंच चांगलं म्हणत असतो. आश्रितासारखा झाला आहे. पण मला कुलकर्णी गृहस्थ आदरातिथ्यात चांगला वाटला. हल्ली कोण कुणाचं इतकं करतो?

सारंगची कादंबरी छापायचं ठरवून त्याला ताबडतोब पक्की करून दे म्हणून कुलकर्ण्यांनी सांगितलं. छापखान्यात टाकली की आठ दिवसांत प्रुफं येतील सगळी दणादणा, असं सांगून त्यांनी सारंगला एका खोलीत पक्कं लिहून द्यायला बसवलं. त्याच्याकडे कोणी गप्पा मारायला जाऊ नये किंवा त्यानं बाहेर येऊ नये म्हणून ते दुपारी बाहेरून कुलूप घालून त्याला कोंडूनही ठेवायचे. अशा लहरी

लेखकांकडून काम कसं करून घ्यावं हे त्यांना चांगलं माहीत होतं. पानतंबाखू, कॅप्स्टन, पाहिजे तेव्हा चहा मिळायचा, संध्याकाळी कुलकर्णी त्याला एकट्याला मोटारीतून फिरवून यायचे. मधे कुठे पुस्तकांच्या दुकानात हवी ती पुस्तकं घे, कुठे रेकॉर्ड आवडली तर घे, पण आठ दिवसांत कादंबरी संपवली पाह्यजे! एक तारखेला बक्षिसासाठी पाठवायचीच.

सारंग रात्रंदिवस लिहीत सुटला. चांगदेवला तो म्हणायचा, लोक साले यांच्या नावानं उगीचच कंड्या पिकवतात. एवढं लेखकांच्यासाठी कोण करतं? रात्री मी लिहिता लिहिता तसाच दिवा ठेवून झोपी गेलो. पांघरूण घ्यायचंही विसरलो. मधे जाग आली तर बाबासाहेब स्वतः मला पांघरूण घालत होते. झोप झोप म्हणाले. पुण्याचे लेखक साले कोणाचीही बेअब्रू करतात. यांच्यासाठी मी काहीही लिहून देईन यापुढे. मला व्यक्ती म्हणूनच हे आवडले.

एकदा बाई म्हणाल्या, तुम्हाला आंघोळ करावीशी वाटत नाही का रे?

कुलकर्णी कडाडून म्हणाले, माझ्या लेखकांना असले प्रश्न विचारलेस पुन्हा तर याद राख.

एकदाची कादंबरी पक्की करून संपली. सगळ्यांना गाडीत घालून कुलकर्णी एका मोठ्या प्रेसवर गेले. कादंबरीचं बाड मॅनेजरपुढे ठेवूनते म्हणाले, हा आमचा नवा घोडा! आठ दिवसांत कादंबरी तयार पाहिजे.

मॅनेजर नम्रतेने सारंगला नमस्कार केला. थंड पेय घेऊन ते परत आले.

एकदम पाचपाच फॉर्मांची प्रुफं यायला लागली. बाई सारंगला म्हणाल्या, आता तुझं काम संपलं. आता घरी जा. आई वाट पाहत असेल. शंकरही आता त्याच्या घरी जाईल.

पण घरच्यापेक्षा तिथेच जास्त चांगलं चाललं असल्यानं सारंग घरी जायला तयार होईना. शंकर तर नाहीच. पहिलंच पुस्तक छापील कसं दिसतं याची त्याला फार उत्कंठा होती. पण काही ना काही करून त्यानं निघून जावं असं बाई सुचवत होत्या. चांगदेवलाही एकदोन गोष्टी खटकल्या म्हणून तो उद्याच निघतो म्हणाला. तेव्हा ह्याला घेऊन जा, हा आजारी आहे, रस्त्यात काही व्हायचं — असं कारण काढून शेवटी सारंगला चांगदेवबरोबर पाठवलंच. शंकर तरी राह्यलाच.

येता येता गाडीत सारंग म्हणाला, माझे तर पंधरा दिवस छान गेले. तुझं कसं काय?

माझंही जेवण-औषध व्यवस्थित वेळेवर झालं. एक पेपर चांगलाच संपला. दुसरा सुरू केला. चांगलं झालं. तब्येत एकदम नीट!

पण शेवटून शेवटून ते दोघेही शंकरला लागेल असं टोचून बोलायचे हे तुझ्या लक्षात आलं का? मला फार वाईट वाटलं. पण तो सगळं प्रेमानं घेतो म्हटल्यावर काय?

शंकर येथे रहाणं मला बरोबर वाटत नाही. इकडे मोठमोठ्या गप्पा मारायच्या आणि तिकडे कुलकर्ण्यांचं सगळं समर्थन करायचं, वर्तमानपत्रात त्यांच्यावर स्तुतिपर लेख लिहायचे. स्वतःच्या घरी का राहू नये त्यानं? असेच लोक पुढे पेचात सापडतात आणि खतम होतात. आता तुझ्या प्रुफांचं काम त्यानं का म्हणून करावं?

शंकर त्यातला नाही. तू बघ. तो बरोबर बाहेर येईल ह्या लफड्यातून. स्तुतिपर लेख जास्त लिहिणार नाही तो.

पण त्याच्यामुळेच तू खरं तर कादंबरी लिहिलीस की नाही?

हो. खरंय ते. काय पत्र लिहायचा शंकर रोज! त्याला जमतं साल्याला लिहून घेणं. नाहीतर त्याच्यामुळेच कुलकर्ण्यांनी आपली कादंबरी छापली. एरवी कुणी विचारलं असतं आपल्याला?

तसं समजू नकोस. कादंबरी चांगली म्हणून छापली. भिकार असती तर ह्यांनी छापलीच नसती. हुशार आहेत नवरा-बायको!

मेहता जबरदस्त फी घ्यायचे. तू येत जा रेग्युलर असं म्हणायचे. अजून तीस इंजेक्शनं घ्यावी लागतील, पण तुझी चांगली कॉन्स्टिट्यूशन आहे असं म्हणाले. इंजेक्शन दिलं. पुन्हा औषधं लिहून दिली. चांगदेव सिग्रेट पीत नाही, वजनही वाढलं, ह्यामुळेही त्यांना बरं वाटलं.

आता चांगदेवजवळ पैसेही पुरेसे होते. रात्रीची शाळा सुटली होती. पण काहीतरी गेल्या वर्षापासून नवी पगारश्रेणी मिळाल्यानं त्याला मागचे चिकार पैसे घरबसल्या आले. गेल्या उन्हाळ्यातल्या सुटीचाही पगार एकदम मिळाला. वडलांनीही थोडेसे पैसे ठेवले होते. त्यामुळे त्यानं होस्टेलच्या मेसमध्येच नियमित जेवण सुरू केलं. शिवाय सिग्रेट, तंबाखू, दारू एकदम सुटल्यानं, हॉटेलचा खर्च चुकल्यानं पैसे बरेच असायचे. दुपारी पडल्यापडल्या वाचत राहायचं. अधूनमधून लायब्रीत तास दोन तास बसून यायचं. दर मंगळवारी शुक्रवारी मेहतांकडे जाऊन इंजेक्शनं घेऊन यायचं असं चाललं होतं. अत्यंत ठरवून तो नियमित आयुष्य जगत

होता. पूर्वीसारखी फालतू पायपीट करून शंभर माणसांना भेटणं आपोआपच बंद झालं होतं. **आपट**चा अंक नंतर निघालाच नाही. पैसे संपले की खुशाल कोणातरी मित्राकडून मागून घेऊ, कोणीही देईल म्हणून तो निश्चिंत होता. दुःख आटोक्यात आलं होतं.

एकदा सारंग भेटून त्याच्या कादंबरीची प्रत देऊन गेला. फार खूश दिसत होता. आता बाजारात येईल म्हणाला. काय धडाडीचा प्रकाशक आहे, बाबासाहेब! असं म्हणाला. शंकरचं पत्रही दाखवलं. शंकरला जवळजवळ घरातून उचलूनच बाहेर काढलं कुलकर्ण्यांनी! कारण शंकर किती प्रती काढल्या वगैरे चौकशी करायला लागला होता. कुलकर्णी म्हणाले, तुला त्याचं काय? आमचे लेखक आणि आम्ही ते बघून घेऊ. तू कोण मधे?

चांगदेव म्हणाला, शंकरला शेवटून खरं काय ते समजलं हे बरं झालं. तसं मला त्यांनी फार चांगलं वागवलं म्हणून मला त्या गृहस्थाबद्दल आदर आहे. पण शेवटी लेखक म्हणून तुझे सगळे हक्क सांभाळले गेलेच पाहिजेत. खाणंपिणं मोटार रेकॉर्डी—हे ठीक आहे. पण लेखकाला प्रकाशकापेक्षा जास्त महत्त्व आहे. हे मराठीत कुणीच पाळत नाही. प्रती किती काढल्या, किती रॉयल्टी मिळणार याचं तुला सगळं लेखी माहीतच पाह्यजे.

सारंग म्हणाला, कुलकर्णी फार उमदा माणूस आहे, करील सगळं. शंकर अतिरेक करतो म्हणून त्याचं फाटलं.

नंतर शंकरचं चांगदेवलाच लांबलचक पत्र आलं. त्याचा चांगलाच अपमान कुलकर्ण्यांनी केल्याने तो चिडला होता. तो म्हणत होता, माझ्यामुळेच यांना सारंगची कादंबरी मिळाली. पण साले आता मला काहीच समजत नाहीत. हे लोक आपल्याला वापरून घेतात. हे मला सहन होत नाही. वगैरे. ते म्हणतात तसं सारंग हल्ली करत असतो. वगैरे.

चांगदेवनं त्याला उत्तर लिहिलं : तू तर सुटलास हे चांगलं झालं. आता सारंग सापडला आहे त्याचं काय? आपण सगळेजण ज्या निष्ठेने लिहितो, छापतो त्याचं काय? सारंगचा अगदी मामा करायला सुरुवात केली आहे कुलकर्ण्यांनी. कुठेतरी त्याच्या नावावर मुलाखत स्वतःच लिहून दिली म्हणे कुलकर्ण्यांनी! आणि आता एक पत्र आलं आहे, त्यात येत्या रविवारी बक्षिसाच्या कमिटीतल्या लोकांना मेजवानी देणार आहेत कुलकर्णी, तेव्हा सारंगला हजर राहायला सांगितलं आहे. पण सारंगही आपल्यापेक्षा तसा हुशार आहे. बहुधा तो ह्या बाजारात सापडणार नाही, असं वाटतं. बघू. ह्या वयात आपल्या मित्राला आपण काय सांगणार. जो

तो ज्याचं त्याचं पाहून घेतोच! पण सारंग तुला बाजूला सारून कुलकर्ण्यांकडे बस्तान बांधणार नाही, हे नक्की.

सारंग पुण्याला गेला नाही. उलट मला न सांगता मुलाखत दिली ते मला आवडलं नाही असं त्यानं कुलकर्ण्यांना पत्र टाकलं. आणि ते खोडून काढायचं म्हणून सारंगनं बापूकडून दुसरीच मुलाखत एका पेपरात छापून आणली. आधीच्या मुलाखतीत मी ह्या ह्या लेखकांना मानतो असं खोटंच कुलकर्ण्यांनी लिहून आणलं होतं! तर ह्या मुलाखतीत त्या लेखकांची नावं देऊन हे मूर्ख लेखक आहेत असं आपलं मत सारंगनं मुद्दाम प्रसिद्ध करून टाकलं! त्यातले दोन पुन्हा बक्षिसांच्या कमिटीवर होते! तेव्हा आता बक्षीस मिळणं कठीण होतं.

अर्थात कुलकर्ण्यांना पाह्यजे असतं तर त्यांनी बाकीच्या पित्त्यांकडून बक्षीस मिळवलंच असतं. पण सारंगनं परभारे तारे तोडायला सुरू केल्यावर कुलकर्णी स्वतः मुंबईत येऊन त्याला भेटले. त्यांना वाटलं इतकं करून हे पोरगं पुन्हा त्याच्याच वळणावर गेलं! मेहनत वाया गेली! त्यापेक्षा छापली नसती कादंबरी तर बरं झालं असतं. पण तरी पोरगं हुशार आहे. त्याला चार शब्द सुनवावे म्हणून ते खास बायकोबरोबर आले. बायकोनं अर्थात अधूनमधून तसं नाही हो, तुमचा गैरसमज झालेला दिसतोय, असं म्हणायचं ठरलं होतं.

हं, काय मग सारंगधर, रिव्ह्यू वाचले का पेपरातले? फार धडाक्यानं आहेत. मी सांगितलं होतं एकेकाला की मार्चच्या आत रेव्ह्यू आले पाहिजेत! आता टाकली आहे बाजारात. पहिल्या फटक्यात पाचशे प्रती गेल्या! आवृत्ती संपतेय महिन्याभरात.

आवृत्तीसंबंधी बोलू नका असं बायको खुणावत होती. म्हणून ते मग हीहीहीही करून सावरून दुसरं बोलायला लागले.

हाँ, तर मी काय म्हणत होतो की तू वर्तमानपत्रात मूर्खासारख्या मुलाखती द्यायला सुरुवात केलीस, हे मला आवडलं नाही.

बायको म्हणाली, चांगली होती हो तशी मुलाखत. काय झालं दिली तर...

तसं मी म्हणत नाही. काय! तू मला विचारूनच सगळं करत जा असं मी कधीही म्हणणार नाही. मे दीडशे लेखक गेल्या पंचवीस वर्षांपासून काहीही कुठेही लिहीत आहेत, तेव्हा तुला पोराला मी कशाला आडकाठी करू? पण अरे, कुठे, काय, केव्हा लिहावं याचं तुला तारतम्य नाही. मूर्ख आहेस.

बायको पुन्हा — काय बाई तुमचं, पहिल्या फटक्यात इतका प्रतिष्ठित होऊ

पाहणारा तुमचा हा लेखक आणि त्याला तारतम्य नाही म्हणता. काहीतरीच...

तूही मूर्ख आहेस! तुला मी कितीदा सांगितलं आहे की माझ्या लेखकांचं हित मला जास्त कळतं. तुला वाटलं तर तू जेवू घालून दोन लाडू जास्त देत जा. समजलं? तर सारंगराव, कोणाला काय म्हणावं हे ह्यापुढे तुला जास्त काळजीपूर्वक पाहावं लागेल. मी काय म्हणतो लक्षात येतंय का तुझ्या? तुझ्या ह्या काकीमुळे तुझी कादंबरी लिहून झाली, पण तिचा तू उल्लेखही केला नाहीस मुलाखतीत?

नको करू दे हो. मला त्याचं काही वाटत नाही.

म्हणजे? मग खोटी माहिती द्यायची? तुझे हे मित्र — मला ह्या क्षेत्राचा तुझ्यापेक्षा जास्त परिचय आहे की नाही? आहे ना? तर हे तुझे मित्र — तुझं नाव होतंय हे त्यांना कधीही मानवणार नाही. लक्षात ठेव. पुढे कधीतरी म्हणशील बाबासाहेब खरं सांगत होते. कुठलं ते चोपडं काढायचे तुम्ही लोक? शंकरनं तुझा कधी उल्लेख केला आहे त्या बाबतीत? उलट तुझं नाव येणार नाही असा त्याचा नेहमी उद्योग चाललेला असतो. फुकट हमाली तू करणार आणि लोणी हे खाणार. हा तुझा मित्र बापू तुझी मुलाखत घ्यायला कसा उपटला एकाएकी? तुला बदनाम करायचा एक मार्ग होता तो. मला कळलं ते पुण्यात. एका तरी मित्रानं तुझ्या कादंबरीबद्दल कुठे एक पान खरडलं आहे का सांग? लिहू लिहू म्हणतील पण एक लिहिणार नाही. कोणाला सहन होत नाही अशी अचानक आलेली ख्याती! तो कुठल्या मासिकांत लिहितो नाही का काहीतरी — कोण त्याचं नाव — जाऊ दे — तो म्हणाला आमच्या देशपांड्यांजवळ की हा पोरगा वस्ताद निघाला. आपल्या सगळ्यांना साफ करून गेला! त्याला आमचे देशपांडे मोटारीतून सोडतात दर शनिवारी कुर्ल्यच्या झोपडपट्टीत. तिथे नोट्स काढून कादंबरी लिहिणार आहे म्हणे आता. देशपांड्यांनी खिजवलं त्याला, तुम्ही काढा मरत मरत नोट्स. ही असली पोरं एका पुस्तकात तुमचा त्रिफळा उडवतील... म्हणजे आम्ही सगळं जुळवून आणतो ते तू एका भिकारड्या पेपरमध्ये मुलाखत देऊन साफ करून टाकतोस. त्यामुळे बाहेर मत बरं होत नाही. तुला अजून ह्या क्षेत्रातल्या मुरब्बी लोकांचं राजकारण माहीत नाही. सारस्वत सारस्वतांना वर ढकलत असतात, ब्राह्मण ब्राह्मणांना, मराठे ब्राह्मणांचा अन् ब्राह्मण मराठ्यांचा काटा काढायला तयार. त्यातून विदर्भातले आणि मराठवाड्यातले घुसून पुण्यामुंबईवाल्यांना चेपायला पाहतात. तू आणि तुझे मित्र कुठे भिरभिरून आपटाल, पत्ता लागायचा नाही. पुढे कोणी कुत्रा विचारत नाही. तेव्हा आपले लोक तरी बाजूला करून ठेवावेत! पण तू उठलास पायताण काढून...

बायको मधेच : पुरे करा हो. लेकराला खाऊ तरी द्या आता. काही मागवा. तुमच्या शब्दाबाहेर जाणार नाही तो. लहान आहे तो.

खाईल सावकाश. हे जास्त महत्त्वाचं आहे. मला ह्याला आज शेवटचं सांगून टाकायचं आहे. कारण यानं खरोखरच चांगलं पुस्तक लिहिलं आहे चुकून. माझं नाव एकदम ह्याच्या पुस्तकामुळे —

बायकोनं डोळ्यांनी खुणावल्यानं त्यांनी पुन्हा ही ही हीऽ करून विषय बदलला.

तर काय, तू हे तुझे साबुदाणे लेखक मित्र सोडून दे. एक म्हणजे तू ह्यापुढे त्या तुमच्या **आपट** आणि **उपट** वगैरेसारखं नागडं काही नाचायचं नाही. करायचं काय तसलं भिकार क्रिटिक करून? मराठीत हे नाही आणि ते नाही. नाही मराठीत मोठे लेखक. पण भोसडीच्यांनो, ते कशाला सांगत बसता? तुम्ही लिहून दाखवा ना एक तरी चांगलं पुस्तक. तसं तू आता चांगलं लिहून दाखवलं आहेसच. पण ते क्रिटिकफिटिक सोडून दे. काय मोठी मराठीची दैन्यावस्था तुम्ही वीसपानी चोपडं काढून हटवणार आहात? तुला एक सांगून ठेवतो मी — टीका करायला लागलास की तुझे शत्रू वाढले म्हणून समज! करायचं काय माती रिव्ह्यूफिव्ह्यू लिहून? तर येत्या एकदोन वर्षांत तू आणखी एक तरी कादंबरी टाकली पाहिजेस. कशीही लिही. मी छापतो! पुढचं माझ्याकडे. तुझ्यासारख्यानं मोठमोठी पुस्तकं लिहावी! कमीतकमी चारपाच कादंबऱ्या नावापुढे लागल्याशिवाय लेखकाला मोठेपण येत नाही. मग तो कितीही प्रतिभाशाली असो. नंतर चाळिशी उलटली की शैली जमत नाही. नंतर उगाच भरीला पडून काही बें बें करून लिहिलं तर वाचकही शिव्या देतात; पुस्तकं फूटपाथवर येतात. तर आताच पुस्तकाचा मारा सुरू केला पाहिजे. त्या रत्नागिरीकरानं दोनतीन वर्षांत पाहा कसं नाव कमावलं. फारसं चांगलं नसलं तरी सातत्यानं लिहितो तो. नुसत्या क्वालिटीला काही अर्थ नाही. नंतर मला तुझ्याकडून एकदोन पुस्तकंही संपादित करून घ्यायची आहेत. ते अर्थात नंतर. पुढे जेव्हा काही महत्त्वाचं लिहिताच येणार नाही तेव्हा तुझ्याकडून एकदोन ऐतिहासिक कादंबऱ्याही लिहून घेईन. हे अगदी शेवटी. थोडक्यात, एक मोठा लेखक झालेला पाहायची माझी इच्छा आहे! माझी ऐंशी टेक्स्टबुकं आहेत! तुला पुढे खूप काम मिळेल.

सारंग मुकाट्यानं हो-हो करत मसालादोसा कापत खात बसला होता. त्याला हे आपलं भयंकर यांत्रिकपणाचं भावी करिअर पाहून विचित्र वाटलं.

नंतर पुढल्या आठवड्यात फेरी टाक असं सांगून पुण्याचे भाड्याचे पैसे आगाऊच देऊन कुलकर्णी प्रकाशक निघून गेले.

सारंगनं हा सगळा प्रकार शंकरला कळवला. शंकरचं उत्तर आलं, पण तो रॉयल्टीबद्दल बोलला का? प्रती किती काढल्या हे सांगितलं का? हा म्हणजे तुझा अगदी युगप्रवर्तक मामा करणार! पहिली कादंबरी खपत आली की दुसरी लिहून घ्यायची, मग पहिलीचे थोडेशे पैसे द्यायचे, मग तिसरी लिहून घ्यायची आणि पहिलीची दुसरी आवृत्ती काढायची आणि दुसरीचे थोडेशे पैसे द्यायचे, मग मध्येच काहीतरी निवडक तांबे असं काही पुस्तक संपादित करून बी. ए.ला टेक्स्ट्बुक लावून घ्यायचं. असं आयुष्यभर! तेव्हा बाबा रे, तुझं तू बघ. आणि हे साले प्रकाशक लेखकाकडून फक्त पुस्तक लिहून घेणार, प्रेसवाल्याकडून उधार छापून घेणार, कागदवाल्यांकडून कागद क्रेडिटवर घेणार, आणि गिऱ्हाइकांकडून कॅश घेऊन मग सावकाश सगळ्यांना भीक दिल्यासारखे थोडे थोडे पैशे देत राहणार. तेव्हा तू यांच्याकडून नेहमी थोडे थोडे पैशे काढून घेत जा. नाहीतर कुलकर्ण्यांनी किती लेखकांना बुडवलं त्याची यादी म्हणजे त्यांच्या प्रकाशनांच्या यादीतच दिसते — वगैरे.

सारंग नंतर चांगदेवला भेटला. चांगदेवची परीक्षा अगदी तोंडावर आली होती. त्यामुळे त्यानं जास्त लक्ष घालायचं टाळलं. पण तो म्हणाला, काही झालं तरी कुलकर्ण्यानं जे सांगितलं ते प्रेमापोटीच सांगितलं आहे. ते अर्थात आपल्याला पटत नाही, तरी तुला मोठा लेखक व्हायचं रहस्य त्यानं बरोबर सांगितलं. शंकर साला आधी कुलकर्ण्यांचे पायजमे घालणार आणि आता शहाणपणा शिकवणार!

पण सारंगला शंकरची मतं जास्त पटायला लागली, कारण आपली कादंबरी तुफान खपते आहे आणि किती प्रती काढल्या, किती खपल्या हेसुद्धा जो प्रकाशक कळवत नाही, त्याच्यावर कुठवर विश्वास ठेवावा? आणि का?

शिवाय आपल्या कादंबरीचा इतका बोलबाला होत असतांना आपण फारच मोठे अमर लेखक असून लेखकाची तेजस्वी परंपरा केवळ आपल्याच शिरावर आहे, असं काहीतरी दिव्य सारंगला प्रचीत होत होतं. तेव्हा आपण नमतं घेऊ नये, दुसऱ्याच्या दृष्टिकोनाचा विचारसुद्धा करायची जरूर नाही असं त्याला आपोआप वाटायला लागलं. तो स्वतःला पवित्र मार्तिर समजून मुंबईभर प्रकाशकांविरुद्ध बोलत राह्यला.

नंतर सारंग पुण्याला गेला तेव्हा कुलकर्णी प्रकाशकांकडे उतरायचं ठरवलं असून आधी शंकरकडे थोडा वेळ बसून मग तिकडे गेला. कुलकर्ण्यांकडे तो एक दिवस राह्यला. पण कायम वेडंवाकडं बोलत राह्यला. उदाहरणार्थ, फ्रीजकडे बोट दाखवून तो म्हणाला, हा फ्रीज किती लेखकांच्या पुस्तकांतून घेतला? कुलकर्णी म्हणाले, आमचे खरे अन्नदाते तुम्ही कविता-कादंबऱ्या लिहिणारे लेखक नव्हेत,

आमचे खरे अन्नदाते टेक्स्टबुकं लिहिणारे प्राध्यापक आहेत. काही समजलास?

नंतर सारंगनं जेव्हा आपल्या रॉयल्टीचा विषय काढला आणि मला पैसे पाह्यजेत म्हणायला लागला तेव्हा बाईंनी नवऱ्याला खूण केली आणि कुलकर्णी फोन करायचं निमित्त करून झटपट उठून गेले. नंतर बाईही दुसऱ्या दारानं तिकडेच गेल्या. नंतर फक्त कुलकर्णी परत आले. ते म्हणाले, हं, काय म्हणत होता सारंगराव तुम्ही?

आपल्या कादंबरीत सबंध जीवनावर आणि आत्म्यापरमात्म्यावर गप्पा मारून बसलेला हा तरुण मराठी लेखक आवंढा गिळून चाचरत जेव्हा मला माझी रॉयल्टी पाह्यजे असं म्हणाला, तेव्हा संतापून कुलकर्णी तळपाय चोळत म्हणाले, रॉयल्टी? कशाची?

म्हणजे तेही मीच सांगू का? माझी कादंबरी तुम्ही छापलीय त्याची रॉयल्टी.

आम्ही रॉयल्टी भलत्यासलत्याला देत नसतो. पहिल्याच पुस्तकाला रॉयल्टी मिळाली असा कोणी लेखक असतो का? आहे का असा कोणी मराठीत? लेखकच आम्हाला सगळा खर्च पुरवून त्यांची पुस्तकं छापा म्हणतात. कशावरून तुम्हांला रॉयल्टी देणं लागतो मी? कॉन्ट्रॅक्ट केला आहे का तुम्ही तसा? कुठली रॉयल्टी? उलट पुस्तक प्रसिद्ध करून मीच तुला नावाला आणलं आहे.

बरं, मरू द्या रॉयल्टी. मला माझ्या कादंबरीची दुसरी आवृत्ती काढायची आहे. तुम्ही किती प्रती छापल्या? किती शिल्लक आहेत?

ते ऑफिसमध्ये विचारा. मी कारकून नव्हे. माझे एकूण किती लेखक आहेत हे आठवत नाही मला, ते तुझ्या फडतूस पुस्तकाच्या प्रती कुठे डोक्यात ठेवू मी? उद्या ऑफिसमध्ये विचारा.

असा सारंग संतापून बंडखोर तेजस्वी लेखकपणाची ज्वलंत ज्योत जणू हातात उंच धरूनच हात हलवीत मुंबईला परत आला. कुलकर्णी प्रकाशकाने केलेला अपमान त्यानं फारच मनाला लावून घेतला.

तो म्हणाला, मी प्रकाशकांविरुद्ध मोठी आघाडी उघडीन. ह्यापुढे एक पुस्तक कोणा प्रकाशकाला देणार नाही. वाटल्यास स्वत: प्रकाशक होईल. प्रकाशकांची ही संस्थाच ऐतखाऊ आहे, वगैरे.

चांगदेवला तो ह्या त्वेषातच पुण्याला घडलेली हकीकत सांगायला लागला तेव्हा चांगदेव त्याला म्हणाला, बाबा रे तुला निदान नकार देण्याचं मोठेपण तरी ह्याच ऐतखाऊ संस्थेनं दिलं. तेवढं लक्षात घे. आमच्यासारख्यांना तेही नाही. आमच्यासारख्यांजवळ लिहिण्यासारखंही खूप आहे; पण आम्हाला कोणी लिहाही

म्हणत नाही, आणि म्हटलं तरी आम्ही लिहीतही नाही. छापणं तर आणखीच लांब आणि तुझ्यासारखी धो धो प्रसिद्धी तर आणखीच लांब. साहित्यिक प्रतिष्ठेची कवचकुंडलं तुझ्याजवळ आहेत, तेव्हा तू वर्तमानपत्रातून काय लुटपूट करून बाणा दाखवायचा तो दाखव. कोणाला कशाचं काही नाही. लेखकाचं जिणं जर असं लाजिरवाणं असेल तर लेखक व्हाच कशाला? ओ. के. परीक्षेनंतर भेट.

नंतर परीक्षा आटोपली. परीक्षा संपल्याबरोबर त्याला काय वाटलं तर अचानक प्रिन्सिपॉल महाजनांना भेटायची ऊर्मी आली. तो गाडी पकडून थेट कॉलेजवर गेला. मी परीक्षेला बसलो आणि पास होणार असं त्यानं कृतज्ञतेनं त्यांना सांगितलं! महाजनांनी त्याचा हात दाबून शाबासकी दिली. ते म्हणाले, किती फरक वाटतोय मला, त्यावेळी काय करायचं एम्. ए. होऊन म्हणत होतास तेव्हाच्यात आणि आताच्यात! चांगदेव पाटील एकदम दुसराच कोणीतरी बोलतो आहे असं मला वाटलं! आता नोकरीच्या शोधात राहा थोडे दिवस विश्रांती घेऊन. परीक्षेमुळे छातीवर स्ट्रेन नाही आला ना? आता कशी आहेस फुप्फुसं? फार विचित्र परिस्थितीत तू परीक्षेला बसलास. पण हुशार आहेस. मला फार बरं वाटलं.

चांगदेव म्हणाला, डॉक्टरांकडे नियमित जातोच आहे. काहीच स्ट्रेन वगैरे आला नाही. अगदी आरामात परीक्षा दिली. लिहिता येईल तेवढं लिहिलं.

बरं झालं. आता जरा तब्येतीचंही नीट कर.

मग जेवून शांतपणे फूटपाथवरून चालत स्टेशनवर. आता सिगरेट तंबाखू काहीच नसल्यानं हात, तोंड नुस्तंच रिकामं बरोबर बाळगून चालावं लागत होतं. तेवढं एक स्वातंत्र्य गेलं होतं. पण दुसरं थेट जगायचंच स्वातंत्र्य मिळालंही होतं. असा काही तात्त्विक विचार घोळवत तो गाडीची वाट पाहत बाकावर शांतपणे बसला होता.

इतक्यात पाठीमागून खांद्यावर कोणीतरी चापटी मारली निसटती. आणि त्याच्या डाव्या आणि उजव्या बाजूनं एकेक हिजडा त्याचा एकेक हात हातात घेऊन लाडीगोडीत चक्क बसलाच! हे कोणी ओळखीचे तर नाहीतच; पण चक्क हिजडेच आहेत हे त्याला समजेपर्यंत यांचा संवाद :

डावीकडून : मी नाही बरं का भावोजी, त्या तिकडचीनं.

उजवीकडून : काही आठबारा आने दे नं भावजी.

चांगदेव सावरत म्हणाला, नहीं है. क्या है? छोडो.

पुन्हा डावीकडून : अग, आठबारा आन्याचं जाऊ दे. जरा एवढं एवढं लागलं तरी पुरे झालं. का भावोजी? हॅ हॅ हॅ हॅ हॅ आणि त्या दोघांची खिसखिस. हात सोडून चांगदेव थेट स्टेशनच्या मधोमध जिन्याजवळ माणसांमध्ये येऊन उभा राह्यला.

तिथे सगळ्या अंगावर रुमाल, टॉवेल असे घेऊन विकणाऱ्या एका जाडजूड मवाली माणसाचं आणि अगदीच पोरसवदा फाटक्या कपड्यातल्या एका तरुण पोरीचं वेगळंच काही लफडं चाललं होतं. ती त्याच्या खांद्यावरचे रुमाल ओढायची आणि तो हसत हसत तिला पकडायचा प्रयत्न करायचा. शेवटी फारच प्रेमात येऊन तो तिला धरावं म्हणून तिच्या मागे पळायला लागला. ती पोरगी माणसांच्या गर्दीतून मागे वळून वळून त्या मवाल्याकडे पाहत पुढे निसटली. मवालीही आता हिला धरावंच म्हणून मागे लागला. असं हे चाललं असतांना तिकडून मघाचा एक हिजडा पदर सावरत भलतीकडेच पाहत आला. ही पळणारी मुलगी मागे पाहत असल्यानं गर्दीत त्या हिजड्याच्या अंगावरच थेट धाडकन आदळली. त्याबरोबर हिजड्यानंही झटक्यानं ह्या पोरीचे दोन्ही हात पकडून परिस्थिती समजावून घेतली आणि हात हलवत हिजडा म्हणाला, कुठं धावतीस एवढ्या गर्दीत? आँ? येईल की तो मागनं. का ठेसनातच घेतीस त्याला उरावर? आँ?

तेवढ्यात गाडीही आली. आणि हिजडेही ह्या गर्दीत चांगदेवच्या मागेच उभे होते. त्यातून समोर थांबलेल्या छोट्या डब्याला एकच दार होतं. म्हणून चांगदेव पुढे धावत गेला आणि दोन दारांच्या डब्यात बसला.

डब्यात ऐसपैस जागा होती. चर्नी रोडपर्यंत बहुतेक डबा रिकामा झाला. खिडकीतून खालचा पांढरा शुभ्र रस्ता, दिव्यांची रांग, संथपणे मागे जात असतांना चांगदेवला अक्षरशः समाधी लागली. ही मुंबई त्याच्या सगळ्या धमन्यांमध्ये रिचवली गेली होती. परीक्षा संपल्यावर तर हे जुनं पर्व संपून गेलं होतं. आता काय? नव्या रस्त्यांची चाहूल लागून त्याला अद्भुत प्रतीती येत होती. आता कात टाकून झाली. नवं आयुष्य शोधलं पाहिजे. सहा वर्षांचा तुकडा अलग झाला.

डॉक्टर मेहता म्हणाले की एकदा पुन्हा सगळा तपासून घेऊ म्हणजे कळेल. तसा तू आता नॉर्मल वाटतो. पन खात्री करून घ्यावी. मी चिट्ठी देतो. फोनबी

करतो. आठेक दिवसांत अपॉइंटमेंट घेऊन टेस्ट्स द्या. मला वाटते सगळा ठीक होईल. ट्रीटमेंट बराबर झाली. पन तुमची कॉन्स्टिट्यूशनबी उत्तम हाये. फार हेल्दी हाये. फार झपाट्यानं प्रोग्रेस केली. पण काही सांगता येत नाही. वर्षभर गोळ्या घेत जावाय लागतील. अच्छा. पाच पाच वर्सबी काहींना ट्रीटमेंट घ्यावी लागते. पाहू काय रिपोर्ट येतो.

म्हणजे पुन्हा अनिश्चित. पुन्हा प्रचंड ढगांची डोक्यात गर्दी आणि सगळा असण्यानसण्याचा हादरे देणारा गडगडाट. पण दोन्ही गोष्टींना सारखंच महत्त्व देऊन, दोन्हीकडची शक्यता मान्य करून दोन्ही मार्गांतला शेवट अंधुकपणे लक्षात घेऊन त्यानं पुन्हा पूर्वीसारखा श्वासोच्छ्वास आपल्या कानांनी ऐकायला सुरुवात केली. शरीर सांभाळणं कठीण गोष्ट आहे. पुढचे कार्यक्रमही उभे करावेसे वाटत नाहीत.

मुंबईतच राहावं लागलं तर नोकरी शोधायला सुरुवात केली पाह्यजे. मुंबई सोडवत नाही. मुंबईची जबरदस्त मोहिनी आहेच. पण हे सगळं गुंडाळून नवेच रस्ते धुंडत राहणंही फार सुंदर होईल. काही झालं तरी मुंबईत राह्यलेलं चांगलंच. पण सुटली मुंबई तरी चांगलंच.

असे दोन्हीकडून विचार करायची सवयही त्याला ह्याच काळात जडून गेली. पूर्वी एक म्हणजे एकच, असं होतं. तेही काही इतकं बरं नव्हतं. आता कोणत्याही गोष्टीच्या सगळ्या बाजू आपोआप लक्षात यायला लागल्या, हेही काही कमी महत्त्वाचं नाही.

नोकरीचा शोध घेत राहावा, कित्येक मित्रांनाही बऱ्याच दिवसांत भेटणं झालेलं नाही. तेव्हा आता जरा हिंडत राहावं असं म्हणून तो नोकऱ्या शोधत राह्यला. एकदोन ठिकाणी तर एकदोन आठवड्यांतच सुरू करता येईल असं श्रॉफ फोनवरून म्हणाला. तसं त्याच्याकडेही तात्पुरती कामं होती, पण ती तुला शोभणार नाहीत असं तो म्हणाला.

प्रिन्सिपॉल महाजन म्हणाले की, घरी जाऊन ये म्हणजे जूनमध्ये अर्ज टाकून वीस जूनला तुला प्राध्यापकाची नोकरी मिळेलच.

पण भैय्या म्हणाला, मुंबईतच करायची तर फालतू दोनशे बेसिकची प्राध्यापकाची नोकरी करण्यात काय पॉइंट आहे? मुंबईत म्हणजे वर्तमानपत्रात किंवा कुठे फर्ममध्ये सॉलिड नोकऱ्या कराव्यात नारायणसारख्या. त्यातून खोली शोधणं, नंतर पागडी भरून खोली मिळवणं ह्यात पन्नास वर्षं जातात! स्वतःचं घर असेल त्यानंच मुंबईत रहावं.

शंकरही मध्ये मुंबईला येऊन सांगून गेला की, प्राध्यापकगिरी करायचीच तर पुण्यात ये.

भैय्या म्हणाला, शंकरचं ऐकू नकोस. पुण्यात एक माणूस गप्पा मारायला योग्य नाही असं तोच मला म्हणत होता! त्याला गप्पा मारायला एक जण हवाच आहे. तेव्हा तू इथे पेपरमध्ये पाहा जागा. मी सांगतो एकदोनजणांना. प्रधानच्या वडलांना का नाही भेटत? जाऊ या. प्रधानही नोकरीवर लागल्यापासून क्वचित भेटतो.

प्रधानचे वडील म्हणाले, मिळेल पेपरमध्ये. पण प्रूफरीडर म्हणून किती दिवस काढणार? वरच्या जागा आपल्या लोकांना कोणी देत नाहीत. सगळे साउथ इंडियन्स भरले आहेत. मराठी पेपरांतच बघू. पण तिथे दहा दहा वर्षांपासूनचे कॉलम एडिटर अजून तसेच आहेत. लिमिटेड स्कोप आहे. तात्पुरतं सुरू करायला काही हवं असेल तर बघू.

प्रधान म्हणाला, तू निर्णय घे. मी वडलांकडून सगळं करून घेतो. दुसरीकडेही बघतो.

कोणती नोकरी कशी असते हे आताच त्याला पहिल्यांदा कळत होतं. इतके दिवस अमुक माणूस अमुक ठिकाणी इतका पगार मिळवतो असं अस्पष्ट कोष्टक फक्त त्याच्या मनात होतं. पण हजार रुपये मिळाले तरी एखाद्या ठिकाणी नुसते पोत्यांवरचे नंबर वहीत लिहून घ्यायचे. तेही दिवसभर, महिनाभर, आणि आयुष्यभर — अशा नोकऱ्या काय कामाच्या? पुन्हा मेहताही म्हणत होते की इंडस्ट्रीतली नोकरी तुम्हाला ठीक होणार नाही. खरं म्हणजे तुम्ही मुंबई सोडावी.

भैय्या म्हणाला, तुझा प्रॉब्लेम तुलाच सोडवावा लागेल. उगाच करमणूक म्हणून सगळ्यांची मतं जमा करत बसलास तर त्याला अर्थ नाही. पण ह्या महिनाअखेर काय ते कायमचं ठरवून टाक. कारण मुंबई सोडायची तर मुंबईबाहेर फक्त प्राध्यापकाची नोकरी करावी लागणार एवढं लक्षात घे. बाहेरगावी कारखाने, बँका, वर्तमानपत्रं ही लफडी नाहीतच. बाहेरगावीही काही वाईट नाही. तुझं तुला आरामात राहता येईल. शिवाय तरुण मुलांमध्ये वावरणं, त्यांना शिकवणं मला स्वतःला फार आवडतं. ते थोडंसं रोमँटिक आहे म्हणा, पण बरं आहे तुला. पुढे आपल्याच कॉलेजातल्या एका मुलीवर प्रेम करून तिच्याशी लग्न करून मंगल संसारसुखात तुला कायम डुंबता येईल.

च्यायला, भैय्या. गप. तुला काही झालं तरी मुंबईत वडलांनी हिंदू कॉलनीत घर बांधून ठेवलं आहे. तुला जन्मभर आदिवासी भागात काम करत मधूनमधून मुंबईला बौद्धिक वातावरणात स्फूर्ती घ्यायला रहायची सोय आहे.

भैय्या म्हणाला, मला बापाच्या प्रॉपर्टीची खंत वाटते. इलाज नाही.

असाच एकदा सारंगबरोबर रात्री हिंडत असतांना सारंग म्हणाला की जी नोकरी मिळेल ती नोकरी लवकर घेऊन मोकळं व्हावं. सारंगलाही आता लिहिण्याची शिसारीच आली होती. कुठेही शंभर रुपये का मिळत ना, आपण रोज तिथे जावं, भक्तिभावाने अत्यंत नीरस आकडेमोड करावी आणि थकून घरी येऊन झोपी जावं असं आपण ठरवलं आहे. नुस्तं भौगोलिक फिरूनही आयुष्यातून सुटका नाही, तर हेच बरं.

सारंगची कादंबरी कुलकर्ण्यांनी गोडाऊनमध्ये दाबून ठेवली होती. वर्षभरात त्याचं नाव कोणी घेणार नाही असं करतो, असं म्हणून त्यांनी दुकानात ठेवलेल्या प्रतीसुद्धा परत मागवल्या असं सारंग पुण्याला गेला होता तेव्हा शंकरकडून कळलं. किती प्रती काढल्या हे काढायला जेव्हा ते दोघे छापखान्यात गेले तेव्हा मागे थंड पेयं पाजणारा प्रेसचा मॅनेजर त्यांना बसासुद्धा म्हणाला नाही आणि म्हणाला, तो आकडा तुमच्या प्रकाशकाला विचारा. आम्ही प्रकाशकाला जबाबदार असतो, लेखकाला नाही.

मग सारंग चिडून भलताच शिवीगाळी करत बाहेर आला.

तो चांगदेवला सांगत होता की सगळीकडे ब्राह्मणांची मिरासदारी आहे. मी ब्राह्मण नाही म्हणून मी कितीही चांगलं लिहिलं तरी कोणी विचारत नाही. हे किती दिवस चालणार?

चांगदेव म्हणाला, पण तू जर कुलकर्ण्यांचं ऐकलं असतंस तर तुला असं म्हणायची पाळी आली असती का? खरं म्हणजे तू कोण आहेस हे मला माहीत नाही. तू ब्राह्मण नाहीस, हे आताच तू सांगितलंस म्हणून लक्षात आलं.

पण मी ब्राह्मण आहे—असंच गृहीत धरत होतास की नाही? ते तरी का म्हणून? म्हणजे मी ब्राह्मणासारखं वागावं असंच तुला आतल्या आत वाटत असावं. पण मी का म्हणून ब्राह्मणासारखं वागावं. कुलकर्ण्यांशी जुळलं नाही तेही मी ब्राह्मण नाही म्हणूनच! तसे हे साले हुशार असतात. माझा चोहीकडे जोर असतांना यांचे लेखक देशपांडे जेव्हा मला पहिल्यांदाच भेटले तेव्हा ते माझ्या जातीचा अंदाज करत असावेत. कारण मी ब्राह्मण असतो तर माझी कादंबरी आणखी उत्तम वाटली असती त्यांना! ते विचारत सुटले, तुमचं मूळ गाव कुठलं? मुंबईच म्हटल्यावर जरा बुचकळ्यात पडून तुमच्या आईचं माहेर कुठलं? मुंबईच म्हटल्यावर पुन्हा बुचकळ्यात पडले. नंतर कुठून आलास आता? असं विचारलं, तेव्हा मी म्हणालो मावशीकडून आलो; तर पुन्हा मागचं काढून घ्यायचं म्हणून

देशपांडे विचारतात, काय नाव मावशीचं? मला ह्या चौकशीची गंमत वाटली. मी म्हणालो, तारा. तर ते म्हणाले, आडनाव काय? तर मी फटदिशी म्हणालो, देशपांडेसाहेब, मी ब्राह्मण नाही. मग चाटच झाला.

चांगदेव म्हणाला, तसं तुला कुलकर्ण्यांनी सांगितलं होतं की ह्या साहित्यिक जगात तू एखाद्या ग्रुपला चिकटून राह्मला नाहीस तर तुला कुत्रासुद्धा विचारणार नाही. इथे साहित्यात पुन्हा स्वतंत्र जाती आहेतच. लोकप्रिय, बुळे, दुबळे, मूर्ख, वर्तमानपत्री, प्रतिभावंत!

न विचारू दे. नाही तरी काय होणार आहे साल्यांनी विचारून? शेवटी आपण सगळे निव्वळ साहित्यावरूनच एकमेकांना ओळखतो की नाही? तसं का होऊ नये? मी हल्ली ह्या लाइनवरच विचार करायला लागलोय. कोणाचं पुस्तक आहे? रिव्ह्यू लिहिणारा कोण? तर त्याची आणि रिव्ह्यूअरची जात एकच असते! फार स्तुती मारलेली असते. एखाद्या वेळी नावावरूनच जात कळली नाही तरी जरा चौकशी केल्यावर तीच जात निघते! सगळीकडे हेच.

हो, पण ह्या क्षेत्रात ठरावीक जातीच खूप उतरल्या असल्यानं हे साहजिकच नाही का? तेच आपण मोडलं पाहिजे. साहित्यात ह्या जाती नसाव्या.

नंतर जेवून ते कुलाब्याला दोन दिशांना फाकले. सारंगला कुठेतरी मित्राकडे जायचं होतं. सारंग बहुधा जातीनं दलित असावा. त्यातूनही इतका हुशार म्हणजे महार असावा. कुणास ठाऊक. त्यानं अशा कोलांट्या का घ्यायला सुरुवात केली आहे याचा विचार करत तो चौपटीकडून चालत येत असतांना कोणीतरी दोघेजण एकदम त्याच्या समोर आले. त्यांच्या तोंडावर अंधार पडल्यानं ते कोण असावेत हे कळेना. त्याचा खिशातला हात एकानं धरलाच आणि एक म्हणत होता, निकाल पैसा. आणि मग त्याच्या हातात चाकूचं पातंही चमकलं. चांगदेवला घाम फुटला. त्यानं मुकाट्यानं खिशातली पैसे ठेवलेली डायरी काढून दिली. आणि ते दोघे गुंड डायरी उघडून पाहत पळून गेले.

चांगदेव खिन्न होऊन तिथेच उभा राह्यला. थोड्याच अंतरावर एक जोडपं बाकावर बसलेलं होतं. पुढून दोनतीनजण येत होते. आणखी पुढे हॉटेलपुढे पानाच्या दुकानावर बरीच गर्दी होती. इतक्या गर्दीत असं व्हावं, आणि आपण काहीही विरोध न करता इतकं घाबरून जावं याचं त्याला आश्चर्य वाटलं. मागे एकदा असंच कोणीतरी त्याला हटकलं होतं तेव्हा त्यानं थोडीतरी झटापट केली होती आणि खिसा दाबून ठेवून तो शूरासारखा उभा राह्यला होता. तेव्हा दिवस वेगळे होते. तेव्हा मरायचंच होतं. तेव्हा त्याला कोणी चाकू मारला असता तर

काहीच भीती वाटत नव्हती. पण आता चाकू पाह्यल्याबरोबर त्याचं अवसान गळालं. असा आता भ्याडपणा. पण आता उलट असंही वाटलं की जवळ दहापंधरा रुपये होते हे चांगलं झालं. काहीच नसते तरी त्या लोकांनी मारलं असतं. खूप असते तर जास्त नुकसान झालं असतं. झालं हेच बरं झालं. पण हाही विचार भित्रेपणा वाढल्याचं चिन्ह होतं. ते फार वाईट होतं. आपण जगायचा करार वाढवला त्यात अशा किती गोष्टी आल्या असणार! हे बकाल शहर, अफाट लोकवस्ती, झोपड्यांतील गुंड पोरं, मारामाऱ्या, खून, चोऱ्या... हे सगळं एकदम भीतिदायक वाटायला लागलं होतं. असं आधी वाटत नव्हतं. आधी हे सगळं नैसर्गिक आहे, आपलंच आहे असं त्याला वाटलं होतं. आपण ह्या बकालीचाच एक भाग होतो. आता मात्र वेगळे झालो आहोत. सोवळं येत चाललं आहे.

उलट आता अशा गोष्टी मुद्दाम पाहून त्यांच्यावर विचार करायची सवय जडत चालली होती. नेहमीच्या हॉटेलमध्ये चहा घेऊन तो येत असतांना होस्टेलच्या कोपऱ्यावर दिव्याखाली एक चांगली पुष्ट वाटणारी तरुण बाई पायांची घडी करून पडली होती. बहुधा तिला तिथे कुणीतरी आणून टाकलं असावं. ती अर्धवट शुद्धीवर असावी. कारण तिच्या उघड्या पायांना ढोसून एक मवाल्यासारखा दिसणारा माणूस विचारत होता. क्या हुआ? क्यों पडी है इधर? आणि दुसरा वाकून तिचा चेहरा कसा असावा याचा अंदाज घेत होता. तिनं वरचा सगळा भाग मात्र पांघरलेला होता. ते काय प्रकरण असावं कुणास ठाऊक. बहुधा तिच्यावर अनेकांनी बलात्कार करून तिथे फेकून दिलं असावं. कारण तिनं दोन्ही पाय घट्ट दाबून ठेवले होते आणि ती कण्हत होती. हे दोघेजण तिला पुन्हा वापरता येईल का याचा अंदाज घेत असावेत. कठीण आहे.

जंगी दुःख सगळ्या मुंबईभर आहे. रोज वर्तमानपत्रात लोक वाचतात आणि रद्दीत टाकतात. मुंबईतल्या अत्याचारांची यादीसुद्धा करता येणार नाही इतकं ते आहे. कोण काय करणार? ते गेल्या कित्येक वर्षांपासूनच आहे, पण आताच ते इतकं विद्रूप वाटायला लागलं आहे.

एकूण त्याला हळूहळू मुंबई वेगळी वाटत चालली. सहा वर्षांपूर्वी मुंबई बरीच आटोपशीर, स्वच्छ, आकर्षक होती. आता रात्रीसुद्धा शांत होत नाहीत. गर्दी आणि बकाली. हळूहळू असे विचार वाढले तर मुंबई सोडायची इच्छाही वाढेल, हे आलंच.

पण गुंडांनी डायरी पळवल्यामुळे गेल्या कित्येक वर्षांत टिपून ठेवलेली मित्रांची

नावं, पत्ते, फोन नंबर, पुस्तकांची नावं, फार पूर्वीचे कॉलेजमधल्या पोरींचे पत्तेसुद्धा, हिशोब, देणंघेणं — सगळंच गेलं. तसा त्यातला बहुतेक मजकूर बिनकामाचा होता. त्याला नवी डायरी कधीच घ्यावीशी वाटली नव्हती. काहीही लागलं की इथे सापडायचंच, म्हणून जुनीच वर्षानुवर्षं जवळ होती.

आता ते जुनं सगळं जाऊच द्यावं. पण कुणीतरी अशी आपली वस्तू चाकू दाखवून हिसकून घ्यावी हे काही चांगलं नाही. नंतर बरेच दिवस त्याच्या तोंडात ह्या गोष्टीची कडवट चव यायची.

श्रॉफनं वारंवार फोन करून गप्पा मारायला ये म्हणून निरोप केला होता. चांगदेव भैय्यालाही घेऊन जावं म्हणून त्याच्याकडे गेला. मग ते श्रॉफकडे निघाले.

मध्ये स्टेशनवर चहा घेता घेता भैय्यानं प्रधान्याची एक मजेदार गोष्ट सांगितली :

मागे बाप्या आणि प्रधान्या आणि मी जवळजवळ रोज सिनेमा पाहायचो. बाप्याला पासी मिळायच्या. पण त्याच वेळी नेमके नेहरू वारल्यानं नेहरूंच्या अंत्ययात्रेचा माहितीपट मुंबईत सगळ्या थेटरांत दाखवायचे. विसेक वेळा पाहावं लागलं ते सगळं आम्हाला. कोणी मेल्याचं काय सालं कौतुक! आणि इतक्यांदा एकच गोष्ट पाहून तिच्यातच रस राहीलच कसा? बाय द वे, ही गोष्ट साल्या शंकऱ्याच्या अजून कशी लक्षात येत नाही? कालच्या अंकात साल्यानं काय काय खरडलं आहे. कविता दर वाचनाच्या वेळी नव्यानं निर्माण होते अशी काहीतरी भंकस केलीय त्यानं दोनेक कॉलम. वीसदा वाच म्हणावं एकच कविता. निव्वळ वर्तमानपत्री लिहितो भडवा.

ते मरू दे. प्रधान्याची काय गंमत म्हणालास?

हां, तर इतक्यांदा नेहरूंचं पाहून आम्ही सगळेच चिकार वैतागलो होतो. आणि पुढे नेहरूंची तिरडी दिसली तरी हसू यायला लागलं. एकदा मॅजेस्टिकमध्ये **रोशोमन** लागला म्हणून तिथे गेलो तर तिथे पुन्हा पंतप्रधान नेहरू की अंत्ययात्रा! त्यात कॉमेंटरीवाला आत्मा अमर है असं नेहमीप्रमाणे म्हणत होताच आणि साला प्रधान्या मुद्दाम प्रचंड खोऽ खोऽ करून हसला! तेव्हा भावनाकुल होऊन हृदय हलून गेलेल्या पुढच्यामागच्या लोकांना जरा रागच आला असावा. तर एकदम पुढच्या खुर्चीतला एक पहिलवान उठला आणि मागे वळून प्रधान्याला म्हणाला, काय हाय? गप बसतो का न्हाय? तर चूप होऊन प्रधान्या पुटपुटला, च्यायला! तसा तो पहिलवान पुन्हा वळून म्हणतो, काय म्हणतोस? च्यायला? उठ बरं तुला दाखिवतो. कुणाच्या आयला? त्याबरोबर प्राधान्या भयंकर घाबरून म्हणतो, अहो,

आमच्याच आयला, आणखी कुणाच्या! शेवटी मी पहिलवानाची माफी मागून बसवलं खाली. मग सिनेमाभर प्रधान्या चूप! आम्हाला हसं आवरेना प्रधान्याच्या फजितीचं. त्यावेळी जोराजोरानं सार्त्र न् किर्केगार्दवर बोलायचा. पहिलवानानं मस्त अस्तित्ववाद शिकवला.

माझीही परवा फजिती केली बाबा गुंडांनी. घाबरलोच मी. डायरी गेली. पंधरावीस रुपये गेले.

चांगदेवनं परवाची गुंडांची हकीकत सांगितल्यावर भैय्या म्हणाला, कम्युनिस्ट देशात इतकं नैतिक अधःपतन नाही. अमेरिकन वार्ताहरसुद्धा हे कबूल करतात. ही घाण भांडवलशाहीतच असते. सामान्य लोकांना कसं वागावं, काय वाचावं, कसं कष्टानं पैसा मिळवावा हे सक्तीनंच ठरवून दिलं पाह्यजे. नाहीतर हे चोर वाढत जातात, एकाला चाकू दाखवला की दोनचार दिवस दारू पीत आराम. आपल्या लोकांना तर चाबकानंच शिकवलं पाह्यजे. म्हणून मी आता पूर्ण पार्टीचं काम करतो. भांडवलशाहीत माणसं स्वार्थी होतात, कोणाचं कोणी काही लागत नाही.

तुझी ती आदिवासींवरची लेखमाला फार गाजली बेट्या. अजूनही इतक्या क्रूरपणे त्यांना वागवलं जातं म्हणजे विश्वास बसत नाही.

सरकारनं आता बरोबर लक्ष घालायला सुरुवात केली आहे. पण आमचे वडील अजून म्हणतात बी. एसूसी. करून टाक. फुकट उमेदीची वर्षं डोंगरात हिंडून वाया घालवतोयस. आता काय सांगायचं ह्या म्हाताऱ्यांना.

चांगदेव आणि भैय्या श्रॉफकडे आले तेव्हा श्रॉफ म्हणाला, तुम्ही एकेका मित्रानं बरे हादरे द्यायला सुरुवात केली आहे. पण दोनचार वर्षांत तुम्ही सगळे नोकऱ्यांत घुसला की पाहा कसे खलास होता ते. समाजात आहे हे सगळं चिरेबंद बांधून झालं आहे. ते तुम्ही कुठे पडणार? तुम्हा सगळ्यांना अराजक फक्त हवं आहे. ठरावीक वयात फार आकर्षक वाटतं. नंतर तुम्हाला शांत भिंती हव्याशा वाटतील. फार तर त्याला एखादी सुंदर पडदा असलेली काचेची खिडकी — हवं तेव्हा बाहेरचं जग पाहून घेता यावं एवढ्यासाठी. बघू किती दिवस टिकतं तुमचं हे. तो नारायण पाहा ना. काय काय युनियनच्या भानगडी करायचा. आता त्याच्या घरी गेलो होतो मी. एकदम प्रतिष्ठित संस्थांचा पुरस्कर्ता झाला आहे तो! रोज अमेरिकन टाय लावतो आणि टॅक्सीनं हिंडतो! हे आपले कम्युनिस्ट.

भैय्या म्हणाला, नारायणचं आम्हाला सांगू नकोस. आम्ही तसे असतो तर एवढ्यात तसे झालोही असतो. नारायण गाढव निघाला.

चांगदेव म्हणाला, अलीकडे मीही फारच गोंधळून गेलो आहे. आधी माझं

दारिद्र्यावर, रोगराईवर, विद्रोहावर तुफान प्रेम होतं. निदान सुखी सुरक्षित जीवनाचा मला विनाकारण द्वेष वाटायचा. पण आता असं वाटायला लागलं आहे की आयुष्याची मर्यादा लक्षात घेतल्यावर धडपड करून एवढीशी वर्षं वाया घालवणं निरर्थक आहे.

भैय्या म्हणाला, पण चांगदेवमहाराज, तुम्ही ज्या स्वातंत्र्यासकट सगळ्या गोष्टींचा उपभोग आत्ता घेत असता त्या गोष्टींसाठी आधी कितीतरी लोकांनी दुःखं भोगलेली असतात, हा विचार तरी तुम्हाला छळतो की नाही?

चांगदेव म्हणाला, अर्थात कोणी दुसऱ्यानं विद्रोह सुरू केला, अन्यायाचा विध्वंस सुरू केला तर मला ते आवडतं. पण माझ्या परीनं मी कोणावर अन्याय करत नाही याच्या पलीकडे आपली काही करून आयुष्य घालवायची तयारी नाही. माझे मलाच किती प्रश्न आहेत. तुलाही असतीलच. श्रॉफलाही असतीलच.

भैय्या म्हणाला, प्रश्न तो नाही. काही लोकांनी चैन करावी आणि तीही दुसऱ्यांच्या जीवावर होते हे माहीत असून करावी हे तुम्ही सहन कसे करता?

चांगदेव म्हणाला, हे मी मान्य करतो. सहन करू नये. पण प्रतिकार करून आयुष्य वाया घालवण्याच्या लायकीचं ते सगळं असतं का? मला तर वाटतं की सगळ्यांना तिकिटाशिवाय कुठेही प्रवास करता यावा.

भैय्या टाळी देऊन म्हणाला, तेच झालं पाह्यजे. सगळ्यांना एकाच प्रकारचं कापड, एकाच प्रकारचं जेवण, फार काही बायकाही निव्वळ श्रीमंतांना चांगल्या आणि गरिबांना कुरूप असं होऊ नये.

श्रॉफ म्हणाला, असं केलं तर तुमचं त्यात काहीच वाया जात नाही. नुकसान आमचंच होईल. भणंग लोकांचा फायदा आणि चांगल्या लोकांचं मरण असं करायचं आहे तुम्हाला. बुद्धिमान लोक स्वतःच्या जीवावर हिमतीवर हे जग पोसत असतात.

तुम्ही कशावरून चांगले? कशावरून बुद्धिवान? आणि समजा, असला गुणी आणि बुद्धिमान आणि कर्तबगार, तरी तुमची घरं रस्ते इमारती बांधायला हे झोपडपट्टीचे लोक लागतात. तुमचे कारखाने चालवायला तुम्हाला हजार मूर्ख लोक लागतात, त्यांचे तुम्ही उपकार मानताना दिसत नाही.

श्रॉफ म्हणाला, आम्ही त्यांच्या पोटाला रोजगार देतो. धडपडून पैशांची चैन न करता कारखाने उभारतो त्याबद्दल हे लोक आमचे उपकार मानतांना दिसत नाहीत. तेव्हा उपकार कोणी कोणाचे मानायची गरजच काय?

भैय्या म्हणाला, ते आम्ही म्हणत नाही. आम्ही ह्या लोकांना नीटपणे राहता यावं, ह्यांना त्यांचं मत मिळावं एवढंच म्हणतो.

श्रॉफ म्हणाला, मग आम्ही दुसरं काय करतो? ह्या लोकांनीही श्रीमंत व्हावं, चांगल्या घरात राहावं, ह्यांच्या पोरांनी शिकावं — आम्हाला त्यात आनंदच आहे. यांच्यासाठी करता येईल ते आम्ही करतोय. देशाची संपत्ती आम्हीही वाढवतोच. पण आपलं दारिद्र्य इतकं अमर्यादित आहे की, आम्ही कोणाकोणाचं करावं? हिंदुस्थानात फार पूर्वीपासून ही दरिद्री लोकांची डोकेदुखी मोठमोठ्यांच्या मागे लागली. इतके दरिद्री लोक हा कॅन्सर आहे आपल्या समृद्ध देशाचा. बुद्धासारख्यांनी लंगोटी नेसून रानात जावं हेच थेट सुचवलं. दुसरा इलाजच नाही. लोक वाढले की समाजातल्या संपत्तीचं वाटून वाटून किती वाटप करणार? शेवटी लंगोटीवर हा डिस्ट्रिब्यूशनचा प्रॉब्लेम सुटतो. खरा प्रॉब्लेम प्रॉडक्शनचा आणि दरिद्री लोक कमी करायचा आहे, समजलात चांगदेवजी.

दरिद्री लोक कमी करायचा प्रॉब्लेम हुकूमशाहीशिवाय तर निश्चित सुटणार नाही. म्हणजे ते पाहिजेय का तुम्हाला?

हे भांडवलदार हुकूमशाहीलाही विरोध करतील. कारण दरिद्री प्रजा आहे म्हणून तर यांना ती वापरून घेता येते.

भैय्यासाहेब, तिकडे तुमचे कम्युनिस्ट देशही भांडवलशहा व्हायला लागलेत.

त्याचं आपल्याला काय? आपला इंडियन पद्धतीचा कम्युनिझम पुढे अस्तित्वात येईलच.

श्रॉफ म्हणाला, इंडियन पद्धतीचा कम्युनिझम नाहीच. हेच तुमच्या लक्षात येत नाही. तसं कोणी भुकेनं मरत असला तर मला वाईट वाटतंच. पण हे भुकेनं मरणारेही हजारो इथे दाराशी जमा झाले तर मी काय करणार? कोणतंही सरकार काय करणार? उलट मला माझं घरदार सुरक्षित ठेवायला रात्रंदिवस एक गुरखा ठेवावा लागतो. निदान त्या एका माणसाच्या पोटापाण्याचा प्रश्न ह्यामुळे मी सोडवतो. माझ्या आजोबांनी उपाशी राहून पैशे साठवले आणि दहा दहा मैल उन्हात पायी जाऊन मिठाचा व्यापार केला. ते मरेपर्यंत आमच्या ठाण्याच्या घरात एका सतरंजीवर सगळेजण झोपत होते. माझे वडीलही मरेपर्यंत एक पैसा आरामावर खर्च करत नव्हते. मी मॅट्रिकला येईपर्यंत एकदाच सिनेमा दाखवला होता त्यांनी! अशी साठलेली आमची ही संपत्ती मी का म्हणून सोडून देऊ? प्रॉपर्टीच्या मागे आमच्या ह्या भावना आहेत. आमचे वडील आई पाचपाच वर्षं वेगळ्या ठिकाणी झोपायचे. आणि तुमच्या दरिद्री लोकांना वर्षाला एक पोरगं होतं हौसेखातर. आमच्या सगळ्या जगण्याला प्रॉपर्टीची सॅन्क्टिटी मान्य केलेली असते. तेव्हा मी आणि माझी मुलं हा ठेवा काहीही करून सांभाळून ठेवूच. तसंच आमच्या पिढ्यापिढ्यांना शिकवू.

म्हणजे तुमच्या संपत्तीत आमच्या मजुरांचा काहीच वाटा नाही असं म्हणायचं आहे का तुम्हाला?

पण हजारो मजुरांना पोसण्यात आमचा वाटा असतो हे तुम्हाला दिसत नाही. कारण मजुरांना जे आम्ही देतो ते रोजच्या रोज खाण्यापिण्यात ते खतम करून टाकतात. आता आडाणी भांडवलदारही असतातच. पण टाटासारखा सुसंस्कृत भांडवलदार देशाचं जे भलं करील ते दुसऱ्याच कुठल्या मार्गानं होणार नाही. चांगल्या भांडवलशाहीला जगात तोड नाही. कुलकर्ण्यांसारखा श्रीमंत प्रकाशकच साहित्याला वळण देऊ शकेल, तुम्ही **आपट** काढून काय करणार?

पण भांडवलशाहीशी संबंधित गोष्टींमुळे सगळा समाज खड्ड्यात जात असतो ना. ठीक आहे, तुझ्यापर्यंत तुमच्या तीन पिढ्या चांगल्या राहिल्या. तुझी पोरं उद्या मालक होतील ती काळाबाजार करायला लागली तर? मजुरांना छळायला लागली तर? तुझी मालमत्ता त्यांची म्हणूनच राहणार आणि दुसऱ्या लायक लोकांना तिच्यात काहीच सुधारणा सुचवता येणार नाही. तेव्हा देशाची संपत्ती अशी गंजून अडकून राहणार. आणि तुम्ही पाचपाचशे तोळे सोनं लपवून ठेवणार, त्याचा देशाच्या अर्थव्यवस्थेलाही काही उपयोग नाही. तुमची पोरं मजुराच्या लायकीची असली तरी मालक म्हणून कारभार पाहणार. हा एकूण देशाच्या शक्तीचा आणि संपत्तीचा व्यय नाही का? त्यांना सिमल्याला हनीमून करायचा खर्च ते मजुरांना कमी पैसे देऊन भरून काढत जातील तर?

चांगदेव म्हणाला, कोणत्याही मार्गाने देशाला जाऊ द्या साल्यांनो, पण देशातली घाण हटवा, गुंडगिरी आणि घाण, रोगराई आणि उपासमार कमी करा म्हणजे झालं. दोन्ही प्रकारे हे होऊ शकेल असं मला वाटतं.

श्रॉफ म्हणाला, पण आमच्या मार्गानं आपल्या देशाची संस्कृती आणि दुसरी मूल्यंही जतन होतील ते महत्त्वाचं आहे.

भैय्या म्हणाला, आम्ही दुसरी कोणतीही मूल्यं ह्या मूल्यांच्या पलीकडे जाणत नाही. हे एकच महत्त्वाचं मूल्य असतं.

चांगदेव म्हणाला, एकूण वाद करायची जरूरच नाही. कोणत्याही मार्गानं मला हवं आहे ते होईलच. सगळ्यांना कपडे, गाद्या, घरं, घरातल्या हव्या त्या वस्तू, हॉटेल, पुस्तकं, सिनेमा, नाटकं, फळं, पेयं, बायका किंवा नवरे एवढं मिळालं की बाकी कोणतंही राज्य येवो, आपल्याला फारशी फिकीर नाही. आता व्यक्तिस्वातंत्र्य कम्युनिझममध्ये नसलं तरी या प्रकारात भ्रष्टाचार आणि अनिती कमी होईल हे व्यक्तिस्वातंत्र्याच्या बदल्यात स्वीकारायला आपण एकदम तयार आहो! आपल्याला चांगलं सरकार पाहिजे मग ते लोकशाहीचं असो की नसो.

श्रॉफ म्हणाला, तूही याच्यासारखाच बोलायला लागलास. व्यक्तिस्वातंत्र्य गेलं की राह्यलंच काय? मग राज्य करणारेच भ्रष्टाचार करतील आणि त्याबद्दल कोणी बोलू धजणार नाही, एवढंच. शिवाय आम्हाला काही गोष्टी सुंदर वाटतात, त्या काही झालं तरी टिकल्याच पाहिजेत.

चांगदेव म्हणाला, आपले लोक तर कोणत्याही प्रकारचं व्यक्तिस्वातंत्र्य जाऊ देणार नाही इतके वस्ताद आहेत, हे लक्षात घे. म्हणजे आपला प्रेसिडेंटसुद्धा कम्युनिस्ट राजवटीत शस्त्रास्त्रांची परेड पाहता पाहता शेंगा फोडून खात खात पाहील याची मला खात्री आहे! तेव्हा येऊ द्या जरा कम्युनिस्टच. भारतीय पद्धतीची कम्युनिस्ट राजवट म्हणजे निदान घाणेरडी वर्तमानपत्रं बंद होतील, घाण सिनेमे बंद होतील आणि श्रीमंत लोकच निवडणुका लढवतात ते बंद होईल. तसे बुद्धिमान लोक कोणत्याही राजवटीत वर जातातच. वीस वर्षं हा लोकशाहीचा तमाशा पाह्यला. आता तो तमाशा पाहून घ्यायला काय जातं? पण मी जिवंत असतांना दोन्ही तमाशे पाहून झाले पाहिजेत; म्हणजे मी म्हातारपणात कोणतं चांगलं ते सांगेन!

श्रॉफ म्हणाला, तुझ्या म्हातारपणात लोकशाही असली तरच तुला ते सांगता येईल, एवढं लक्षात घे. कारण यांच्या पद्धतीत कोणी काय सांगावं हेही यांच्याच मतावर असतं.

हो सालं, ही एक अडचण आहेच. पण काही बिघडणार नाही. मी यांच्या पार्टीचा सभासद होऊन अशा बेमालूम पद्धतीनं ते सांगेन की कोणाच्या लक्षात येणार नाही. आणि आपले लोक इतके मूर्ख आहेत असं समजू नकोस. पटणार नाही ते कधीच आपण ठेवणार नाही. काहीही नवंनवं होऊ द्या. आपण ते बरोबर ठेवू. शेवटी हिंदू ते हिंदूच राहणार एवढी मला खात्री आहे. जरा उलथापालथ होणं मात्र आता जरुरीचं आहे.

श्रॉफ म्हणाला, हिंदूंना उलथापालथ आवडत नाही. जे होईल ते होईल, पण लेकांनो, तुम्ही तुमच्यापुरतं काय ते आताच ठरवून घ्या. काहीतरी श्रीमंत व्हायचा मार्ग शोधा. पैशे पाहिजेत जवळ. श्रीमंत असणं म्हणजे अंगाला पंख असण्यासारखं आहे. कुठेही जा, काहीही खा. हिंडा, डोंगरात जाऊन रहा, समुद्रकाठी रहा. सगळं जग तुम्हाला या म्हणत असतं. आणि शेवटी याचा कंटाळा आला की हिंदूंना दुसरे संन्यासाचे मार्ग मोकळे आहेतच. शेवटून तेही. पण गरिबांची बाजू घेता घेता गरीब होऊ नका म्हणजे झालं. कारण गरीब माणसाला गरिबांचीसुद्धा बाजू घेता येत नाही, एवढं ध्यानात घ्या.

चांगदेव म्हणाला, शेवटी आपण हिंदू आहोत हे लक्षात घेऊन आपण चर्चा

करायला लागलो हे चांगलं झालं. आपला देश म्हणजे आपले हिंदू लोक सुधारायला तुम्ही दोघे सुचवता इतके साधे, जगात इतरत्र वापरून झालेले मार्ग पुरे होतील असं मला वाटत नाही! इतक्या सोप्या पर्यायांनी आपले लोक सुधारतील याची काहीच खात्री नाही. मी म्हातारा होईन तेव्हा तरी काही सुधारणा झालेली असेल की नाही याचीसुद्धा मला खात्री देता येत नाही.

प्रभूला नवी खोली मिळाली. सगळ्यांनी केव्हातरी त्याच्याकडे जमावं आणि पार्टी झोडावी, रेकॉर्डी ऐकाव्या असं चाललं होतं.

परांजप्या एक नव्या तंत्राचं नाटक गेले सहा महिने बसवत होता. त्याचा पहिला प्रयोग रविवारी होणार होता. परांजप्यानं सगळ्यांना आवर्जून बोलावलं होतं. नाटक झाल्यावर सगळ्यांनी प्रभूच्या खोलीवर यावं म्हणजे रात्री बसता येईल असं ठरलं.

नाटक सुरू झाल्याबरोबर स्टेजवरची एकदोन प्रतीकं आणि डावीकडच्या टेबलावरचा टेलिफोन वगैरे पाहून सगळे मित्र वैतागले. परांजप्याचं काम तसं चांगलं झालं होतं. पण दुसरा एक नवाच मुलगा परांजप्यापेक्षा सरस ठरत होता. त्याच्यावरच सगळे प्रेक्षक खूश झाले. त्यामुळे परांजप्याचा चेहरा शेवटी शेवटी पार पडला होता. त्यामुळे त्याचं एकूण कामच पडलं. शिवाय लाईटवाला नेमका फोकस टाकायला उत्सुक होता, कायम लाईट फेकणं चाललं होतं.

दुपारी परांजप्याला घेऊन सगळेजण चालत प्रभूकडे आले. भांग घेऊन हळूहळू सगळे खुशीत आल्यावर बापू थेट परांजप्याला म्हणाला, परांजप्या, त्या नव्या पोरानं तुझी दांडी उडवली आज. काय सहा महिन्यांपासून बसवताय तुम्ही नाटक. आणि नाटक कसलं निवडलं साल्यांनो. चार महिने बसवण्यासारखं काय होतं त्यात? आणि प्रतीकं आणि अंधार आणि लाइट यांचा वैताग गोंधळ पाहिजे कशाला?

सहा महिन्यांत नाटक उभं केलं. बसवलं म्हणायचंच नाही.

त्यापेक्षा जुळवलं असं का नाही म्हणत, नाटक जुळवलं!

हॅ हॅ ख्यॅ ख्यॅ. नाटक उठवलं म्हणू या नाहीतर हॅ हॅ ख्यॅ ख्यॅ.

परवा बाळ्याच्या गाण्याला गेलं होतं का रे कोणी? साला उत्तरेतून उलट बिघडूनच आला.

पार पडलं साल्याचं गाणं. पण मी तरी रिव्ह्यूत चांगलं म्हटलं!

कोण वाचतो तुझा रिव्ह्यू? वर्तमानपत्र वाचतंच कोण?

पण तितकं काही माझं काम वाईट झालं नाही ना?

तुझं काम म्हणजे प्रधान्याच्या कवितांसारखं झालं. सिंबॉलिझम फार होतं त्यात.

माझं काम सोड; पण बसवलं होतं ना बरोबर?

उभं केलं होतं असं म्हणत जा सांगितलं ना. बसवलं नाही. नाहीतर उठवलं म्हणावं. हॅं हॅं ख्यॅं ख्यॅं.

पुरे बे. तर बाळ्या लहानपणापासून गातोय आणि तरी नीट जमेना म्हणून लखनौला जाऊन आला दोन वर्षं. तरी साला परवा एक राग चुकीचा गायला आणि दुसरा राग भिकार गायला.

लखनौला तो चांगला गायचा, असं तोच म्हणाला.

म्हणजे लखनौलाच जाऊन राहा म्हणावं. त्याला साल्याला पुढचा सूर उचलायची भीती वाटते. खलास झालं त्याचं आधीचं गाणंसुद्धा.

मग परांजपे तारेत म्हणाला, काय साले थट्टा करताय. मी होतो त्याच्या गाण्याला. एकदम चांगला गायला तो. सगळेजण माना डोलवत होते. वर जाणाऱ्याला खाली ओढणं तुमच्यात आहेच.

कोणाच्या माना डोलवत होते?

स्वतःच्याच.

परांजप्या, खरं बोल साल्या. कसा गायला सांग बाळ्या.

अर्थात तो काही फार चांगलं गायला नाही म्हणा. पण मला हे अजून कळत नाही की वर्षानुवर्षे आम्ही खपत असतो. बारीक बारीक गोष्टी सुधारत असतो. पण हवं ते दणदणीत यश मिळतच नाही. कोणीतरी उपटसुंभ साले मधेच उगवतात आणि एकदम गाजून जातात.

म्हणजे आजच्या नाटकातल्या त्या नव्या पोरासारखे.

हॅं हॅं ख्यॅं ख्यॅंऽ दे टाळी.

मी ह्या साल्या चोरांबद्दल — ह्या सारंगबद्दल म्हणतोय. गेल्या वर्षी हा आमच्यात नुस्ता साधा पोर म्हणून बसायचा आणि काय त्यानं एक कादंबरी लिहिली. सगळे चीत. एका फटक्यात.

नाम्या म्हणाला, यशाचं काही तंत्र नसतं बाबा. ते मिळतंच. बस्स.

परांजपे म्हणाला, पण अपयशाचं तंत्र आमच्याच नशिबी कसं काय? तुरा लागतो तो भलत्याच लोकांच्या डोक्यावर.

सारंग म्हणाला, नर्व्हस होऊ नको. तुलाही नाव मिळेल सगळ्या महाराष्ट्रात, वेळेचा प्रश्न आहे मात्र.

तेच मला म्हणायचं आहे. तुम्हाला सालेहो वेळेचा प्रश्न नाही. आणि आम्हाला मात्र आहे! वा: आम्ही कायम ऑफिसातून तिकडे तालमी करायला जावं आणि रात्री शेवटच्या गाडीनं घरी जावं, पोरं कायम झोपलेली पाहावी, झाकून ठेवलेलं ताट खावं आणि... जाऊ दे. बरं, रेकॉर्डी लाव ना रे.

रेकॉर्डी ऐकल्यावर सगळ्यांची भांग गंभीर वळण घ्यायला लागली. चांगदेव म्हणाला, तुम्ही चांगलं काम का नाही करू शकत नाटकात? चांगलं गाणं का नाही गाऊ शकत? काही जण एका फटक्यात उंच जातात?

प्रधान म्हणाला, तू हाच प्रश्न अत्यंत प्रतिभाशाली, उंच जाणाऱ्या लोकांमध्ये कसा विचारशील?

कसा म्हणजे?

मी सांगतो त्या प्रथितयश लोकांना हा प्रश्न कसा विचारशील तर : तुम्ही वाईट काम का नाही करत नाटकात? तुम्हाला वाईट गाणंबजावणं का नाही जमत? काही जण कसे नेहमीच अयशस्वी होतात? का? — असा.

म्हणजे काय म्हणतोय रे हा? चांगदेव, कळलं का काही. काय?

कळलं, पण मी सांगत नाही काय कळलं ते. आतल्या आत कळलं पण.

सांगूच नकोस.

कलावंत इथून तिथून सगळे सारखेच. आंधळेच. कोणाची तार लागेल ते सांगता येत नाही. सगळा अंदाज असतो. आंधळ्याचा हात पडला फोद्यावर अशी आमच्याकडे सभ्य म्हण आहे. तसं असतं ह्या सगळ्या जिनियसांचं.

हॅ हॅ ख्यॅ ख्यॅऽ म्हणजे आंधळं दळतं कुत्रं पीठ खातं ही आमच्याकडे एक असभ्य म्हण आहे, ही आणि ती एकच का? हॅ हॅ ख्यॅ ख्यॅऽ.

मला काय कळलं हे मला तुम्हाला सांगायचं आहे. तुम्हाला तो म्हणत होता प्रसिद्धीबद्दल. कोण कसा प्रसिद्ध होईल याचं काही तंत्र नाही.

छे छे. प्रसिद्धीचा काही इथे संबंध नाही. भलता अर्थ लावून पुन्हा आमची दिशाभूल करू नकोस.

एकूण मला कळलं ते असं की अत्यंत रोमहर्षक गोष्टी केल्या पाहिजेत. त्या चांगल्या होतात. त्यांचा घाट बेफाम असतो.

नाही. सुंदर गोष्टी केल्या पाहिजेत, त्या चांगल्या होतात.

काय थापा मारतोएस, वाईट गोष्टही तशी फार सुंदर असते. तीही करायची म्हणजे चांगली होते का? आविष्कारच महत्त्वाचा काय?

अर्थात.

कशाबद्दल चाललंय रे ह्यांचं? काय म्हणताय तुम्ही. परत या मुद्द्यावर.

चांगदेव म्हणाला, मी परवा आमच्या काकूकडे गेलो. तिथे दोन छोट्या मुली आल्या होत्या. एक पाचसहा वर्षांची, एक दाहेक वर्षांची. त्यांची आई नुकतीच बाळंतपणात वारली. गोरेगावला एका पत्र्याच्या चाळीत ते राहतात. बाप सकाळी पाणी भरून स्टो पेटवून पोरींना उठवतो. पोरींना लवकर जाग येत नाही तेव्हा बाप दोघींना खसकस माना धरून उभंच करतो. थोरलीला पोळ्या लाटायच्या असतात. भाजी करायची असते. बापही मदत करतो. पण गाडी चुकेल म्हणून बाप कायम खेकसत असतो. धाकटीही मदत करते. कसातरी डबा घेऊन बाप बाहेर पडतो. मग दोघीजणी आंघोळी, कपडे, जेवण, भांडी घासणं, झाडलोट असं करतात आणि पुन्हा दुपारी धगधगत्या पत्र्याखाली कशातरी दीनवाण्या बसून राहतात. आमची काकू एकदा त्यांच्याकडे गेली आणि कींव आली म्हणून दोघींना संध्याकाळपर्यंत घरी घेऊन आली. दोघीजणी म्हाताऱ्या बायांसारख्या दिवसभर बसून रहायच्या. कामापुरतं बोलायच्या. संध्याकाळ होत आली तसे त्यांचे डोळे काउरबाउर झाले. बाप आता येत असेल, स्वयंपाक राह्यला आहे ह्या भीतीनं. आईची आता त्या पोरींना आठवणसुद्धा येत नाही. उलट थोरली धाकटीला बदडून तिच्याकडून काम करून घेते असं काकूला कळलं. बोला, भडव्यांनो कसलं एका फटक्यात कलावंत होता. चुलीत घाला साल्यांनो तुमचा घाट आणि आविष्कार. माणसंची माणसंच कशाचा तरी घाट होऊन बसतात. कशाचा तरी आविष्कार होऊन बसतात. बोला. हे बाहेरचे घाट जसेच्या तसे उचलून घालता आले पाहिजेत.

सगळेजण चांगदेवला खाली बसवत म्हणाले, अरे अरे, एवढं ओरडायला काय झालं तुला. बैस, बैस. उठून उभं राह्यल्यानंच तुझं पटेल असं नाही. जास्त झाली का तुला.

मला काही झालं नाही. सांगतोय मी नुस्तं लिहिणाऱ्यांना, नाटकं करणाऱ्यांना. एक चाळ पडली की पन्नाससाठ कुटुंबं उघडी पडतात. कशी वाटतात जाताजाता पाह्यलं तर ती समोरची भिंत कोसळून उघडी पडलेली घरं! स्वैंपाकघर, पार्टिशन, फोटो, आरसा, भिंतीवर टांगलेल्या वस्तू, भांडीकुंडी... जणू काही इकडची भिंत पारदर्शक आहे. किंवा आपल्या डोळ्यांना भिंतीतून पाहायची अद्भुत शक्ती एकाएकी आली. नाटकासारखंच. आणि काय तुमच्या नाटकांचं सेटिंग असतं? सालं डावीकडून टेलिफोन... रद्दी सेट. मधूनमधून लाल हिरवे फ्लॅशलाइट आणि अंधार. म्हणजे लोक नाटक पाहायचं सोडून दिवेच कसे मस्त केले आहेत हे पाहून खूष होतात. हे सगळं परदेशी ताबडतोब बंद कर.

नोकरीचं एकदोन ठिकाणी जुळत आलं होतं. आणि होस्टेल सोडायची नोटीसही लागल्यामुळे चांगदेव खोलीच्याही मोहिमेवर होता. होस्टेलवर दोनचारजणच उरले होते, तेही सगळे पुन्हा पुढल्या वर्षी तिथेच राहाणार होते.

थोरल्या काकांच्या मेहुण्याकडे अंबरनाथला तो कित्येक वर्षांनी जात होता. मुंबईला तो अगदी पहिल्यांदा आला तेव्हा अंबरनाथच्या ह्या लांबच्या नातेवाइकांकडेच उतरला होता. तिथे आठेक दिवस राहावं लागलं होतं. पण ते इतकं शिसारी आणणारं होतं की पुन्हा तिथे तो एकदोनदाच नुस्तं काही गावाहून घ्यायला आणलेलं सामान द्यायला गेला होता. उद्या सकाळीच जा असं त्या मामीनं म्हटलं की तो छे: छे: म्हणून लागलीच उठायचा. तिथे एक रात्र काढणं आता कठीण वाटलं असतं.

आताही पुन्हा तेच घर तसंच दिसत होतं. उलट, आता पूर्वीचा पिवळा रंग काळा पडलेला होता. तेव्हा बाहेर एकदोन झाडं तरी होती. तीसुद्धा आता नव्हती. त्या मामाला स्टेशन जवळ पडायचं म्हणून ते घर बदलायचा त्यानं कधीच विचार केला नसावा. किंवा घर बदलावं लागतं असंसुद्धा त्याला कधी वाटलं नसावं. तिथे रात्री गावभर कारखान्यातला कसलातरी तीव्र विषारी वास पसरायचा. त्या आठ दिवसांत तर पाऊसही पडेना आणि उकाडा इतका भयंकर की घरातला प्रत्येक कपडा, गाद्या, उश्या, भिंतीसुद्धा कुबट घाण घाण वास करायच्या. अशीच जर मुंबई असेल तर आपलं सुंदर वडाच्या झाडांचं गाव सोडून इथे आपण आलो कशाला असं त्याला वाटलं होतं. त्यांचा संसारही कसातरी ताणाताणीचा. रात्रभर डासांचे चावे आणि सकाळी डोक्यावरचा नळ चुकवत बारक्याशा मोरीत कशीबशी गार आंघोळ. नंतर विचित्र चवीचा चहा. रडणारी पोरं आणि मुताचा वास. संडासचा कसला तरी उग्र व मेंदूवर परिणाम करणारा दर्प. भंगी कधी कधी यायचाच नाही. आणि डबा पूर्ण भरून पुन्हा चोहोबाजूला गू. त्यापेक्षा गावी मोकळ्या हवेत शेतात किती सुंदर वाटायचं. शहरं अशीच असतील तर ती नष्ट का करून टाकू नये असं त्याला त्यावेळी वाटायचं. संडासातून लांब पांढरे किडे वर यायचे आणि दोनचार मुंग्या त्याला बिलगायच्या. मग दहाबारा मुंग्या. आणि तो किडा मग भानावर येऊन उलटातिलटा होत मुंग्यांसकट खालच्या टिपात स्वाहा.

अजून ते सगळं तसंच होतं. अजून तसाच वास. बाहेर पाण्याची डबकी, चिखल, घरात ओल आणि पुन्हा भर म्हणून एकदम म्हातारी दिसायला लागलेली थकेल मामी. पण पोरं मोठी झाल्यानं आता घरात मुताचा वास नव्हता. पण तिची ती स्टोजवळ बसून स्वैंपाक करायची तेलकट जागा तशीच होती. चहाची चव अजून तशीच. एवढ्याशा जागेत त्या बाईचं तारुण्य संपलं होतं.

फार दिवसांनी येताय तुम्ही. मधे फार आजारी होता म्हणे. मी येणार होते पण ह्या पोरीला फार हगवण लागली होती त्यावेळी. आता चांगलं आहे ना?

मामा भेटून गेले होते. तुम्हाला काही बाहेर काढत नाहीत ते.

खरंच हो, फार कंटाळा येतो अगदी. रयवारी आपल्याला वाटतं कुठे बाहेर जावं तर हे कंटाळून पडून असतात. आणि कोणीतरी येणारे जाणारेही असतातच. आपणही म्हणावं माणसाला एक दिवस मिळतो रिकामा. तसंच बसून राहावं. यंदा गावाकडे जावं म्हणते.

फार तब्येत खालावली तुमची.

हो ना, मला पचतच नाही काही. कित्येक दिवसांपासून. आता दूध आणि अंडी किती दिवस खायची! मुलांना द्यावं की आपणच खावं. फार थकवा येतो. डॉक्टरची बिलं भरावी पण गुण येत नाही. आता गावी जाऊन राहावं म्हणते दोनतीन महिने. पण इकडे यांचं कसं होणार?

जरा वेळानं मामा आला. नेहमीसारखा येतांना भाजीपाला, किराणा काहीतरी पिशवीत घेऊन. घरच्या प्रचंड जबाबदाऱ्या, भावांची शिक्षणं आणि मुंबईतली महागाई. पण हे सर्व सवयीचं झाल्यानं योग्यासारखं मधुर हसत त्यानं प्रेमानं चांगदेवची चौकशी केली. परीक्षा, तब्येत, घरी कसं, पैसे वेळेवर येतात की नाही, काही पाहिजे का, संकोच करू नको, पुन्हा प्रेमानं चहा, मग राहूनच जा आणि मग निदान जेवून तरी जाच. खोलीचं इथेसुद्धा कठीण आहे. पण आपण करू तपास.

नंतर त्यानं स्वतःचंही सगळं सांगून टाकलं. महागाई, तेल किती भाव, शेंगदाणे किती, गावरान तूप तर कित्येक दिवसांत पाह्यलंसुद्धा नाही. लहानपणी काय खायचे आम्ही, पण तरी मुंबईच कशी चांगली आहे. मुंबई सोडू नकोस, पस्तावशील असा उपदेश!

सहा वर्षांत काहीही बदलला नाही असा हा संसार पाहून चांगदेवला फार वाईट वाटलं. दीडदोन तास जायला आणि दीडदोन तास यायला असं रोज. अशी कितीतरी वर्षं. पण फरक नाही. त्याचं त्याला काही वाटतही नाही. तेव्हा आपण मुंबई सोडावी हेच बरं. मुंबईत निदान गरीब म्हणून राहणं नकोच. आपण कधी श्रीमंत होऊ असं त्याला वाटत नव्हतंच.

जेवण तयार होईस्तोवर दोनतीन मित्रांकडे खोलीचा तपास करत आणि बिनापागडीची असली कुठे तर घेऊनच ठेव असं परिचितांना सांगत मामानं मनापासून धावाधाव केली. शेवटीशेवटी तो इतका थकला होता की शेवटच्या

मित्राकडे एकसारखा जांभया देत होता. आग्रहाखातर चहा पीत होता.

जेवून चांगदेवला स्टेशनात गाडीत बसवून मामा जांभई देत म्हणाला, आता चांगलं खातपीत जा. तू आजारातून उठलास ही साईबाबाची कृपाच आहे.

गाडीला वेळ होता. चांगदेव म्हणाला, तू जा आता परत. सकाळी सहासाडेसहाला निघावं लागतं तुला.

मामा म्हणाला, रोजचंच आहे. पण तू नोकरीचं निश्चित कर. खोलीची काळजी करू नकोस. काही दिवस माझ्याकडे राहा. नंतर जागा मिळते. वेळ लागतो एवढंच.

गाडी सरली. मामानं जांभई देत हात पुढे केला. ह्या मामाचा संसार कसाही असला तरी भेटला की कसं मोकळं मोकळं वाटतं. कुठल्याही श्रीमंत माणसाकडे गेल्यावर जे आढळत नाही ते इथं याच्या घरी आल्यावर दिसतं. गरीब माणसं मनातलं सौजन्य बाहेर ओतून ओतून आपली भौतिक कमतरता मऊ करून टाकतात. त्यामुळे त्यांची मनंही आपोआप प्रचंड विस्तारलेली असतात. मोठ्या मनाची हीच माणसं. उलट श्रीमंतांना आपल्या वैभवामुळे कुणाशी वागतांना मनं मोठी करायची गरजच वाटत नाही. खरं म्हणजे किती दूरचं नातं, पण भेटल्याबरोबर अगदी प्रसन्न गोड घरच्च्यासारखं.

इंजेक्शनांनी, गोळ्यांनी आणि भरपूर खाण्यापिण्यानं आणि डॉक्टरच्या फियांनी पैशे अगदीच संपले होते तेव्हा कुणाकडे तरी जाणं भाग होतं. फोन लागला नाही तर फुकट दहा पैशे जायचे म्हणून तो गाडीनंच नाम्याकडे निघाला. खरं तर पासची मुदत संपली होती, पण तसंच काही दिवस रेटणं आवश्यक होतं. शिवाय डॉक्टरकडे किती पैशे लागतील याचा अंदाज लागणं कठीण होतं. शेखरचा पगार झाला नसावा, पण नाम्याकडे पैशे नसले तरी तो कुठून तरी उपटून देईलच ही खात्री होती. म्हणून तो दादरला आला. नेहमीप्रमाणे रूळ ओलांडून मोकळ्या प्लॅटफॉर्मवरून हळूच दारातून निसटतांना शिट्टी वाजवत मनात पासची काळजी करत सुरक्षित पुलावर! तिथून पुन्हा मागे. नाम्याच्या आईनं बाहेरूनच नाही म्हटल्यानं त्याचं अवसान गेलं. आता कुणाकडे जावं, कुणाकडे जावं, असं करत मित्रांची यादी मनात घोळवत तो भैय्याकडे निघाला. तिथे पुन्हा फक्त भैय्याचे वडील आणि आई, फुकट तासदीडतास गप्पा मारण्यात गेला आणि चहासुद्धा नाही. भैय्याही आला नाही. त्याचे वडील म्हणाले ते जेवून जे जातं ते एकदम रात्रीच येतं.

कसातरी पाय काढून तो रस्त्याला लागला. आता एक शेखरच रात्रीपर्यंत

केव्हाही गाठता येईल असा. शेखरचे पार्सल ऑफिसात सगळेच मित्र आहेत. सगळ्यांना तो मदत करत असतो. कारवारी माणसं म्हणजे जबाब नाही. कधी कधी तर पोर्टरकडूनसुद्धा शेखर रुपया दोन रुपये उसने घेत असतो. अशा लोकांजवळ केव्हाही जावंसं वाटतं. श्रॉफकडे कितीही पैसा असला तरी कधी मागावंसं वाटत नाही. आपण गेलोच तर तो फार तर बीटहॉवनची रेकॉर्ड वाजवून दाखवील, गप्पा मारील, खायला घालील, पण त्याला पैशे कधी मागावेसे वाटत नाहीत. पण आज शेखरकडेही पैशे नसले तर श्रॉफकडे जावंच लागेल. नाहीतर मग उद्या नारायणकडेच जावं. ते शेवटचे आशास्थान.

असं ठरवत तो पायीच थेट दादरहून भायखळ्यापर्यंत आला. ऊन प्रचंड होतं आणि घामाकडे दुर्लक्ष केलं तरी आता असह्य झालं होतं. म्हणून राणीच्या बागेजवळ एका टरबूजवाल्याजवळ तो थांबला. रस्त्यात छत्रीच्या सावल्या करून अनेक लोक काही काही विकत बसले होते. बाजूलाच एक ज्योतिषीही एका फेट्यावाल्या माणसाला घेरत होता. पण नक्की भविष्य तो सांगेना. टरबुजाची एक चिरी पाच पैशाला घेऊन चांगदेव त्या ज्योतिषाची बडबड ऐकत उभा राहिला. जमिनीवर वेगवेगळ्या मनोवेधक आकृत्या मांडल्या होत्या. काही शंकू, कवड्या, पंचांगं रांगेनं मांडून ठेवली होती. ह्या ज्योतिषाची पौराणिक बडबड त्यानं लहानपणी पोथ्यांमधून ऐकलेली होती. ती पुन्हा नव्यानं ऐकता ऐकता तो आपोआपच छत्रीकडे खेचला गेला... कृतयुग सत्रा लाख कितीतरी हजार वर्सांचं, त्रेतायुग कितीतरी लाख आनि कितीतरी हजार वर्सांचं, द्वापारयुग आठेक लाख आनि बरेच हजार वर्सांचं अस्तं रावजी! आनि आता रावजी, आपलं कलियुग चार लाख बत्तीस हजार वर्सांचं है. आतापरतूर पन्नास हजार वर्संसुद्धा झाली णायत. पन चार लाख होयाला काय टाईम नाय. अशा चाऱ्ही युगांची येक चौकडी, अशा येक्कात्तर चौकड्या झाल्या रे की येक मणू व्हतो आनं अशे अठ्ठा मणू झाले की ब्रह्म्याचा येक दिवस व्हतो. हैस कुटं तू? चौदा मणू झाले की कल्पान्त व्हतो आनि समदी पिरूथवी, आकाश, चंद्र, सूर्य समदं समदं जळूण भस्म व्हतं बाप्पा! आनि कदीतरी ब्रह्म्याचाबी नाश व्हतो असा प्रळय व्हतो. अक्षी समींदरातबी आग लागते. तेव्हा तुज्या पिरूथवीची काय कथा... मंगऽ काढतू का चार आने? बराबर पाहून देतो तुज्यावालं भविश्य.

इतक्यात ज्योतिषाचं चांगदेवकडे लक्ष गेलं आणि तो म्हणाला, या व्हो भाऊजी बसा. काय विचारूण घ्यावा.

चांगदेवला थोडा वेळ बसायचं होतंच आणि चार आणे ह्या माणसाला देणं काही जड नव्हतं. पण खिशात तेवढेही नव्हते म्हणून त्यानं फक्त दहा पैशे काढले

आणि टरबुजाचा हात पँटीवर साफ करून तो म्हणाला, सांग बाबा काय आहे ते.

चांगदेवचा हात आणि चेहरा पडताळून पाहत पाच मिनिटं तो काहीच बोलला नाही. मग म्हणाला, तुमचं लगीन—

ते सांगू नको बंडलं. फक्त पैशे पाहा हातावर. धनरेषा फक्त पाहा. आहे का कधी पैसा? अशात?

नुसत्या धणरेशेवर पैसे नस्तात भाऊ! असं म्हणून पुन्हा हात मागूनपुढून पाहत बोटं जुळवून पुन्हा वेगवेगळी करत जरा वेळानं तो म्हणाला, तुम्हाला कुंडली म्हाईत है का तुमची. सरदारी हात है तुमच्यावाला. कुंडली म्हाईत है?

होय.

कुंडलीत गुरू अकरावा है का?

अकरावा! बरोबर.

मंग तुमची हालाकी खलास व्हते भाऊ आत्ताच. झालीच है. दोण म्हैण्यांणी तुम्ही इकडून मुद्दाम या माज्याकडे. हितंच अस्तो मी. किंवा त्या तिकडून पायरीवर. पुन्हा दोन म्हैण्याणी याल तेव्हा तुमच्या खिशात शंभरच्या णोटा णसल्या तर मी हा धंदा सोडून दील! हाँ! वीस वर्षापास्णं हात पहातोय मी. आता तुमचा गुरू तुम्हाला सगळं देतोय. बायकोबी दील, पन पैसा रगड. खोटं नाय.

चांगदेव खूष होऊन उठला. पुन्हा दहा पैशे दिले.

या बरं दोण म्हैण्यांणी. खोटं पडलं तरी काण उपटायला या. बरं आहे. या वीस पैशांची याद ठेवा.

शेखरजवळ दहावीस रुपयांच्या वर नव्हते. शेवटी तिकडे श्रॉफकडे जाणं भाग होतं. शेखरनं जेवण वगैरे दिलं. जेवता जेवता तो म्हणाला, अरे तुला ह्या वर्षीची फ्रीशिप मिळाली होती वाटतं ना? तुझं नाव पाह्यलं होतं मी. घेतले होतेस का पैशे?

कुठे? अर्ज केला होता मी. पण हे मी विसरूनच गेलो. तू पाह्यलं होतंस का नक्की माझं नाव? गेल्या वर्षीचं म्हणत असशील तू.

छे, छे, यंदा. पण तुझं नाव मी नक्की वाचलं होतं. आणि यंदाही तुला मिळायला काय अडचण होती? जेपीचं सर्टिफिकीट तर तू मिळवलं होतंच. आणि राह्यली हजेरी. हजेरीही तुझी आम्ही बरोबर लावत होतो. तेव्हा तू उद्याच जा आणि बघूनच घे. तुझा तो लेखक आहेच अटेन्डन्सचा क्लार्क. कोण तो? त्याला बक्षीस मिळालं यंदा तो—

रत्नागिरीकर! गेल्या वर्षी इतका ताप झाला ह्या फ्रीशिपचा, त्यात आमचा हा लेखक रत्नागिरीकर अर्धे दिवस रजा असतो साला. त्यामुळेच यंदा मी तिकडे लक्षसुद्धा दिलं नाही. पण हे मी विसरलोच होतो. उद्या करतोच. मला दीडदोनशे रुपये तरी पाह्यजेतच. फेडू नंतर केव्हातरी पण आता नीट खाल्लंपिल्लं पाह्यजे.

रत्नागिरीकर नेहमीप्रमाणे खुर्चीवर नव्हता. शेजारच्याला विचारलं तर तो चिडून म्हणाला, कधी वेळेवर येतात ते? काल तर दिवसभर आलाच नाही. थांबा, येतील बारापर्यंत आले तर! आज यावेत ते.

चांगदेव म्हणाला, आता काय दिवाळी अंक नाही का काही नाही. आता कशाला घरी राहतो हा प्राणी. गेल्या वर्षीही फिरवलं ह्यानं आम्हाला.

रत्नागिरीकर म्हणजे खास लेखक व्हायला कोकणातून मुद्दाम मुंबईला आला होता. तिकडे कोकणात गावी खानावळीचा धंदा चालवायचा सोडून हा मुंबईला कशाला आला याचं कोडंच होतं. कारण तिकडे नीट चालेना म्हणून मुंबईला आलो असं तो म्हणायचा तरी मुंबईत तर त्याचं काहीच नीट चालत नव्हतं. पूर्वी तिकडून हा काहीतरी कविता करून मुंबईला एका भट नावाच्या त्याच्या खानावळीतल्या जुन्या गिहाइकाच्या मासिकात पाठवायचा. भटांनी त्याला चांगलं उत्तेजन देऊन शिवाय रत्नागिरीकर वेगळ्याच शैलीचा कवी आहे अशीही टीका वगैरे स्वतःच्या मासिकातून वारंवार छापायला सुरुवात केली. शेवटी इतके लोक मुंबईला पोट भरतात तेव्हा आपल्यासारख्या थोर कवीला काय तोटा म्हणून तो मुलाबाळांसकटच मुंबईला आला. जागेचीही तात्पुरतीच व्यवस्था होती, कारण पावसाळा संपला की मूळ भाडेकरू गावाकडचा माणूस परतणार होता. त्याच्या आत काहीतरी करू असं भट आणि त्याच्या मासिकातले नावाजलेले लेखक टीकाकार म्हणायचे. रत्नागिरीकरही मनगटात जोर असल्यावर लेखनाला काय तोटा? असं म्हणून भरमसाट लिहून पाचदहा रुपयाला एक कविता, एक कथा असं लिहीत बरे पैशे मिळवायला लागला. इकडे तिकडे वशिल्यांनी मुंबईत जे काय साधता येईल ते रेडिओवरच्या काव्यवाचनापासून तर कॉलेजमध्ये कथावाचनापर्यंत सगळं करून थोड्याच काळात स्थिर झाला.

पावसाळा संपल्यावर गावाकडचा गरीब माणूस आला तेव्हा हा सरळ म्हणाला की जागा मिळाली नाही! आता तूच सांग काय करायचं ते! ह्यांचं मुलाबाळांसकट सामान बाहेर काढणं या सज्जन माणसाला प्रशस्त वाटेना म्हणून तोच शिव्या देत दुसऱ्या एका मित्राच्या खोलीवर राहायला लागला.

प्रकाशकांना, संपादकांना, म्हाताऱ्या प्रतिष्ठित लेखकांनाही आपण एकदोन गरीब लेखक वर आणले असं दाखवायची आणि त्यासाठी थोडाफार त्याग करायची हौस असतेच. त्याचा फायदा घेऊन हा सगळ्यांकडून फायदे उपटायला लागला. अर्थात मनगटाच्या आधारावर कादंबऱ्याही लिहिणं सुरू केलंच होतं. एवढंच नाही तर नाटकंही शिकून घ्यावी म्हणून हा नाटकं लिहून टीकाकारांना दाखवून ते म्हणतील त्या संपूर्ण दुरुस्त्या करून प्रस्तावनेत त्या आश्रयदात्यांचा नम्रतेनं उल्लेख करून नाटककार होऊन बसला. अर्पणपत्रिकांनी एकेकाला गुंडाळलं. भटाचा वरदहस्त अर्थात कायम होताच. पुढे घरात मुलंही वाढली. तेव्हा मॅट्रिकसुद्धा नसलास तरी थोडंफार जाऊन येऊन दीडेकशे रुपये मिळतील अशी नोकरी तुला देववतो म्हणून भटांनी युनिव्हर्सिटीत कारकून म्हणून ओळखीच्या अधिकाऱ्यांकडून याची भरती करवली. आता अधूनमधून ऑफिसात आलं, किरकोळ काम करून गेलं आणि घरी ललित लेख, कथा, नाटक, कादंबरी लिहीत बसलं तरी महिन्याला ठरावीक उत्पन्न होतंच. तरी मुंबईत भागणं शक्यच नव्हतं. त्यामुळे नेहमी खेटर मारल्यासारखं तोंड करून ह्या त्या प्रतिष्ठित लेखकाकडे जाऊन बसणं यानं सुरूच ठेवलं. दरवर्षी एकदोन तरी बक्षिसं याच्याकरिता काढून ठेवलेली असायची. कारण याचं दारिद्र्य पोटाला तिडीक आणणारं आहे असं सगळ्या मुंबईत झालं होतं. याच्या अस्तित्वामुळे मुंबईतल्या कोणत्याही अन्य लेखकाला कोणतीही सवलत मिळणं दुरापास्त होऊन बसलं!

चांगदेवही युनिव्हर्सिटीत कधी काम असलं तर आणि रत्नागिरीकर असलाच जाग्यावर तर त्याला चहा दोसा वगैरे खाऊ घालायचा. पण लेखकाची बुद्धिमत्ता याच्याजवळ कधीच आढळली नव्हती. तो कायम कुठे काय छापलं, कुठे माझ्या पुस्तकावर रिव्ह्यू आला, येत्या अमुक अंकात माझी दीर्घकविता वाचाच वगैरे फक्त बोलायचा. त्यामुळे चांगदेव फारसा त्याच्याकडे जायचा नाही.

गेल्या वर्षी फ्रीशिपसाठी हजेरीचं सर्टिफिकीट याच्याकडून हवं होतं तर हा आठआठ दिवस ऑफिसात यायचा नाही. दुसरेही एकदोन विद्यार्थी चिडले होते. ते संतापून वरच्या कारकुनाकडे गेले तेव्हा कारकून हात कपाळावर मारून म्हणाला, त्याच्या आयला, हे रत्नागिरीकर म्हणजे झांगडच होऊन बसलं आहे! त्याच्या शंभर कंप्लेंट साहेबाकडे पाठविल्या पण त्याला हे हलवतही नाहीत की दुसरा माणूसही त्याच्या जागेवर देत नाहीत. तसं कामच काय आहे त्याला? पण त्याच्या आयला तो तेसुद्धा करत नाही! मलाच करावं लागतं सगळं. इतकं करून आम्हाला दोन दिवसांची रजा मिळत नाही. ह्या मादरचोदाला मात्र सगळं माफ.

असं म्हणून त्या कारकुनानं स्वतः हजेरीबुक तपासून या विद्यार्थ्यांना सर्टिफिकिटं दिली होती.

रत्नागिरीकर नंतर एकदा सारंग आणि चांगदेव दोघांना रस्त्यातच भेटला तेव्हा चहा पाजल्यावर चांगदेवनं विचारलं कुठे निघालात इकडे? संपादकाकडे की कुठे?

रेडिओस्टेशनवर चाललोय. ह्या कविता रेकॉर्ड करून घ्यायच्या आहेत. येत्या १७ तारखेला साडेआठ वाजता मुंबई ब वर *मोरपिसं* नावाच्या कार्यक्रमात येतील. ऐका!

सारंग चिडून म्हणाला, आणि तिकडे नोकरी कोण बे करणार? तुझ्या बेशिस्तीमुळे सगळ्यांना ताप होतो असं ऐकलं मी याच्याकडून.

रत्नागिरीकर म्हणाला, होतं नोकरीचं आपोआप. माझ्या साहित्यावर प्रेम असणारी मंडळी आहेत सगळीकडे. नोकरी जात नाही.

सारंग म्हणाला, नीट नोकरी सहा तास करून मग कविता कथा लिहिशील तरच तुझ्या लेखनाचा दर्जा सुधारेल! हॅ हॅ हॅ. एरवी असा ऐतखाऊसारखा लेखक अशाच रद्दी कविता लिहितो. तरीच म्हटलं तुझ्या कवितेत लेखनपूर्व आत्मनिष्ठा कशी नाही!

रत्नागिरीकर संतापून निघून गेला. सारंग टाळी देत म्हणाला, कशी जिरवली साल्याची. चांगदेव म्हणाला, ठीकच आहे म्हणा. सालं आमची सगळी एम्. ए.ची पोरं ह्याला शिव्या देत असतात.

परवा तर कवितेवर भरमसाट चर्चाही केली यानं एका मासिकात! अत्यंत अडाणीपणानं. करतो कशाला हे उपद्व्याप कळत नाही. बाहेर साला सगळीकडे भिकाऱ्यासारखा हिंडत असतो. त्यापेक्षा परत गावी जाऊन खाणावळ चालवणं चांगलं मानाचं नाही का खऱ्या लेखकाला? च्यायला, बरे लेखक मिळाले आहेत आपल्याभोवती. आपले मित्र बरे म्हणावे तर साले शंकरफिंकरही वर्तमानपत्रातून रकाने भरायला लागले शेवटी.

चांगदेव म्हणाला, सालं तुम्हा लेखकांचं जिणंच लाजिरवाणं होत चाललं आहे. तरी तुमची लिहायची खाज कमी होत नाही. कादंबरी लिहिली तर तुम्हाला कोणी प्रकाशक करारपत्रसुद्धा करून देऊन छापत नाही. लाज आहे लाज! कशाला लिहिता आणि प्रकाशित करता कळत नाही. खरं म्हणजे असं जगून लेखक म्हणवून घेण्यापेक्षा मानानं मान मोडून नोकरी करावी आणि एक ओळ लिहू नये. त्यात खरं लेखकपण आहे. हे याच्या ऑफिसात अकरा ते सहा काम करणारे जास्त चांगले लोक आहेत.

पण बाहेर त्यांना कोणी मोठेपणा देणार नाही ना? तुम्ही काही लिहीत राह्यला तरच तुमची वाईट स्थिती पाहून लोकांना कीव येणार! आणि ते तुमची लेखक म्हणूनच कीव करणार. नुस्त्या माना मोडून काम करणारे लाखो आहेत. त्यांना पाच मिनटं खुर्चीबाहेर जाता येत नाही आणि ह्यांना लेखक म्हणून महिनाभर रजेवर जाता येतं. तरी नोकरी जात नाहीच. पिंजऱ्यातल्या गाणाऱ्या मैनेची काळजी घ्यावी तसं नकळत आपल्या लेखक लोकांचं केलं आहे.

असा हा रत्नागिरीकर बारा वाजून गेल्यावर आला. काय बऱ्याच दिवसांनी भेट? असं म्हणून आधी तिकडे सही करून आला. वरच्या कारकुनाची नजर चुकवत ऐटीनं पुन्हा चांगदेवकडे, काय उकाडा होतोय हो म्हणत.

मला फ्रीशिप मिळाली आहे की नाही एवढं जरा बघायचं होतं. माझी हजेरी नीट आहे की नाही तेवढं बघून घेतो. काढता का एम. ए. फायनलचं रजिस्टर? यंदाचं.

मग त्यानं हजेरीबुकं काढली. त्यातही काही शिस्त नव्हती. अर्धा तास त्याला एका पेपराचं हजेरीबुकच सापडेना. शेवटी एकदाचं शोधलं. चांगदेवची हजेरी बरोबर होती. म्हणजे पैशे मिळायला हरकत नव्हती. रत्नागिरीकराला चहा वगैरे पाजून त्याच्याकडे फ्रीशिप काढायचं कामही सोपवून चांगदेव श्रॉफकडे गेला. फ्रीशिपच्या पैशांना आठेक दिवस तरी लागतील. तेव्हा थोड्या दिवसांकरता श्रॉफकडून शंभरेक रुपये मागून घ्यावे म्हणजे उद्याची डॉक्टरांची बिलं तरी भरता येतील, असं ठरवून तो श्रॉफकडे गेला.

श्रॉफकडून पैशे लगेच मिळाले. नोकरी लागल्यावरच दे, असं तो म्हणाला, ते रात्री खूप वेळ बौद्धिक गप्पा मारत बसले. रात्री अचानक पहिला पाऊस कोसळला. मग छान गारवा. त्यामुळे दोघांनाही एकदम उत्साह आला. श्रॉफनं गाडी काढली आणि ते मजेत जुहूपर्यंत हिंडून आले. पाऊस पुन्हा आला आणि उशीर झाला होता म्हणून चांगदेव तिथेच राह्यला. पण त्याला सकाळपर्यंत झोप आली नाही. प्रचंड खिडक्यांतून काचेवर आपटणाऱ्या पावसाच्या धारा पाहत तो पडून राह्यला. खाली रस्त्यावरुन नुसता उजेड आणि पाण्याच्या लोटाबरोबर हळूहळू ढकलले जाणारे कचऱ्याचे ढीग पाहत तो थोडा वेळ गॅलरीत उभा राह्यला. गॅलरीला चाऱ्ही बाजूंनी काचा होत्या. खोलीत सुंदर फर्निचर. कपाटातल्या सगळ्या उंची वस्तूंवर नजर फिरवत शेवटी त्याचे डोळे काळ्याभोर पॉलिश केलेल्या सुंदर टेबलावर मोठ्ठ्या फ्रेममध्ये लावलेल्या फोटोवर खिळून बसले. फोटोखाली कमल

श्रॉफ अशी सही. अधाशासारखा तो त्या फोटोकडे पाहत बसला. तीनचार वर्षांपूर्वी ती लग्न होऊन आफ्रिकेत गेली. तिची ही बहुधा त्यावेळची अभ्यासाची खोली असावी. अशा सुंदर मुली जगात असाव्यात म्हणजे तेवढाच जगायला उत्साह येतो... पण त्याला उद्याची धुगधुग आताच ऐकू यायला लागली.

सकाळी चहा घेऊन तो झटपट खोलीवर आला. जेवायच्या वेळेपर्यंत काहीबाही करत राह्यला आणि मग दुपारी त्याच्यावर एकदम झोप कोसळली.

झोपेत कुणीतरी सारखं हाका मारत होतं. पण त्याला उठावंसं वाटत नव्हतं. नेहमीसारखा मानेखाली उंच उशी घेऊन तो शेषशायी नारायणासारखा सरळ पडलेला. कशाचा कशात मेळ नाही अशी झोप अजून डोक्यात तरंगत होती. कृत, त्रेता, द्वापार आणि कलियुग आणि त्यांची मोजता येणार नाहीत इतकी वर्षं आणि चौदा चौकड्यानंतर दरवेळी पृथ्वीवर डोकं काढणारे चिवट मनू आणि रास बदलणारा गुरू आणि खिशात नोटा आणि इतक्या प्रचंड धुरळ्यात तो राणीच्या बागेसमोरून जातो आहे आणि कोणीतरी हाका मारतो आहे असं काहीतरी झोपेत चाललं होतं. कदाचित कोणी हाका मारतसुद्धा नसेल. नुस्ते ढग गडगडाट करत असतील किंवा सरींचे तडाखे खिडकीवर बसत असतील.

तो जागा झाला तेव्हा किती वाजले असतील याचा अंदाज येईना. त्याचं जुनाट घड्याळ काट्यावर काटा आला की बंद पडायचं त्यामुळे सारखं फिरवावं लागायचं. पण आता झटपट निघणं आवश्यक होतं.

डॉक्टरकडे अस्थिर अस्तित्वाच्या धाकधुकीत जाणं कदाचित आता संपत असावं. पण कदाचित आणखीही काही वर्षं लांबलं तर! डॉक्टरच्या वेटिंगरूममध्ये नेहमीसारखी गर्दी होती. एक सोफा रिकामा झाल्याबरोबर ओल्या कपड्यांची फिकीर न करता तो त्याच्यावर कोसळला. रेनकोटही नवा घेणं आवश्यक होतं, पण डॉक्टरांना पैसे किती लागतील याचा इतके दिवस कधीच अंदाज येत नव्हता. तेवढ्यात मान्सून बरसला. खरं म्हणजे अनेक गोष्टी नव्यानं घ्यायच्या होत्या. आणि कदाचित मुंबई सुटली तर गावसुद्धा नव्यानंच घ्यायचं होतं.

डॉक्टरकडे जास्त वेळ बसणं म्हणजे असह्य यातना भोगत बसणंच होतं. कदाचित आता हे चक्र पूर्ण होत असेल. याच्यातून कुठल्याकुठे फेकलं जाणं फार

आवश्यक होतं. सुरुवातीला त्याला हादरा बसला तेव्हापासून तर आताच्या ह्या डॉक्टरपर्यंत सगळ्या वेटिंगरूम अशाच. मेहतांची वेटिंगरूमही अशीच जादूच्या गुहेसारखी. पण मेहता चांगले असल्यानं ती वेगळी वाटायची. पण वाट पाहणं हे असंच होतं. इतकी वर्षं शिवाजीसारखं किंवा राणा प्रतापसारखं कायम बेभानपणे जीव तळहातावर घेऊन जगत राहणं चाललं होतं. ती अभिमानाची गोष्ट होती. त्या पोरकट काळातही आपण डोकं फिरू दिलं नाही, सगळ्या आतल्या बाहेरच्या किरकिरी निधड्या छातीवर झेलल्या आणि करंटेपणाची पदकं न लाजता लावली हे काही कमी नव्हतं. ह्या फटक्यानं सगळं अस्तित्व घुसळून निघालं, ऐन तारुण्यात फाशीची शिक्षा मुक्रर झाल्यासारखं निस्तेज तोंड घेऊन राहावं लागलं तरी पण त्याचेही काही फायदे होतेच. सगळ्या गोष्टींची वजनं बरोबर लक्षात आली. आणि पाय भक्कमपणे जमिनीवरच राह्यले हे काही कमी नव्हतं. कदाचित आता त्या शापातून मुक्त होऊ.

समोरच्या कोचावरची एक खिन्न बाई आत गेली आणि तिथे नवा गृहस्थ बसला. त्याच्या बाजूच्या सोफ्यावर त्यानं आपलं लहानसं तीनचार वर्षांचं पोरगंही बसवलं. पोरगं भांबावून सोफ्याच्या कडेवर बसलं होतं. पण बाप त्याला हुकमी पण प्रेमाच्या आवाजात म्हणाला, मुन्नू, आरामसे बैठ. बापही चिंतेनं काळवंडला होता. केव्हा ह्या छायेतून बाहेर पडू असं त्याच्या अस्थिर तिरसट नजरेतून दिसत होतं. पण तो पोराला आधार म्हणून म्हणत होता, मुन्नू, आरामसे बैठ.

आतून डॉक्टरची सेक्रेटरी आली आणि किती लोक आहेत याचा अंदाज घेऊन चांगदेवला म्हणाली, आपको डॉक्टर मेहताने भेजा था नं? सी. ए. पटेल? आइये.

ॲब्सोल्यूटली ओ. के. भीती नाही.

आता ट्रीटमेंटची आवश्यकता नाही?

अर्थात. इंजेक्शनं मात्र नकोत. गोळ्या त्याच चालू ठेवा वर्षभर तरी. मी दिलेला रिपोर्ट दाखवा मेहतांना. ओके? यूऽ र व्हेरी लकी. चीअर्स.

चिठ्ठ्या, पावत्या, मेहतांना द्यायचं मोठं तपकिरी पाकीट — सगळं खिशात कोंबत तो दारापाशी आला. वेटिंगरूममधल्या लोकांकडे आपोआपच सस्मित पाहत, कायमचा निरोप द्यायच्या भावनेनं पाहत तो बाहेर सटकला. बाहेर पावसाचा फवारा अंगावर आल्याबरोबर त्याला रेनकोट घ्यायचं सुचलं. पण तो आखूड जुना फाटका रेनकोट आता उचलाच कशाला असं म्हणून त्याच्या जुन्या

रेनकोटाकडे आनंदानं जरा जड होऊन पाहत पावसाच्या फवाऱ्यातच पायऱ्या उतरत तो भिंतीच्या आधारानं पाऊस चुकवत बाहेरच्या फाटकापाशी आला.

आता कुठे?

बाहेर मोठमोठे जंगी तीन रस्ते फुटत होते. मोटारींचे दिवे, रस्त्यावरचे गॅसचे दिवे आणि दुकानांमधले ट्यूबलाइट—सगळ्यांनी रस्त्यातल्या आणि हवेतल्या पावसात रंगीबेरंगी झगमगाट करून सोडला होता. आता कोणताही रस्ता घ्यायला हरकत नव्हती. नुस्तं हिंडायचं होतं. पण आधी रेनकोट घ्यावा. आणि मग चहा घ्यावा. आणि तिथेच मेहतांना फोन करून कळवावं. मग हिंडावं. पावसाचे उभे तुषार आनंदानं अंगावर घेत त्यानं दोन मोटारींमधून सूंऽकन तिकडचा फूटपाथ गाठला. मागच्या मोटारीवालीनं थोडा ब्रेक दाबला. त्यानं मोटारीतल्या बाईला हसत हात दाखवला, तीही हसली आणि तो एका मोठ्या दुकानात थेट घुसला.

रेनकोट पाहात असतांना दुकानात पावसामुळे अडकून उभ्या असलेल्या दोन नखरेल पोरी त्याच्याकडे एकसारख्या पाहत राह्यल्या. थोडा वेळ त्या दोघींची आणि त्याची डोळाडोळी चालली. इतके दिवस अशा भावना त्याच्यात इतक्या दाटून कधीच यायच्या नाहीत. आता हेही एक अंग आपल्याला आहेच हे त्याला जाणवलं. आता आपल्याला म्हटलं तर लग्नसुद्धा करता येईल! एकदम कोसल्यातून बाहेर येणाऱ्या फुलपाखरासारखा स्वत:चे रंगीत शाबूत पंख चाचपत तो हुरळून गेला. एक चांगला रेनकोट घेऊन त्यानं ओल्या कपड्यांवरच चढवला. दाराशी पुन्हा या पोरींजवळ पावसाचं निमित्त करून उभा राहिला. किंचित हसत. नरासारखा ताठ. हे स्वत:चं दृश्यच और होतं. उदाहरणार्थ समोरच्या फूटपाथवरून इकडे आपण आता आपल्या शरीरासकट आणि ह्या छिनाल पापण्यांच्या सुंदर पोरींसकट कसे दिसत असू? त्याला उत्साहाची हुडहुडी भरून आली. खरं तर आता सिग्रेट प्यायला हवी. पान नंतर केव्हातरी खायला हरकत नाही असं मेहता म्हणाले होते. पण सध्या काहीच नको. तिकडे विल्सन कॉलेजजवळ एक मोठं हॉटेल आहे रुबी रेस्टॉरंट. तिथे मस्त चहा घ्यावा. तिथेच मेहतांना पण फोन करावा.

त्या पोरींच्या समोरून लढाऊ सरदारसारखा लांब टांगा टाकत तो पावसात उतरला आणि रपारपा चालत चौकामागून चौक ओलांडत रुबी हॉटेलात आला. मेहतांना फोन केला. त्यांनाही आनंद झालेला होता. पण त्यांनी अर्ध्या मिनिटातच अच्छा उद्या भेटू म्हणून फोन बंद केला. डॉक्टरांनी असे शेकडो लोक मार्गी लागलेले पाह्यले असतील. त्यांना याच्यात काय नवीन? थोडासा खिन्न होऊन तो चहा पीत बसला. बिस्किटं मागवली. पहिल्यापहिल्यांदा मुंबईत तो आला

तेव्हा विशेष काही घडलं की ह्याच हॉटेलात येऊन ब्रिटानियाची नायसी बिस्किटं आणि चहा घ्यायचा. अजूनही त्या बिस्किटांची चव तीच आहे. पण चहा काही मागच्यासारखा लागत नव्हता. कदाचित जिभेच्या ग्रंथी जुन्या झाल्या असतील. म्हणून त्यानं आणखी चहा मागवला.

नंतर समुद्राच्या काठाकाठानं चालत येतांना समुद्राच्या भिंतीवर आपटणाऱ्या लाटांनी तो पुन्हा जडावून गेला. मागेपुढे कोणीही नव्हतं आणि मोटारींची सूंसूं डावीकडे एकसारखी चालू होती. आता होस्टेलही जवळच होतं. पण हे सगळंच आता बदलणार, म्हणून तो दुःखी झाला. विद्यार्थिदशाही संपली होती. पुढे काय करायचं हे निश्चित नव्हतं. एका ओल्या बाकावर बसून घेऊन त्यानं सगळ्या अस्पष्ट कार्यक्रमांची उजळणी केली. ते गडद केले. नवी पोरं यायच्या आत होस्टेल सोडलं पाह्यजे, नोकरीचं नेटानं काहीतरी ठरवून टाकलं पाहिजे. मुंबईच सोडली तर सगळ्याच गोष्टी आपोआप मिटतील. एकदम नव्याच नकाशावर जाऊन पडणं आता जास्त बरं. मुंबईच्या सगळ्या रस्त्यांशी, हॉटेलांशी, माणसांशी काही ना काही जुनं चिकटलेलं वाटत होतं. ते सगळंच गेल्या जन्मासारखं पुसून टाकावं, हे बरं. पण तरी मुंबई त्याला आवडतच होती. तीनचार वर्षांपूर्वीचे मुंबईचे संबंध अत्यंत झगझगीत होते. सुंदर होते. उत्साहदायी होते. मधली अंधारी वर्षंही संपताहेत. आता जुनाट देण्याघेण्याचा हिशेब करायची गरजच नाही. आता सगळे रस्ते मोकळे आहेत आणि आपण तरुण आहोत. पूर्ण मोकळे आहोत. आता काय करायचं ह्या पुढच्या निष्ठुर मोकळ्या आयुष्याचं! आणि हे भरून तरी कशानं काढायचं? इतके दिवस ही समस्या नव्हती. मनानं शरीरानं काहीतरी रेटायचं होतं. झगडायचं होतं. आता काहीही नाही. आता डोक्यावर काहीतरी घेऊन राहणं येतं आहे. नोकरी नुस्ती करून काही ही पोकळी भरणार नाही. आणखीही खूप काही करायला लागणार. इतके दिवस आपल्याला मंतरून ठेवल्यासारखं होतं. आता भारलेली बेडी तुटली आहे. भैरोबा, बेडी तोड दे. बेडी तोड दे.

वर्तमानपत्राच्या कचेरीत इंटरव्ह्यू देऊन झाल्यावर हॉटेलामध्ये वाट पाहत बसलेल्या प्रधानाला तो म्हणाला, चांगला झाला. पण संपादक मूर्ख माणूस वाटला. काय स्नॉबिश बोलत होता. अशांच्या हाताखाली काम करणं कठीणच आहे. त्यापेक्षा बाप्या त्याच्या पेपरात खटपट करतोय ते जुळलं तर बर होईल. भैय्यानंही सांगितलंय त्याच्या मित्रांना. नाहीच तिकडे जुळलं तर हे घेऊच. बघू. इथेही घेतील तरच अर्थात—

ते मला काही खरं वाटत नाही. रंडीबाज बाप्याला एक तर कोणी विचारत

नाही तिथे. त्याचीच नोकरी टिकली तर खूप झालं. आणि भैय्याचं तर तू सोडूनच दे. ते पेपरवाले सगळे साले अट्टल कम्युनिस्ट आहेत. भैय्यालासुद्धा घेणार नाहीत ते. इतकं आतल्या आत काहीतरी गुप्त चाललेलं असतं त्यांचं. आणि तुलासुद्धा तिथे महिन्याच्या वर राहावंसं वाटणार नाही. तू सरळ श्रॉफकडे का नाही घुसत? आणि वक्कतूरला भेटलास का? कुठे प्रेसमध्ये का प्रकाशनामध्ये वक्कतूर देणार होता ना? मुंबईत सारस्वतांची जुळलं की जन्मभर कशाची ददात नाही. कुठलीही कामं होतात.

वक्कतूर साला सरळच म्हणाला, आमच्या जातीचेच लोक पडले आहेत तिथे ते तुम्हाला काय घेतील? आणि श्रॉफही साला आता अळंटळं करायला लागला आहे. मला वाटतं मी त्याला नको आहे. मी नोकरीचं बोललो तर तो साला विषय सोडून भलतंच बरळत राहतो. मला वैताग आलाय. पुन्हा जात नाही मी त्याच्याकडे. पैशेही द्यायचे आहेत त्याचे.

त्याचंही एका दृष्टीनं बरोबर आहे. तिथे राबून काम करणारी माणसं लागणार. तूही करशील म्हणा खूप काम. पण तिऱ्हाइताला बोलून दाबून घेता येईल तितकं तुला त्याला करता येणार नाही. पक्का बनिया आहे तो. मला वाटतं, तू महाजन म्हणतात तर त्यांच्या कॉलेजमध्ये लागून जा. एनीवे, तू कुठल्याही माणसापेक्षा चांगलंच शिकवशील. तेव्हा त्याच शरमायची जरूर नाही. सरळ जाऊन त्यांना सांग मी वीस तारखेला येतो म्हणून... इथेही एडिटर म्हणून जुळणं कठीण आहे. त्यांच्याकडचाच ट्रेन्ड स्टाफ आहे. पुन्हा मराठी माणसांबद्दल तुच्छता आहेच.

मी शरमत नाही बाबा, मला वाटलं तर मी सरळ गेलोच असतो. पण मास्तरकीच करायची तर महाराष्ट्रात काय कमी गावं आहेत? अगदी कोल्हापूर निपाणीपासून तर चांदा, वर्धा, धुळं, जळगाव, कितीतरी. तिकडे बघू रिझल्ट लागल्यावर.

तसंच ठरवलं असशील तर महाजनना क्लीअर सांगून टाक. ते तुझ्यासाठी थांबणार आहेत. मला म्हणाले होते. पाटील आला तर फार चांगलं होईल आम्हाला म्हणून.

मी भेटतो त्यांना आज-उद्या. ह्याचं काय होतं बघू एकदोन दिवसांत. प्रभूकडेही जाऊन येतो काही असलं तर. तोपर्यंत निकालही लागून जातोय. येत्या आठवड्यात सगळं साफ होतंय.

शनी बदलेल जूनमधे. आता आपल्या सगळ्यांची उलथापालथ होणार. मला साडेसाती सुरू होतेय. आमची फार्म लिक्विडेट होणार असं आतून कळलंय. शंकरची आणि माझी दोघांची मकरेला शनी-मंगळ युती आहे. आता तर फे फे

होते आमची. प्रकाशकानं थोडी चुणूक दाखवलीच आहे. पुस्तकाच्या फक्त पंचवीस प्रती खपल्या म्हणून रॉयल्टीचं स्टेटमेंट दिलंय. असा मी थोर मराठी कवी. सातशे प्रती काढल्या होत्या म्हणे. एक हजार काढल्या तरी आपल्याला कसं कळणार?

सारंगही मागे लागलाय कुलकर्ण्यांच्या. पण आता रजिस्टर पत्रं पाठवली तरी उत्तर पाठवत नाही कुलकर्णी. कोर्टात जाणं काही खरं नाही. काय साले आपले मित्र! शंकर आता आंतरभारतीत पन्नास रुपये महिन्यावर लागलाय. दर गुरुवारच्या अंकात चार पानं एकट्याची!

आता आपण नोकऱ्या करत गप्प बसावं झालं. तसे सगळेच थकले आहेत. साहित्याचं व्हायचं ते होऊ द्यावं. काय मोठं क्रांतिकारक लिहूनसुद्धा स्वित्झर्लंडमधे बंगला घेऊन जन्मभर राहता येईल रॉयल्टीवर?

शेखरनं दोनतीन दिवस आधीच मार्कांसकट निकाल काढून आणला होता. पंधरा वर्षांची मुंबईतली वणवण संपवून आता तो कारवारमधल्या एका छोट्याशा गावात नातेवाइकांच्या एका कॉलेजमध्ये प्राध्यापक म्हणून जाणार होता. खुषीत त्यानं चांगदेवला पार्टीसाठी बोलावलं. त्यानं पाचसहा महिन्यांपासून एका कानडी पोरीबरोबर काही भानगडही सुरू केली होती. एम्. ए. आटोपल्यावर ते लग्नही करणार होते.

शेखर मुद्दाम तिच्यासमोर विषय काढून म्हणाला, हिला वाटतंय मी मुंबईतच राहावं. घर घेण्याइतके पैशे साठवलेयत हिनं. पाच वर्षांपास्नं नोकरी करतेय. चांगली बायको गाठली की नाही?

मग ती त्याच्या पाठीत धपका देऊन म्हणाली, साउथ कारवारला काय आहे तुझं? कुठे मागासलेल्या भागात जायचं इथून?

शेखरनं थोडा फार उच्चभ्रू नवरेपणा धारण करून तिला समजावून सांगितलं की तिकडे जाण्यात पुढच्या दृष्टीनं फायदा आहे. प्रमोशन मिळत मिळत लवकरच हेड होता येईल. पुढे मागे तिथे शेतीही घ्यायची संधी आहे. गेली कित्येक वर्षं मुंबईत बेघर होऊन राह्यल्यानं त्याला आता एकदम कुठेतरी पाय गाडून घ्यायची तीव्र इच्छा झाली होती. शिवाय तो असंही म्हणत होता की लग्नानंतरचं आयुष्य शांततेचं घालवायची आपली इच्छा आहे. *अनडिस्टर्ब्ड* असं तो म्हणाला!

चांगदेवला ते म्हणजे काय असावं याची कल्पना येत नव्हती.

तो शेखरला म्हणाला, म्हणजे पूर्ण घरातच का?

तर शेखर म्हणाला की घरासमोर बाग असली पाहिजे, फुलं असली पाहिजेत. पुन्हा आंबे, फणस, नारळी. शांत घर. आणि दारं लावून शांत वाचत राहायचं! मग तिनं मुंबईत राहणं फायदेशीर आहे हे सांगायला सुरुवात केली. पण शेखरला मुंबईची बकाली ह्यापुढे नको होती. कुणीही फूटपाथवर फसवतं. पुन्हा काही झालं तर पोलीससुद्धा कामाचे नाहीत. फूटपाथवरची प्रजा पुढे निव्वळ चोऱ्या करून राहणार. आपली पोरं त्यांच्यात राहून मवाली झाली तर कसं वाटेल? तीन पिढ्यांनंतर आपली नातवंडं पतवंडं लुच्चेगिरी करून पोटं भरताहेत, कुठेतरी राहून कसेतरी संसार करताहेत हे आताच टाळलं पाह्यजे. गावाकडे ही भीती नाही. इथली गुन्हेगारी कमी व्हायची चिन्हं दिसत नाहीत. कारण एक पोलीस ऑफिसर सांगत होता की, ही खून मारामाऱ्या करणारी पोरं हिंदुस्थानच्या कोपऱ्याकोपऱ्यातून इथे धाव घेतात. त्यांच्या राज्यांना कळवलं तर ती राज्यं ह्या पोरांना स्वीकारत नाहीत. तिकडून सरकारी खर्चानं गाडीत ह्या पोरांना बसवून दिलं तर महिन्याभरात पुन्हा सगळी मुंबईतच सापडतात. मुंबईला एक शुद्ध संस्कृती नाही. एक भाषा नाही. आवजाव घर तुम्हारा असं विद्रूप शहर झालं आहे. आपलीसुद्धा मुळं गावाकडे आहेत म्हणून आपण इथे न बिघडता टिकू शकलो. निव्वळ इंग्रजांच्या वसाहतीतून कसंतरी हे शहर फोफावलं आहे. आपलं साउथ कॅनरा किती सुंदर आहे! वगैरे.

शेखर आणि त्याच्या ह्या मैत्रिणीचे लाड, त्याचं एकदम इतकं पुढचं पाहणं आणि कठोरपणे खरं बोलणं — ह्या सगळ्या गोष्टींनी चांगले एकदम परकेपणात गुंडाळला गेला. मुंबई ही आपली मराठी लोकांची राजधानी अशी असावी, त्यातून इतकी वर्षं तिच्यात राहून पोट भरून एम्. ए. करून तिच्याबद्दल पुन्हा बाहेरच्यांनी असं बोलावं आणि ते खरं असावं आणि मुख्य म्हणजे आपल्या एका मित्रानं आता एका पोरीबरोबर कायमचं तिकडे निघून जावं हे सगळंच त्याला विचित्र वाटलं.

तरी पण शेखर म्हणत होता ते खरंच होतं. कारण शेवटून तोही शेखरला म्हणाला की माझीसुद्धा मुंबईत राहायची फारशी इच्छा नाही. पण आपल्याला त्याच्यासारखं जाऊन सुखानं रहिवासी व्हावं असं गाव नाही, नोकरी नाही, नातेवाईक नाहीत, भरपूर पैसे साठवून ठेवलेली अशी मुलगी नाही आणि मुख्य तर पुढचे काहीच कार्यक्रम नाहीत याचं त्याला वैषम्य वाटत होतं. खरं तर त्याचं आयुष्य आता नव्यानंच वर्तुळातून बाहेर सुटत होतं. पार्टी झाल्यावर चांगदेवनं विचारलं आता कुठे? तो म्हणाला, हिला थोडी खरेदी करायचीय, तू कुठे? चांगदेव म्हणाला, जातो कुणाकडे तरी.

निकालाचे नंबर पाहतापाहता त्याचा नंबर सापडला. ठीक झालं, म्हणून तो चहा घेत शांत बसून राह्यला. एक हिरवा कंदील तर लागला. तूर्त काकूकडे सगळं सामान आणून ठेवलं होतं. पुस्तकं अजून होस्टेलवरच खोक्यांमध्ये भरून ठेवली होती. लवकर निर्णय घेणं जरुरीचं होतं. चांगल्या मार्कांनी पास होऊनही चांगदेव पेढेबिढे काहीच आणत नाही, तेव्हा काकूंना वाटलं की चांगदेव फारच चिक्कू आहे. त्याला काही आनंद झालेला दिसत नव्हता. शिवाय तो सकाळी निघून जाणार आणि रात्री फक्त झोपायला वाटेल तेव्हा येणार हाही प्रकार फार दिवस सहन होईल असं वाटत नव्हतं. खिशात पैशेही फारसे नव्हते म्हणून एम्. ए. झाल्यावर तरी काकूच्या पोरांना काही आणावं अशी परिस्थिती नव्हती. मित्रांकडे आणखी किती दिवस हेलपाटे घालावे लागणार हे निश्चित नव्हतं. कुणाकडे धडपडत गेलंच तर अरे विसरलोच म्हणून नोकरीची गोष्ट सहज चारआठ दिवसांवर लांबायची. शिवाय खोलीचं किती महिने, वर्षं चालणार याची काहीच खात्री नव्हती. कुठे कसं राहायचं? किती दिवस?

हळूहळू ही सगळी जळमटं, हे जुने रस्ते आणि धावाधाव कायमची मिटवून मुंबई सोडावी असा विचार पक्का होत गेला. एकदम नवं गाव, नवे मित्र, नव्या इमारती, नवे चेहरे, नवे रस्ते अशा वातावरणात सापडून गेलं पाह्यजे.

खूप दिवसांपासून हे ठरवून व्हायला पाहिजे होतं. आता जूनची पंधरा तारीख आणि बाहेरगावच्या प्राध्यापकांच्या जाहिरातीही क्वचित येत होत्या. काकांकडे इंग्रजी पेपरात त्या दिवशी मात्र एकच जाहिरात होती. तिथे त्यानं अर्ज टाकून दिला. दुसऱ्या इंग्रजी पेपरात मात्र मंगळवारी अशा जाहिराती येतात असं शेजारच्यांनी सांगितलं. मागच्या मंगळवारचा पेपर आहे का म्हटल्यावर दुपारी शोधून ठेवते असं शेजारच्या बाई म्हणाल्या. पण दुपारी पुन्हा घंटा वाजवली तर झोपमोड झाल्यानं ती बाई वैतागून सापडला नाही असं म्हणून मोकळी झाली. भैय्याकडे जाऊन मागची वर्तमानपत्रं शोधली. पण भैय्याचे वडील म्हणाले की पुण्याच्या केसरीत बाहेरगावच्या जाहिराती फार येतात. दादरला अनेक दुकानांवर केसरीचा तपास केला, पण कुठेही मिळाला नाही. भैय्या म्हणाला काय तुझं प्लॅनिंग आहे? अशानं नोकऱ्या मिळतात काय?

जो तो आपल्या फिकिरीत असतो. अशा वेळी तर पायपीट करणाऱ्या बेघर माणसाला घरंदारं नोकऱ्या सांभाळून स्वस्थ राहणाऱ्यांबद्दल स्वाभाविक संताप

वाटतो. अशा सुखवस्तू गृहस्थांबद्दल अत्यंत तिटकारा वाटतो. आपला जम बसून स्थिर झालेल्या मित्रांकडे चांगदेवला आता जावंसंही वाटत नव्हतं.

आणखी एकदोन जाहिराती कुठल्या तरी लांबच्या गावच्या होत्या. त्यांनाही त्यानं भराभर अर्ज लिहून टाकून दिले. केव्हातरी कुठेतरी नोकरी मिळेलच, असं त्याला ठामपणे वाटत होतं. फक्त दिवस किती काढायचे हा प्रश्न होता. आणि अशा वेळी मित्रांबरोबर रात्र रात्र बौद्धिक गप्पा मारणं म्हणजे मूर्खपणा होता. म्हणून तो आता कुणाकडे जातही नव्हता. मुंबई परकी होत होती.

तेवढ्यात इंटरव्ह्यूला ताबडतोब हजर राहा अशी तार आली. पहिल्यांदा अर्ज केला तिथलीच. तिसऱ्याच दिवशी ही बरी वार्ता आल्यानं त्याला अतोनात आनंद झाला. म्हणजे आता मुंबईतच अडकून राहू अशी परिस्थिती नाही.

काका म्हणाले, बाहेरगावी कशाला धडपडतोस? इथे यायला सगळ्या देशातले लोक धडपडतात आणि तू कुठे निघालास?

चांगदेव म्हणाला, मुंबईत राहायचं तर किती कटकटी? खोलीचं काय? आणि मला मुंबई सोडायचीच आहे. एका गावात सहा वर्षं चिकार झाली. उभा जन्म घालवायचा इथेच? केव्हातरी म्हातारपणात स्वतःचं दोन खोल्यांचं तरी घर होईल की नाहीसुद्धा! त्यात सगळं तरुणपण घालवायचं? आणि इथं काही शाश्वती असते का कशाची! बाहेर छान मोकळं वातावरण!

तू अतिरेकी आहेस. आणि पन्नास खोल्यांचं घर घेऊन करणार काय तू? दोन खोल्यांच्या घरात जी जवळीक असते ती चार खोल्यांच्या घरात नसते. आणि बाहेरगावी वीज आहे तर पाणी नाही, हे आहे तर हे नाही असं असतं. मुंबईत पपनस अननसापासून तर गूजबेरीस्ट्रॉबेरी लिचीपर्यंत सगळं मिळतं! इथे दुसरे कुठल्याही गावापेक्षा तुला जास्त मित्र होतील, जास्त कामं होतील, सुखसोयी सगळ्या इथे तयार असतात. पुस्तकं घे, मासिकं घे, सिनेमा घे, आणि वर्तमानपत्रात कितीही वाचलंस की इथे रोज दोनजण रहदारीच्या अपघातात मरतात आणि रोज एकाचा खून होतो तरी मुंबईत माणसाला जितकं संरक्षण आहे तितकं कुठेही नाही. मुख्य म्हणजे इथे राहिल्यानं तुम्ही जगाचेच नागरिक होता, सगळं नवंनवं सांस्कृतिक जीवन इथेच मिळतं. काहीतरी खूळ डोक्यात घेऊ नकोस. पुढे पस्तावशील.

मला काका तुमचं काही पटत नाही.

मग त्यापेक्षा आपल्या उदळीलाच का जात नाही? मी आपलं गाव सोडून वयाच्या अठराव्या वर्षी मुंबईत आलो. आपले आजोबा नको म्हणत असतांना.

आज तीस वर्षं तब्बल मुंबईत आहे. शिकलोही इथेच, नोकरीला लागलोही इथेच. काय वाईट झालं माझं?

हेच की आपलं काही वाईट झालं असावं याची मुंबईतल्या माणसांना कल्पना- सुद्धा नसते.

अतिशहाणा आहेस तू. मुंबईत मला जे पाह्यजे ते मिळत गेलं. फ्रीज त्यावेळी लक्षाधीशाकडेच असायचा. पण माझा एक सिनेमाहाऊसवाला दोस्त होता, त्याला नुस्तं कळलं की दुसऱ्या दिवशी त्यानं हा इंग्लिश फ्रीज नवा कोरा माझ्या घरात आणून सुरू करून दिला. अर्थात तो स्मगल केलेला होता वगैरे ते सोड. पण आता मी गावी राह्यलो असतो तर त्या भावाभावांच्या मारामाऱ्यांत आणि लफड्यांत शक्ती वाया गेली असती. उद्या मी माझ्या पोरांना जगातल्या कुठल्याही देशात पाठवू शकतो इतक्या ओळखी आहेत. ही आमची नंदा — हुशार आहेच ती, पण तिला बरोबर मेडिकल कॉलेजमध्ये प्रवेश मिळेल इतक्या सगळ्या ओळखी झाल्या आहेत इथे तीस वर्षांत! फार दिलदार माणसं असतात बाबा मुंबईत. तुम्ही मुंबईकर झाला पाह्यजेत फक्त. कुठेही काहीही काम होतंच होतं. उगाच रोमँटिकपणा करू नकोस.

म्हणजेच असंच म्हणा ना काका, की इथे राहून नीतिनियम धाब्यावर बसवून आपली तुंबडी पांढरपेशांनी भरत राहायची.

पढतमूर्ख आहेस तू. काय बोलतोस ह्या जमान्यात नीतिनियम आणि हे आणि ते! आपल्या पातळीवर आपली कामं होतात, झोपडपट्टीवाल्यांच्या पातळीवर त्यांचीही अशीच कामं होतात मुंबईत. काय फरक पडला? आणि मोकळ्या वातावरणात तू काय हुतुतू खेळणार की रनिंग करणार? कसलं मोकळं वातावरण? आपल्या गावी दोन दिवस गेले की मला कंटाळा येतो. परवा सिमल्याला आमचं पंधरा दिवसांचं ट्रेनिंग होतं तर मला केव्हा परत मुंबईला जाऊ असं झालं होतं. सगळी मायला बर्फाची टेकडं आणि च्यूत्यासारखी स्वेटरं घातलेली बेढब बायामाणसं. छ्या, मुंबईसारखं गाव नाही. लंडनबद्दल म्हणतात ना तसं ज्याला मुंबईचा कंटाळा आला त्याला जीवनाचाच कंटाळा आला! बाहेरच्या गावात जातीपाती, ह्या भागातला त्या भागातला अशी फार लफडी असतात. फार क्षुद्र मनाचे लोक असतात बाहेर. जुनाट. पस्तावशील आणि मग परत मुंबईत येणं कठीण होतं. आमच्याकडची काही माणसं मागे बाहेरगावी जी गेली ती आता पस्तावताहेत. लवकर बस्तान बसेल तुझं तर. आमच्याकडे काढ एखादं वर्ष. मग मिळेल जागा कुठेतरी. आमची सोसायटी ब्लॉक बांधायला घेते आहे डोंबिवलीला. तिथे तुला घुसवून देऊ. निघून जातात दिवस. ह्या अशा कॉम्पिटिशनमधे

एकमेकांच्या मदतीनं लवकर सेटल झालेलं चांगलं. मुंबई सोडतोस याचा अर्थ तुझ्यात कॉन्फिडन्स नाही! हिंमत पाह्यजे. आणि इथे तुझं चांगलं मोठं सर्कल आहे. चांगले एस्टॅब्लिश झालेले दोस्त आहेत. कुठे भुक्कड गावं खुंदलायची फुकट.

चांगदेवला लगेच इंटरव्ह्यूची तयारी करून निघायचं होतं. काकांकडे रेल्वेचा नकाशा होता, त्यात गाव नीट तपासलं. भाड्याचा अंदाज घेतला आणि नेहमीची जुनाट बॅग खांद्याला लावून तो दुपारीच बाहेर पडला. गाडी रात्री होती.

काकू म्हणाली, इंटरव्ह्यूसाठी जरा चांगले कपडे तरी ने. ही आमची सूटकेस ने हवी तर. बूट घाल. पॉलिश करून घे खाली. आणि वेळ आहे, भरपूर जेवून जा.

काय करायचेत कपडे? उत्तरं झाक दिली की झालं.

पण तुझा इंटरव्ह्यू घेणाऱ्यांना तसं वाटलं पाह्यजे ना? अशा गोष्टी दुसऱ्याला कशा वाटतील हेही पाहावं जरा.

हे काकूंचं म्हणणं त्याला पटकन पटलं. आणि त्यानं पिशवीत एक चांगला सदरा टाकला. बाकी पँट कोणी खुर्चीखालून पाहणार नाहीच. मोजे तर फाटलेच होते. तेव्हा चप्पलच बरी दिसत होती.

काकूनं घाईघाईत दहीभात वाढला. भराभर जेवून तो बाहेर पडला.

तासभर भैय्याकडे काढावा आणि मिळाले तर पाचदहा रुपयेही घ्यावे असा विचार करून तो भैय्याकडे आला. सुदैवानं भैय्या आजारीच असल्यानं पडून होता. बातमी ऐकून भैय्यालाही समाधान वाटलं. तो म्हणाला, हे बरं केलंस तू शेवटून. बाहेरगावी छान असतं. मस्त हिरवीगार शेतं, सगळेजण ओळखीचे, छोट्याशा गावात पुन्हा बकालीही कमी. छान आहे. बेस्ट लक. आम्ही सगळे जण मूर्खासारखे मुंबईतच धडपडणार. तू ग्रेट आहेस. इथे हा असा आजार येतो.

भैय्याकडे नकाशांचं पुस्तकही होतं. त्यात त्यानं गाव पाह्यलं. ते जिल्ह्याचं गाव होतं. आणि मळकट पिवळा रंग सगळीकडे होता. गावाजवळ नदीचाही पत्ता नव्हता. फक्त एक पोकळ वर्तुळ होतं. आणि रेल्वेची बारकी रेषा.

भैय्या म्हणाला ठीक असेल गाव. निदान छोटं तर आहेच. इंडस्ट्री वगैरे नाही म्हणजे गरीब लोक असणार. मी येईन तुझ्याकडे एकदा.

भैय्याकडून दहाएक रुपये मिळाल्यानं त्याला एकदम उत्साहही आला. आता जरा खातपीत प्रवास होईल. गाडीनं बोरीबंदरवर येऊन फलाट बदलवतांना गाडीत बसतांना त्याला एकाएकी मुंबईचा जिव्हाळा दाटून आला. सोडल्यानं काही

नेहमीच तुटतं असं नाही. उलट प्रेम शाबूत राहातं. प्रेमही आहे आणि सोडावंसंही वाटतं असा संबंध अत्यंत श्रेष्ठ कोटीचा.

गाव आलं तरी अजून सकाळ झाली नव्हती. आगगाडी मधेच तासन्तास उभी राहायची. सगळे लोक कुरबूर करायचे. मुंबई सोडून कित्येक वर्षं झाली आहेत अशी चांगदेवची भावना झाली, इतका प्रवास रुखठुक चालला होता. पण मुंबईत लपेटून गेलेलं त्याचं मन गेल्या सगळ्या वर्षांचा नकाशा उलगडण्यात दंग होतं. मुंबई म्हणजे पुन्हा लहानपणासारखा अजस्र अनुभव झालेली होती. पाहता पाहता मेंदूत ते झगमगणारे रस्ते, झकपकणाऱ्या जाहिराती, माणसं-माणसं, गाड्या आणि बसी, हॉटेलं, सिनेमे, हॉ हॉ करून टाळ्या देणारे मित्र, पायपीट, इमारती. मुंबईनं त्याला सगळं दिलं होतं. पूर्ण पालटवून नंतर सोडून दिलं होतं.

एकदाचं गाव आलं म्हणून तो अंगावरचा इंजिनाचा कोळसा झटकून उत्साह आणत उतरला. लॉजवर फुकट दोनतीन तासांकरिता पैसे खर्च करण्यात अर्थ नव्हता. म्हणून स्टेशनवरच बेचव चहा पीत, जाहिराती वाचत तासभर काढून मग तो बाहेर पडला. तेवढ्यात टांगेवाले सगळे निघून गेले होते. गाव दोनतीन मैलांवर आहे म्हटल्यावर त्याला वैताग आला. म्हणजे फुकट इतका वेळ आत काढला. पण पैशे वाचतील आणि मधला वेळही जाईल हा फायदा होता. तसं आता जे येईल ते आनंदानं स्वीकारलंच पाहिजे हे धोरण ठेवायचंही ठरवलंच होतं. किरकीर बंद.

पिशवी खांद्याला लावून तो रेटत चालला. हळूहळू थंडगार हवेनं निरुत्साह संपायला लागला. थकवा दबून जात चालला. उघड्याभोर प्रसन्न आकाशात अगदी पहिले तांबूस किरण तो कित्येक वर्षांनी पाहत होता. आणि जग जागं होत असतांना आपण आधीच कामाला निघालो आहोत हे तर अगदी लहानपणी शेतावर जातांना केव्हातरी घडलं असेल. इतक्या सपाट माळरानांचं गाव घेऊनच टाकू असं ठरवून हळूहळू आकाशात लाल सोनेरी छटांची उधळण पाहत राह्यला. पक्षीही किलबिलायला लागले. हळूहळू गावाचा वास यायला लागला. रस्त्याच्या दोन्ही बाजूंना निर्विकारपणे परसाकडला बसलेले लोक पाहून त्याचं उन्नत झालेलं मन थोडं बिघडलं. पण सारखं वरवरच तरंगायचं ठरवल्यामुळे त्यानं रस्त्याच्या बाजूलाच एका झोपडीसमोर उभ्या असलेल्या बाईकडे लक्ष केंद्रित केलं.

आळोखेपिळोखे देत उत्साहाने त्याच्याकडे पाहून मग बाजूलाच उपड्या केलेल्या टोपलीला तिनं हातानं फेकलं. त्यासरशी क्लक.. क्लक... करत एक कोंबडी आणि तिला बिलगून बसलेली दहापंधरा पिलं सैरावैरा पळत दिसेनाशी झाली. बाजूलाच तिचा नवरा अजून धोतर पांघरून निजला होता. झोपडीभोवतालची जागा स्वच्छ सारवलेली आणि सगळं नीट लावलेलं. भिंतीवर झाडांची चित्रं. तिच्या पायांवर गोधडी होती, ती तिनं नीट वरपर्यंत ओढून पांघरली. रात्री त्यानं ती तिच्या अंगावर टाकली असावी. ही रतिक्लान्त बाई त्याला ह्या गावाची प्रतिमाच वाटली.

हळूहळू दाट वस्ती लागली आणि मग एक जुनाट हॉटेल. कुठेतरी कपडे बदलून तोंड धुणं आवश्यक होतंच. बनियन घामानं वास मारत होतं. कानांत, केसांत आगगाडीचा कोळसा होता. दुसरं बनियन आणायला तो विसरला होता. पण सगळं आनंदानं टोलवायचं हे धोरण पुन्हा पुन्हा अवलंबणं आवश्यक होतं. नुस्तं इंटरव्ह्यूपर्यंतच नाही तर ह्यापुढे कायमचं.

मधे भिंतीवर काबाचा प्रचंड फोटो होता. आणि एक पोरगं डोळ्याचे चिपडे काढत म्हणत होतं, मालक नमाज पढके आ रहे हैं.

लेकिन चाय तो लाव.

बोला ना, नहीं है मालक. वोच बनाते चाय.

पानी तो लाव फिर.

त्यानं एक लहानसा पेला भरून आणला.

और लाव पाचदस पेले. मूह धोनेका है नं.

पानी जादा नहीं मिलेगा साब. ज्यादा नहीं इधर. होटलको हमामखाना समजते क्या?

असं म्हटलं तरी त्या पोरांना आणखी दोनेक पेले आणून ठेवले. तिथेच सदरा बनियन काढून बनियन पिशवीत आत खोल दाबून टाकलं आणि नवा सदरा चढवला. ह्या नव्या सदऱ्याची ऐन वरची गुंडी फुटलेली होती. आणि आत पुन्हा बनियन नसल्यानं छाती इंटरव्ह्यूवाल्यांना स्पष्टच दिसणार. पण आनंदी धोरणात त्याला आता या संकटातून पुढे जाणं भाग होतं. कागदांमध्ये एक टाचणी सापडली ती गुंडीच्या ठिकाणी टोचून त्यानं आनंदानं हा प्रश्न मिटवला. टेबलावरचा एकेक पेला बाहेर नेत नाक, तोंड, कान, केस, मान साफ करून घेतले. रुमालाला सगळं पुसून बोटांनीच केस नीट केले. पुढे कुठे कॉलेजवर पाणी आणि आरसा एकत्र दिसले तर पुन्हा नीट साफ करावं म्हणून तो स्वस्थ बसला. जरा वेळानं मालक नमाज आटपून मोठमोठ्यानं खाकरत थुंकत आला. त्याच्या मागोमाग हळूहळू बरेच

मुसलमानही यायला लागले. चहाला बराच वेळ लागला. मालकानं किल्ल्या पोऱ्याच्या हातात दिल्यावर कपाटातून साखर चहा काढून चहाला मुळापासून सुरुवात झाली. त्यात आणि रेडिओ ऐकण्यात बरा वेळ गेला.

कॉलेजवर अजून कोणीच नव्हतं. एक जुनाट कपडे घातलेला प्यून जीवावर येऊन झाडझूड करत होता.

चांगदेवला पाहाताच त्यानं झाडू खालीच ठेवून तोंडातला तंबाखू न थुंकता त्रासिकपणे हातानंच काय म्हणून विचारलं.

चांगदेवनंही आनंदी राहावं म्हणून विनोदानं कानावर डोक्याला बोटानं वस्तऱ्यासारखं केलं.

प्यून थुंकून म्हणाला, हजामतीला? कोणाची?

कोणाची म्हणजे? आमचीच. इंटरव्ह्यू! इंटरव्ह्यू!

बोंबला, मला वाटलं तुम्हीच कटिंग करायसाठी आलेत. धोपटीबी तशीच दिसते की हो. ह्याऽ ह्याऽ... काढा ह्या गोठची, प्रिन्सिपाल सायबाचीबी डोकी फार वाढिलीय हो. काढा.

काय काढा..

शिग्रेट हो. काढा शिग्रेट.

आपण पीत नाही.

हात् त्याच्या. काय सकाळी सकाळी माणूस भेटीलं? ह्याऽ

एकूण आपला अवतार बरा नाही हे चांगदेवच्या लक्षात आलं. टिपटाप गाढवासारखं राहणं इकडे चांगलं समजत असावेत. पण तरी तो आनंदी राहावं म्हणून शिट्टी मारत बाहेरच्या गर्द झाडाकडे पाहत व्हरांड्यात खुर्चीवर बसला.

जरा वेळानं झाडणं आटपून प्यून बाहेर आला.

अकरा वाजिले की सायब येत्यात बरं. काही चहाबिहा मागोवू का आपल्याकरता? पेशल?

आता त्याची अदब पाहून चांगदेवला समाधान वाटलं. तो म्हणाला, हाँ, कुठे आहे कँटीन?

कँटीन कुटलं उघडायला वो? दहा वाजिले ना? मी सांगीतो आनी घेऊनीच येतो.

बरं, बरं. आण.

पैशे द्यावा. ऱ्हाऊ द्या रुपया. आणीतो सुट्टे.

त्याला संडास बेसिन कुठे आहे ते विचारून घेतलं आणि चांगदेव तिकडे गेला.

संडासात पाणी नव्हतंच. बेसिनमध्ये सगळं थुंकलेलं पडलं होतं. बेसिनच्या एका नळावर हॉट आणि आणि एकावर कोल्ड असे ठसे होते आणि कुठेही पाण्याचा थेंब दिसत नव्हता. भिंतीवर शरीरशास्त्र आणि अनेक पोरींची नावं. बाहेर बागेत घाण पाण्याचा हौद दिसत होता. तिथे जाऊन त्यानं तोंड, हातपाय स्वच्छ करून घेतले. संडासातला डबा तिथपर्यंत नेऊन पाणी आणून तेही आटपलं. पुन्हा तोंडावर पाणी मारून झाल्यावर बरं वाटलं. मग केस वगैरे आरशात साफ करून सदऱ्याची टाचणी दिसणार नाही अशी लावून घेतली. मग कॉलेजच्या आवारात फिरून आला. आवार छान होतं. बाग अत्यंत कृत्रिमपणे सुंदर केलेली होती आणि तिच्यात विलायती फुलांचे मुंबईलासुद्धा कोठे न दिसणारे अनेक प्रकार होते. मध्यभागी पुरुषभर उंचीच्या लांब ओट्यावर JESUS CALLS YOU असं मेंदीत उगवलेलं नीट कापून स्पष्ट केलेलं होतं. पण एकूण मोठमोठ्या इमारतींना, बागेत, मागच्या बंगल्यांना कुठल्याही प्रकारची सौंदर्यदृष्टी दिसत नव्हती. पण मुंबईत एवढ्याशा चार मजली इमारतींच्या कॉलेजांची सवय झालेल्या त्याला हे लांबवर पसरलेलं आवार अतिशय आवडलं.

ऑफिसात आता सुपरिंटेंडेंट आला होता. चांगदेवला नमस्कार करून तो म्हणाला, गुड मॉर्निंग सर. मी सुपरिंटेंडेंट जाधव. तुम्ही इंग्रजीच्या इंटरव्ह्यूला का? बसा. इथला प्यून दिसला का? फ्रान्सिस?

चहाला गेलाय तो.

चहाला? हरामखोरानं अजून ऑफिस झाडलं नाही. चहा लागतो साल्याला कायम.

मीच पाठवलं त्याला. सॉरी.

तुम्ही पाठवलं नसतं तरी गेला असता तो.

सुपरिंटेंडेंट जाधव तावातावानं कँटीनकडे निघून गेल्यानंतर जरा वेळानं फ्रान्सिस चहा घेऊन आला. किटलीतून चहा ओतत तो म्हणाला, घ्या. म्या तिकडेच घेतला. ते जाधवबी लागटासारखं बसलं त्येलाबी तुमच्याच पैशानी दिला. सुट्टे पैशेबी होते नी कँटनवाल्यापाशी.

फ्रान्सिस आता फार खुषीत आला होता. त्यामुळे चांगदेवनं त्याच्याकडून कॉलेजची महत्त्वाची माहिती काढून घेतली.

कॉलेजकडे तुफान पैसा होता. उलट तो वेगवेगळ्या सांस्कृतिक कार्यक्रमांसाठी खर्च करा असं प्रिन्सिपॉल प्राध्यापकांना सांगायचे. प्रिन्सिपॉलनं संस्थेच्या

संस्थापकांच्या मुलीशी लग्न लावल्यानं त्याचा संस्थेवर पूर्ण दबाव होता. हिशेबसुद्धा कोणी विचारायचं नाही. जादा तास घेतले त्याचेही जादा पैशे मिळायचे. इंग्रजीला चांगलीचांगली माणसं मिळावी अशी प्रिन्सिपॉलची फार इच्छा होती. पण ह्या आडगावात कोणी बाहेरचे यायचे नाहीत, हे प्रिन्सिपॉलचं दुःख होतं. आतापर्यंत दोनदा जाहिरात देऊनही कोणी चांगला माणूस इंग्रजीसाठी आला नव्हता. कॉलेजमध्ये सगळ्या जातींचे, धर्मांचे लोक असणं आवश्यक आहे, असं प्रिन्सिपॉलचं धोरण होतं. प्रिन्सिपॉल अमेरिकेत पीएच्. डी. होऊन आल्यानं त्यांचा स्वभाव फार उदार होता. अनेकांना त्यांनी मदत केली होती. गावात ते जिकडे जात तिकडे जो तो त्यांना नमस्कार करायचा.

ह्यावेळीही इंटरव्ह्यूला कोणी चांगला माणूस आला नसता तर डिपार्टमेंटचे हेड प्रोफेसर शारंगपाणी हे आपलाच एक पित्त्या घेणार होते असंही फ्रान्सिसनं डोळा मारून सांगितलं. पण प्रिन्सिपॉलला चांगलं इंग्रजी येणारा माणूस पाहिजे असं तो म्हणाला. अकरा वाजता बरोबर प्रिन्सिपॉल आले. येतायेताच त्यांनी चांगदेवशी कुठून कसे आलात, कुठे उतरलात, डायरेक्ट कॉलेजवर आलात तर इथे गेस्ट हाऊस आहे तिथे का नाही गेलात वगैरे गप्पा सुरू केल्या. माणूस चांगला उदार वाटला. मुंबई सोडून कशाला आला म्हटल्यावर चांगदेव मुंबईवर जे बोलला ते त्यांना अतिशय आवडलं. ते खूष झाले.

जरा वेळानं हेड आणि व्हाइस-प्रिन्सिपॉल आले. व्हाइस-प्रिन्सिपॉलनी आल्या- आल्या हेडजवळ कुत्सित सुरात विनोद केला की शेवटी एकजण तरी आलाच! आणि ते मोठ्याने हसले. पण प्रिन्सिपॉल ऑफिसच्या दारातच उभे आहेत हे त्यांच्या लक्षात आल्याबरोबर ते जो वाईट चेहरा करून बसले ते संबंध इंटरव्ह्यूत बोललेच नाही. मधूनमधून प्रिन्सिपॉलनी विनोद केला नाही तरी ते हसून त्यांना खूष ठेवायचा प्रयत्न करत होते. शेवटी शेवटी त्यांचे हे प्रयत्न सिद्धीस गेले, कारण प्रिन्सिपॉल नंतर त्यांच्याकडे पाहून त्यांच्याशी नीट बोलायलाही लागले. हेड प्रोफेसर शारंगपाणी कायम थॉमस हार्डीवर विचारत होते. काही मॉडर्न विचारा असं खवचटपणे प्रिन्सिपॉलनी त्यांना सुचवल्यावर व्हाइस-प्रिन्सिपॉल खदखदून हसले. हेडनी हसण्याकडे दुर्लक्ष केलं आणि एच. जी. वेल्सवर विचारलं. मॉमवरही एक प्रश्न!

प्रिन्सिपॉल शेवटी म्हणाले, आमचा आधीचा टॉक झाला आहे. आय लाइक धिस यंग मॅन. कॉलेजचे प्रिपरेटरी क्लासेस आधीच सुरू झालेले आहेत. तेव्हा तुम्ही आजच जॉइन व्हा आणि एक-दोन दिवसांची रजा घेऊन सामान घेऊन या. जमेल की नाही?

इतक्या सहजासहजी हे झालेलं पाहून चांगदेवला अतिशय आनंद झाला. प्रधान्या म्हणतच होता की तुझा शनी एकदम जोरात आहे. दोनतीन दिवसांत निश्चित येतो असं सांगून तो जागेची वगैरे चौकशी करायला लागला. तुम्ही तात्पुरते लॉजवर राहा, नंतर आपण सगळं सेटल करू, स्टाफचे लोक फार को-ऑपरेटिव्ह आहेत, तुम्हाला काही त्रास होणार नाही वगैरे सांगून त्यांनी सुपरिंटेंडेंट जाधवला हाक मारली. ऑर्डर द्यायला सांगितली. तोपर्यंत कॉलेजमध्ये फिरून या म्हणून फ्रान्सिसला बरोबर दिलं आणि हात मिळवून चांगदेव बाहेर आला.

आता तो ह्या जागेशी बांधला गेला. मागची पुढची भव्य पटांगणं, इमारती, बाग, झाडं पाहून त्याला आनंद झाला. मग एकेक इमारत दाखवत फ्रान्सिस कंटाळून त्याला म्हणाला, लायब्री बरं का ही. म्हणजे पुस्तकं असतात हेच्यात. जावा, आतमध्ये फिरवून यावा. मी येतोच तंवर.

लायब्रीत पुस्तकं फारच कमी होती. मासिकंहीही दोनचार नेहमीची सगळीकडे दिसणारी. बाकी काही नाही. तो ग्रंथपालाला म्हणाला, श्रीमंत संस्था आहे ना हो आपली? मग पुस्तकं कमी आहेत त्या मानानं.

ग्रंथपाल मॅकेन्झी खुर्चीवर टेकून टेबलाखाली पाय फाटे करून तसेच बसून होते. ते तुच्छतापूर्वक त्याच्याकडे पाहत म्हणाले, अहो ह्यातलीसुद्धा कोण प्रोफेसर कधी वाचत नाही. करायचेत काय रद्दीवर पैशे खर्चून? वाचतो कोण इथे?

तिकडे काहीतरी प्रचंड शिट्या, गोंधळ एका वर्गातून येत होता. तिथे काही शिकवणं चाललेलं होतं. तेजस्वी, ओजस्वी असे शब्द ऐकायला आले. तिकडे चांगदेव गेला. जरा वेळानं भराभरा वर्गातून मुलं यायला सुरुवात झाली. मग मुली. शिट्या आरडाओरडा चालू झाला. सगळ्यात शेवटी एक उंचसा बायक्या आवाजात पोरांना लाडालाडानं धमक्या देणारा कोणी प्राध्यापकही बाहेर आला. तो रडकुंडीला आलेला दिसत होता.

तेवढ्यात तिकडून सुपरिंटेंडेंट जाधव धावत आले. त्यांना पाहताच ही नुकतीच कॉलेजात प्रवेश घेतलेली शाळकरी पोरं भराभरा आत घुसायला लागली. इतकी की प्राध्यापकालाही दारातून आत जाता येईना. सुपरिंटेंडेंट जाधव मात्र हाताशी येईल त्या पोराला फटाफट मारत आत ढकलत होते. त्या लोंढ्यात प्राध्यापकही सापडला! सुपरिंटेंडेंट जाधव ओरडत होते, घूस आत! तू रे, चाल, शिकायला येतूस की नाचायला हितं! आं? चाला चाला — असं म्हणत चांगदेवसमोर मुद्दाम आपला रुबाब दाखवत ते पोरांना बडवत होते. पोरांनी गर्दीत प्राध्यापकालाही आत ढकलून टाकलं.

नंतर चांगदेवला जाधव म्हणाले, नवीन नवीन आहेत पोरं, चालायचंच. म्हणून तर प्रिपरेटरी क्लासेस घ्यायला सुचवलं मी दरसाल.

चांगदेव म्हणाला, पोरं दरसालच नवी येणार. पण प्राध्यापक? ते तरी जुनेच असतील ना?

हो, हे प्राध्यापक जोशी कवी आहेत. ह्या जिल्ह्यातले बेश्ट कवी. त्यांचं *रुसलेलं हसणं* हे पुस्तक वाचलं का? नाही? वाचा. लायब्रीत पन्नास प्रती आहेत!

एकदम पन्नास कशाला?

कॉलेजनीच छपाईचा सगळा खर्च दिला ना. पुण्याच्या प्रकाशकाला एक हजार रुपये दिले. तुमचंही काही छापायचं असलं तर आपल्या प्रिन्सिपॉलसाहेबांना सांगा. पैशांची किरकिर नाही बरं आपल्याकडे. फक्त काम करत राहायला पाह्यजे. कॉलेजचं नाव पसरलं पाह्यजे.

तिकडे पुन्हा पोरांनी हूऽ हूऽ केलं. पण सुपरिंटेंडेंट जाधव दारापाशी जाताच पुन्हा सगळी पोरं गप्प. आणि जोशी कवींचा उंच किनरा आवाज. केशवसुतांनी मराठी कवितेचा आशय आणि आविष्कार, आत्मा आणि शरीर, विषय आणि शैली, घाट आणि थाट यांत आमूलाग्र क्रांती केली, मराठीचा पेहराव एवढंच काय, पण अंतर्मनही घुसळून टाकलं — असं व्याख्यान पुन्हा सुरू.

थोड्या वेळानं कँटीनमध्ये चहा घेत सुपरिंटेंडेंट सॅम्युअल जाधव यांना कॉलेजबद्दल विचारत चांगदेव पुढचे अंदाज करत बसला. सुपरिंटेंडेंट जाधव कॉलेजबद्दल अतिशय स्तुतिपर बोलत होता. पण मध्येच तो बोलून गेला, आता काही काही गोष्टी चालतात. त्या काय सगळीकडे चालतात.

कॉलेजबाहेर आल्यावर चांगदेवनं आनंदानं मागच्या आवाराकडे पाहून घेतलं. हे आपलं कॉलेज. एका दिवसात कुठला प्राणी कुठे फेकला जातो? ह्यानंतर इथलं पाणी, इथली हवा, इथले मित्र. छान. नंतर गावात तो उत्साहात हिंडला. छोटे छोटे रस्ते, बारकी बारकी दुकानं, त्याच्या नव्या चेहऱ्याकडे कुतूहलानं पाहणारी माणसं, एकूण गावभर गरिबीची कळा, पण एकदोन चिंचोळ्या गल्ल्या, टोलेजंग इमारती, भडक ऑईलपेंटनं वरपर्यंत रंगवलेले गल्लीत डोकावणारे लांबवलेले सज्जे, मजल्यावर मजले. मुंबईच्या मानानं हे सगळं अभिरुचीहीन, किरकोळ वाटत होतं. पण आता ह्यापुढे असं म्हणायचं नाही. आता हे आपलंच गाव.

एका हॉटेलमध्ये तो जेवला. जेवण अत्यंत रद्दी होतं. तिथे मॅनेजरला वगैरे त्यानं खोली मिळेल का कुठे म्हणून विचारलं. तिथे दोघेतिघे गप्पा मारत बसले होते. ते म्हणाले, आमच्या गावात असं आहे की जागा असते, पण जागा दिली की नळातलं पाणीही द्यावं लागतं. म्हणून कोणी सहसा जागा देत नाही. ख्रिश्चन,

मुसलमान लोकांचं पाण्यावाचून भागतं; पण आपल्या लोकांना नाही चालत. तुम्ही कोण जातीनं? कारे आहात का? ब्राह्मणांचे वाडे आहेत बहुतेक चांगले. बाकीच्यांचेही काही काही आहेत. तरी जागा मिळणं इतकं सोपं नाही इथे. पण होते एखाददुसरी खोली. कॉलेजची पोरं फार झालीत हल्ली. दहाबाराजण मिळून सहज एक खोली घेऊन टाकतात भुसकन. त्याच्यामुळे भाडीही फार वाढलीत हो.

म्हणजे इथेही पुन्हा मुंबईसारखंच. त्यात पुन्हा जात आधी. खोली नाही म्हणजे मग येऊन काय उपयोग? पण आता सगळं आहे तसं स्वीकारलं पाह्यजे. मग त्यानं तो विचार मनातून काढून टाकला. मुंबईला जावं, सामान गुंडाळून यावं झालं. सापडतो रस्ता आपोआप.

मग तो स्टेशनवर आला. गाडी तासभर उशिरा होती. दोनतीन दिवसांच्या जागरणानं झोप उभ्याउभ्याच येत होती. गाडीत घुसल्यावर त्यानं ताणून दिली. एकदोन स्टेशनं गेल्यावर वरती एक फळीही रिकामी दिसली तिथे चढून उशाशी पिशवी घेऊन तो दाट झोपी गेला. ते थेट मुंबईपर्यंतच.

मुंबईत उतरल्यावर पहिल्यांदा म्हणजे पैसे काढायला हवे होते कुणाकडून तरी. दोनतीन सदरे आणि पँटी घ्यायला हव्या. निदान दोनदोन तरी. पुन्हा बाकीच्या कितीतरी गोष्टी. औषधं धरून. हा नवाच खर्च पुन्हा वर्षभर चालणार. सहा महिन्यांच्या गोळ्या इथूनच न्याव्या.

नारायणला फोन करतांना अर्थात नुसता पैशांचाच विचार त्यांच्या मनात नव्हता, मुंबई सोडतांना काही मित्रांना शेवटचं भेटणं आवश्यक होतंच. नारायण फोनवरून किंवा पूर्वी रस्त्यावरही अधूनमधून भेटायचा. पण त्याच्या घरी जाणं कधी जमलं नव्हतं. त्याची बायको आणि तो मागे एकदा हॉटेलमध्ये घाईत भेटले होते. त्याची बायकोही चांगली वाटली. तिनं लग्न झाल्यावर नारायणच्या जुन्या भुंगार मित्रांना हळूहळू कटवलं अशी तिची ख्याती होती. पण चांगदेवला तसं वाटलं नाही. उलट नारायणपेक्षाही तिनंच जास्त आग्रह करून बोलावलं होतं. ह्या रविवारी येता का? की पुढच्या? म्हणजे दिवसभर बसता येईल असंही ती म्हणाली होती. नारायणचे आणि चांगदेवचे फार पूर्वीपासून दृढसंबंध होते. नारायणचे फार धडाधडा ग्रह बदलले. नारायणही फटाफटा बदलला. उपासमारीतून थेट समुद्रकाठच्या बंगल्यात! शिवाय त्याची बायकोच खुद्द इतक्या मोठ्या पगारावर

होती की त्यांच्याकडून पाचसातशे रुपये मिळणं काही जड नव्हतं. नाही मिळाले तरी अर्थात नारायणकडे जाणं आवश्यक होतं. कारण एकदा मुंबई सोडली की पुन्हा मुंबईला येऊच नये, जुनं सगळं नको म्हणजे नकोच, हे पक्कं ठरलं होतं.

डायरी पळवल्यापासून नारायणचा फोनही नीट आठवत नव्हता. अंदाजे दोनतीन नंबर फिरवल्यावर लागला. सुंदर आवाजातल्या मुलीनं त्याला झटकन नरायन केलकरशी जोडून दिलं. चांगदेव म्हटल्यावर नारायणला एकदम आनंद झाला.

अरे गृहस्था तू मधे मेला होतास असं कळलं आणि पुन्हा झोपी गेलेला जागा झाला असं करून परीक्षा पास होऊन नोकरी शोधत असल्याचंही कळलं. हा चमत्कार तू हुबेहूब कसा केलास ते ऐकायचं होतं प्रत्यक्ष. एकदा तुझ्या होस्टेलवर आम्ही दोघं विजू न् मी आलो होतो. पण तू खरोखरच जिवंत आहेस का काय ते हुबेहूब दिसलं नाही. तुझं आधीपास्नंही काहीतरी आजाराचं होतंच नाही का. तुझं एक लंग बसलं होतं ते चालू झालं वाटतं? ...आँ? काय? काय म्हणालास? लंग — फुप्फुस रे... अच्छा! कोणीतरी म्हणत होतं एक लंग काढलंच तुझं म्हणून. नाही ना? बरं झालं. नाहीतर एकलंगजी की जय म्हणून सगळे तुझी घोषणा करायचे. ही ही ही हीऽ. बरं, तुझं नोकरीचं जुळत नाही म्हणे अजून? जुळलं का? ...कुठे? ...कुठे म्हणालास? मुंबईत नाहीच का? राइट. राइट. तेच म्हटलं हा नवा भाग निघालाय का काय मुंबईत. म्हणजे तू सोडतोसच म्हणायचा मुंबई? हे काही बरं नाही... असो. काँग्रेच्युलेशन्स एनीवे, तसे काय आपण मुंबईत असून सहा सहा महिने कुठे भेटतो? पण बाहेर कुठेतरी म्हणजे काहीतरीच वाटतं. राइट. एनीवे, तू मुंबईला येत जाशीलच... नाही? का रे बाबा? म्हणजे तुझी मासिकं वगैरे चालवायची रग जिरली वाटतं. करणार नाहीस का काही? सारंगनं चांगली लिहिली कादंब्री. मी परवा शोधत होतो गिरगावात माझी प्रत कोणी लांबवली म्हणून. तर नवीसुद्धा मिळेना. काही भानगड झाली म्हणे त्याची प्रकाशकाशी. आपण बरे की मराठीत लिहायचं नाही असं ठरवून टाकलं आहे. राइट. बरं, पण तुला मुंबईत नोकरी सहज मिळाली असती रे. मीसुद्धा एका कंपनीत विचारलं होतं तुझ्यासाठी. पण नंतर ते राह्यलंच. तुझाही संपर्क नाही. विसरलो. प्रधान्याचे फोन यायचे अधूनमधून... किती दिवस? दोनच? म्हणजे? जॉईन होऊनच आलास का? राइट. एनीवे, उद्या? राइट. आजसुद्धा चालेल. राइट. मला फक्त विजूला कळवावं लागेल. आता रिंग देतोच. राइट. काही इन्‌कन्वीन्यन्स नाही. तू येच. आँ? पाचशे? अंऽऽ हाँ बघू. असतील. तू ये तर खरं. विजूकडे असतीलच. नाहीतर काढायला सांगतो बँकेतून. ये, राइट. ये रे

बाबा, एवीतेवी आता तू मुंबई सोडणारच तेव्हा त्यासाठीसुद्धा तुला शेवटची बिदागी पाचशे भेट म्हणून दिले तरी चालतील. जमेल तेव्हा परत कर. राइट. कपडे? जाऊ ना बरोबरच. इथे पाचच्या आधी ये, अदरवाइज घरी आफ्टर हाफ पास्ट. राइट? पत्ता? घे लिहून. ए/सतरा / ए... ए म्हणजे ए बी सीतलं रे. ही ही ही हीऽऽ तुला वाटलं मी हाकाच मारतोय काय तुला एऽ म्हणून. पुन्हा ए — तसंच ए पुन्हा सतरानंतर रे. म्हणजे तू लिहूनही घेत नाहीयस का? पेन नाही? च्यायला. म्हणजे कसं लक्षात ठेवणार सगळं. त्यापेक्षा ऑफिसवरच ये पाचपर्यंत. पत्ता सांगायला आणि तू तो तोंडी बरोबर लक्षात ठेवायला बराच वेळ लागेल. शिवाय तू नेमकं कुठेतरीच जाणार हे मला माहीत आहे. तर त्यापेक्षा... राइट. मी थांबतो. चारसाडेचारला आलास तरी चालेल. राइट. राइट. राइट. राइट. सरळ आत माझ्या खोलीतच ये. राइट.

आता नारायणचा सूर एकदम बदलला होता. त्या काळात त्याचा आवाज कधीसुद्धा वर चढायचा नाही, इतका दारिद्र्यानं दाबला गेला होता.

दुपारी युनिव्हर्सिटीतली कामं आटपून झाली. रत्नागिरीकर जाग्यावर नव्हताच. त्यानं म्हणे कुठलं तरी अस्तित्ववादी नाटक लिहायला घेतल्यानं तो महिनाभर कामावर आलाच नव्हता. असं सांगून शेजारचा पोरगेला कारकून हॅ हॅ हॅ हॅ करून हसला. आणि त्याला कुठल्यातरी फाउंडेशनची महिन्याला दीडदोन हजार रुपयांची फेलोशिपही मिळणार होती. अर्थात ती जाहीर झाल्याशिवाय तो राजीनामा देणार नव्हता.

शेखर भेटला नाही.

नंतर चांगदेव थेट महाजनांकडे जेवायला गेला. पण कॉलेजची ॲडमिशन वगैरेची कामं असल्यानं ते जेवून लगेच खाली गेले. शिवाय चांगदेवनं नोकरीच्या बाबतीत आपलं ऐकलं नाही म्हणून ते मनातल्या मनात रागावलेलेही होते. महाजनबाईंबरोबर थोडा वेळ गप्पा मारून पुन्हा गाडीनं युनिव्हर्सिटीवर.

युनिव्हर्सिटीच्या आसपास फेऱ्या मारून त्यानं उडप्याकडून शेवटचा दोसा, शर्माकडचं शेवटचं पान, ॲक्मीमधून शेवटचा चहा — गाणी ऐकत, पुस्तकांच्या दुकानातून उगाच एक स्वस्त पुस्तक घेणं वगैरे गोष्टी भावनेखातर केल्या. ह्या परिसराबद्दल त्याला अतोनात प्रेम होतं. आकाशात दाट पांढऱ्या ढगांनी गर्दी केल्यानंही सगळं वातावरण भावनाकूल झालं होतं.

होस्टेलवर फेरी मारली तर तिथेही नवे चेहरे. चौहानही अर्थात खोली सोडून गेलाच होता. चांगदेवचं सामान जिन्याखालच्या ढिगात पडलेलं होतं आणि

गुरख्यानं ते लवकर हलवा म्हणून सांगितलं. धापा टाकत तो नारायणकडे निघाला.

चार वाजता नारायणच्या ऑफिसात. बाविसाव्या मजल्यावरच्या आतल्या थंडगार वातावरणात वातयंत्रांच्या झूंझूं आवाजात त्याला नारायणचे आणि आपले संबंध एकदम थंडगार, लांबचे झाले असल्याचं वाटायला लागलं. समोर लांब सुंदर टेबलामागची सुंदर मद्रासी मुलगीही फोन जुळवण्यात गर्क होती... वन मिनिट प्लीज... असं त्याला सांगून ती शिकाऊपणे त्याच्याकडे दुर्लक्ष करून बसली. चांगदेव सबंध वेळ तिच्याकडे अभिलाषेनं पाहत बसला. तिची बाहेरची आकृती पण इतकी रेखीव पण आग ठासून भरल्यासारखी. दुसरा एक जण तिथे थोडा वेळ अत्यंत लगट करून बोलत उभा होता. चांगदेवला त्या पुरुषाचंही कौतुक वाटलं. कारण त्या पुरुषाला तिच्या शरीरासंबंधी काहीही अद्‌भुत कुतूहल वाटत नसावं, त्याला स्त्रीदेहाची सगळी केंद्रं माहीत असावी. पण चांगदेवला अजून स्त्रीदेहाची परिमाणं निश्चित माहीत नव्हती. दोन पाय आणि वरचं कबंध ह्यात खरं म्हणजे रहस्यमय जागा फारशी नव्हती. पण त्याला हे सगळं रहस्यमय होतं. एवढ्याशा सडपातळ देहात रहस्यकेंद्रं कितीक असतील? पण त्याला खूप रहस्य वाटायचं. तो कारा आणि त्याचे आतापर्यंतचे बहुतेक मित्रही कारेच, काऱ्या तरुणांना स्त्री आणि पुरुष देहात जे अपरिचित अंतर जाणवतं ते अत्यंत अद्‌भुत, कुमारावस्थेपासून जपून ठेवलेलं असं. तिथे उभ्या असलेल्या अनुभवी माणसाला हे अंतर काहीच नव्हतं. म्हणून तो टेबलावर अगदी वाकून तिच्या तोंडाजवळ तोंड करून कामुकपणे बोलत होता. आपल्यातल्या ह्या बाबतीतल्या कमीपणामुळे चांगदेव अतिशय अस्वस्थ होऊन गेला. नारायण माझा मित्र आहे आणि मला त्यानं बोलावलं आहे असं तिला सांगायचीसुद्धा त्याला हिंमत होईना.

नारायण अशा बाया असलेल्या ऑफिसात काम करतो म्हटल्यावर तर चांगदेवचा न्यूनगंड वाढतच गेला. आपण हे पुढारलेलं धीट जग सोडून मुद्दाम कुठल्यातरी जुनाट गावात पळ काढतोय असंही त्याला वाटून गेलं. त्या गावात आपण कसे राहणार, किती वर्षं काढणार, का म्हणून तिथे जात आहोत याचा त्याला स्वतःला अंदाज नव्हता.

नारायण वर्षभरात एकदम पलटी खाऊन थेट अमेरिकन पैशानं चालणाऱ्या कंपनीत घुसला तेव्हा सगळ्या मित्रांना तो बाटल्यासारखाच वाटला होता. शिवाय सी. आय्. ए.चा हात असलेल्या मासिकांतून तो डेमॉक्रसी वगैरेवर धडाधडा लिहायला लागला. त्यातून पुन्हा आपण डाव्या राजकारणातून इकडे आलो

असल्यानं आपल्याला त्याचंही अंतर्बाह्य स्वरूप पूर्ण कळून चुकलं आहे, अशीही तो टिमटिम मारत राहायचा. भैय्या तर नारायणबद्दल शिव्यांशिवाय दुसरं काहीच बोलायचा नाही. कारेपणात ब्रह्मचर्याचं तत्त्वज्ञान बरळायचं आणि लग्न झाल्यावर संसाराचं तत्त्वज्ञान उज्ज्वल मानायचं तशातला नारायणचा प्रकार आहे असं सगळे मित्र समजायचे. गरिब असेपर्यंत दारिद्र्याचे गोडवे गाऊन मग प्रिंटिंगचा डिप्लोमा झाल्याबरोबर दोन हजार रुपये पगार घेऊन अमेरिकन राजकारणावर लेख! बहुतेक मित्र नारायणवर जळायचे, कारण त्यानं अचानक आपण श्रीमंत व्हायचं ठरवलं होतं म्हणून. अर्थात दोन्ही प्रकार करायला नारायण समर्थ होता, हे सगळ्यांना माहीत होतं. पण एकेक मित्र ढासळत चालला आहे असं त्यांच्या कंपूतल्या उरलेल्यांना वाटत होतं. आता चांगदेवही प्राध्यापक होऊन ढासळलाच होता. म्हणजे सारंग, भैय्या वगैरे त्याच्याकडे तसेच पाहत होते. वय होत आलं आणि रस्ते बदलत गेले. त्याला कोणाचाच इलाज नव्हता. पूर्वी कम्युनिस्ट असलेला नारायण आता रशियातल्या लेखकांना स्वातंत्र्य नाही म्हणून लेख लिहायला लागला तेव्हा ह्याला समजून घ्यायची कोणालाच गरज वाटली नाही. जो तो शिव्या द्यायला लागला. नारायणही त्यामुळे दुखावला गेला. पूर्वी जर कोणी म्हटलं की मला भुकेलं राहायचं स्वातंत्र्य का नसावं? सरकारनं माझ्या अन्नवस्त्राची फुकट काळजी वाहून माझं व्यक्तिस्वातंत्र्य का हिरावून घ्यावं? तर आधीच पैसे नसल्यानं हैराण झालेला नारायण खवळून म्हणायचा, तुला माहीत आहे भुकेलं राहणं म्हणजे काय असतं ते? दोन दिवस पोटात चहापाव नसला की सगळी स्वातंत्र्यं जाळून टाकावीशी वाटतात, हे तुला माहीत आहे?

आणि आता तर त्यानं अशी एक गोष्ट एका इंग्रजी मासिकात लिहिली होती, की त्यात ऑफिसात सिगारेट पिता येण्याचं स्वातंत्र्य मॅनेजरनं हिरावून घेतलं म्हणून एका तरुण कारकुनानं आपल्या नोकरीचा राजीनामा दिला आणि नंतर तो बेकार म्हणून बरेच दिवस राह्यला, पण सिगारेट पीत तो सुखानं हिंडत होता, असं काहीतरी होतं! भैय्यानं नारायणला फोनवरून तेव्हा फक्त एवढंच म्हटलं, च्यायला नाऱ्या, लिहित जा, स्वातंत्र्यावर असाच लिहीत जा आणि प्रमोशन मिळवत राहा!

पण नारायणला आता कुणाचीच पर्वा नव्हती. तो सुंदर दिवाणखान्यात देशीविदेशीच्या रेकॉर्डी वाजवत एकटा संध्याकाळी घालवायचा, शनिवारी-रविवारी टॅक्सीतून बायकोबरोबर कुठेकुठे इंग्रजी सिनेमाला जातांना दिसायचा, एका क्लबात जायचा, पार्ट्यांना जायचा आणि बायकोला मराठी फारसं येत नसल्यामुळे सगळं इंग्रजीतून बोलायचा. इंग्रजीवर हल्ली त्याचा जोर होता. संपूर्ण बदलून जायचा हा

एक प्रकार होता. चांगदेवचा दुसरा प्रकार होता. एकूण एकच. पूर्ण स्थित्यंतर.

अर्धा तास आपल्याला ह्या सुंदर बाईनं ताटकळत ठेवल्यानं चिडून तो पुन्हा तिच्याजवळ गेला. त्यानं मुद्दाम मराठीत तिला विचारलं नारायण येतोय की नाही?

ती सुंदर कोरलेल्या भुवया ताणून निर्विकारपणे म्हणाली, व्हॉट?

नारायण केळकरला मेसेज दिला की नाही?

तरी आपण एक शब्द इंग्रजी घालून तामिळीणीशी तडजोड सुचवली आहे हे चांगदेवला जाणवलं. मराठीचं एकूण मुंबईत काही खरं नाही.

ओ येस, नरायन इज बीऽझी. वेट फर सम टाऽइम.

टेल हिम प्लीज, दॅट चांगदेव... पाटील...

ओ? युऽर मिस्टर सी. ए. पाटील? आयम् सॉऽरी. प्लीज गेट इन... हॅलो. मिस्टर केलकरऽ युऽर फ्रेंड... मिस्टर पाटील...

नारायणनं त्याला थेट आत सोडायलाच सांगून ठेवलं होतं. पण बाईनं पद्धतशीरपणे त्याला बाहेर अडकवून ठेवलं. एकूण मराठी बोलून अशा ठिकाणी कोणी किंमत देत नाही. मराठीला प्रतिष्ठा नाही आणि शेवटी तर इंग्रजीतून बोलावंच लागलं.

आत वळत वळत नावं वाचत ते सगळं थंडगार अमेरिकन वातावरण सोसून घेत तो नारायणच्या खोलीत शिरला. नारायण एका मोठ्या सुरळीवजा कागदात फूटपट्टीनं काही मोजत होता.

अरे तू बाहेर कशाला थांबलास? सरळ आत यायचं नाव सांगून.

इथे सालं मराठीत बोलण्यानं कोण आत सोडेल? बाहेर सुंदर तामिळ बाई, आत सगळ्या भाषांचे लोक आणि अगदी अमेरिकन वसाहत वाटते सगळी. तुम्ही लोक हे सगळं सहन करताच कसे? आणि तू तर नरायन केलकऽ होऊन गेलास इथे.

थंडपणे हसत त्यानं फक्त *मराठी असे आमुची मायबोली*— असं गमतीनं म्हटलं, आणि चर्चा करायचं टाळलं. जणू काही ह्या गोष्टी आता गृहीत धरूनच वागलं पाह्यजे असा त्याच्या वागण्याचा मथितार्थ होता. त्यावर चर्चाही नको असा.

नंतर भराभर हाताखालच्या दोनतीन लोकांना इंटरकॉमवरून बोलावून घेऊन त्यांना टेबलावरची एकेक सुरळी देऊन काही फरक करायला सुचवून प्रत्येकाला राइट, राइट म्हणत तो चांगदेवबरोबर बाहेर आला. बाहेरची सुंदर तामिळ बाई पर्समधे लिपस्टिक लावत होती. तिनं टुचकन पर्स बंद करून हळूच त्यांना दोघांना

गोड हसून गुड नाइट म्हटलं. नारायणनंही अंतर दाखवून बेफिकीरपणे गुड नाइट केलं आणि लिफ्टनं ते खाली आले. बाहेरचं गरम ऊन आणि ओढलेले चेहरे पाहून चांगदेवला अमेरिकेतून पुन्हा हिंदुस्थानात आल्यासारखं वाटलं. हात वर केल्यावर समोरून एक टॅक्सी निमूटपणे त्यांच्या पायरीशी आली आणि सरळ दार उघडून नमस्कार करत टॅक्सीवाला म्हणाला, बैठिये साब. नारायण नेहमीच्या बेफिकिरीनं बसला. चांगदेव बसल्याबरोबर टॅक्सी ठरावीक रस्त्यानं जायला लागली.

चांगदेव म्हणाला, पूर्वी टॅक्सी युनियनचं काम पाहायचास तसंच आहे हे-सुद्धा. रोज टॅक्सीनं येतोस आणि जातोस वाटतं? म्हणजे हे पूर्वी टॅक्सी युनियनचं काम करत होतास तसंच पुन्हा?

हं.

त्यापेक्षा स्वतःची मोटर घेणं परवडणार नाही का?

हे बरं आहे. कोण उपद्व्याप करतं तसले?

तू नेमकं काय करत असतोस इथे हल्ली?

काही नाही. कंपनीची जर्नल्स, ब्रोशुअर्स असतात त्यांचं प्रिंटिंग लेआउट वगैरेचं बघायचं, टाईप सुचवायचे वगैरे. रिपोर्ट लिहिणं महिनाअखेर.

म्हणजे ह्या कंपनीचाही प्रेस आहे का? जर्नल्स इथेच छापतात?

नाही. फौंड्री आहे. हवं तेवढं छापून मिळतं. जर्नल्स शिकॅगोहून निघतात.

रस्त्यानं चांगदेवनं नाना प्रकारचे भलतेभलते प्रश्न विचारून नारायणला उबग आणला. किती पगार मिळतो, किती खर्च होतो, बायको कुठे कामाला असते, तिचा पगार, घरभाडं, शिल्लक किती राहातात, त्याचं काय करतोस, शनिवारी-रविवारी काय वगैरे सगळे खाजगी प्रश्न विचारून विचारून त्यानं नारायणचं खरोखरच डोकं दुखवायला सुरुवात केली... एके ठिकाणी तर नारायणनं टॅक्सी थांबवून टॅक्सीवाल्यालाच ॲस्प्रो आणायला सांगितलं. नंतर पुन्हा चांगदेवनं काहीतरी त्याच्या बायकोच्या आईवडलांबद्दल विचारलं. तेव्हा तर नारायण वैतागून मला माहीत नाही असं म्हणाला. शिवाय टॅक्सीवाल्याला मराठी येत होतं त्यामुळे तोही कान टवकारून हे सगळं ऐकत होता. आपलं खाजगी सगळं टॅक्सीवाल्याला कळतंय म्हणून नारायण अगदी वैतागून गेला. पण चांगदेव आणि तो पूर्वीच्या पद्धतीनं जगत होते त्या पार्श्वभूमीवर ही प्रश्नोत्तरं साहजिकच होती. त्यामुळे नारायणलाही चांगदेवला गप्प करणं जड गेलं. आपल्या सगळ्याच गोष्टी चांगदेवला पूर्वीपासून माहीत आहेत, तेव्हा ह्याही गोष्टी माहिती करून घेण्यात त्याचं काही चुकत नाही असं त्याला वाटलं. पण तरी चांगदेवचा थोडासा रांगडा असभ्यपणा त्याला खटकत होता. त्याला कधी शहरी पॉलीश येणार नाही हेही तो समजला

होता. हे टाळायला म्हणून त्यानंच नंतर चांगदेवला प्रश्न विचारायला सुरुवात केली, शंकरचं काय चाललंय हल्ली?

काही कल्पना नाही. भावाकडे राहतो आणि कुठेतरी वर्तमानपत्रात लिहीत असतो. वर्तमानपत्रात लिहिण्यापर्यंत साल्याची अधोगती झाली आहे.

त्यात काय वाईट आहे? मीसुद्धा लिहितो एखाद्या वेळी.

तुझं वेगळं आहे. तुला प्रचारासाठीच लिहायचं असतं. तेव्हा वर्तमानपत्राशिवाय दुसरीकडे तू लिहावंस असं कोणाला वाटत नाही. पण हा साला पूर्वी — आम्ही सगळ्यांनी वर्तमानपत्रात एक ओळ लिहायची नाही अशी गमतीनं प्रतिज्ञा केली होती, माहीत आहे?

पूर्वी त्याची काय मतं असतील त्याच्याशी याचा काय संबंध? जराशी व्यापक दृष्टी ठेवली पाहिजे. आणि मी प्रचारासाठी लिहितो हे तुला कुणी सांगितलं? आर्टमधेही थोडाफार प्रचार असतोच.

व्यापक दृष्टी म्हणजे बकालीचंही समर्थन करायचीच की नाही?

सगळंच बकाल आहे बाबा. सगळंच बकाल आहे. ते जाऊ दे. सारंग काय करतो हल्ली. कादंबरी का मिळत नाही त्याची एवढ्यात कुठे? माझी कुणीतरी नेली, आता वाचायला राह्यलीच नाही.

प्रकाशकाची आणि त्याची भानगड झाली. प्रकाशक म्हणायला लागला —

ते माहीत आहे मला सगळं. पण भानगड करायची गरज नव्हती. कादंबरी खपेल तोपर्यंत खपू द्यायची. स्वस्थ बसून राहायचं. रॉयल्टी देईल तेव्हा देईल. नाहीतरी भांडून मिळालीच नाही! पुढे केव्हातरी कुलकर्णी प्रकाशक देऊनही टाकील चारपाच हजार रुपये. भानगडी कशाला करायच्या?

असं म्हणणं सोपं आहे. जीव ओतून काही लिहिलं तर अक्षरशः तगमग होते माणसाची.

अनेक वर्ष कष्ट करून जुळवलेले धन चोरांनी पळवल्यावर कंजूष माणसाची तगमग होते तशीच की नाही जवळपास?

तुला ह्या दोन्ही गोष्टी सारख्याच वाटतात काय?

त्याच. एवढी तगमग करून घ्यायची गरज नाही. गेले तर गेलं, आणखी धन कमवावं, आणखी लोकांनी चोरावं, असं पाह्यजे. एवढी तगमग म्हणजे ह्यानंतर कमावण्याची सारंगला स्वतःला खात्री नसावी! पुन्हा कादंबरी लिही म्हणावं.

नाही लिहिता आलं ह्यानंतर समजा, तरी त्यानं का म्हणून आणखी लिहीत राहावं? त्यापेक्षा खाजगी प्रकाशनसंस्था बंद करून सरकारीच सगळं करून टाकलं एस. टी.सारखं किंवा आयुर्विम्यासारखं तर काय बिघडेल? ह्या साल्या अडाणचोट

लोकांच्या हाती सारंगसारख्यानं पुस्तकं देऊन लोकशाहीतले चोर पोसत राहावे —

तू काय म्हणतोस हे मला कळत नाही. रशियन टाइप वाङ्मयमंडळ करायचीत काय हिंदुस्थानातही? आणि त्यात पुन्हा कुलकर्णी प्रकाशकासारखेच लोक वर जाऊन बसणार नाहीत काय? आणि सारंगसारख्या कोवळ्या पोराला लिहायला उत्तेजन देणं, त्याच्याकडून लिहवून घेणं, भरदिशी छापून सगळ्या बुरसट लेखकांची लाज एकदम बाहेर काढणं हे क्रेडिट कुलकर्णी प्रकाशकाला तुम्ही का देत नाही? आता त्याचे दुर्गुण मला मान्य आहेत. पण अशा प्रवृत्तींशीही सामना देण्याचं आपण इंडिव्हिज्युअलीच शिकलं पाहिजे. व्यक्ती व्यक्ती तयार झाल्याशिवाय... बरं ते मरू दे. ज्यानं त्यानं आहेत ती साधनं वापरून घ्यावीत आणि स्वतःपुरती जागा करून घ्यावी. हे जमत नसलं तर फालतू चिवचिव करणं काही आपल्याला पसंत नाही. किती दिवस आपण हे चालवणार? तू एकदाचा नोकरीला लागलास. हे बरं झालं. आता तुझ्या हे लक्षात येईल की बाहेरून टुरटूर करण्यापेक्षा कॉलेजात घुसून प्राध्यापक होऊन युनिव्हर्सिटी सुधारता येणं जास्त शक्य होईल. बोडकीचा अवतार आपण सगळ्यांनी आता संपवावा. संपतोच आहे म्हणा!

तुझं काय? तू हीच नोकरी चालू ठेवणार का बदलणार आहेस? ही नोकरी करून तू कशाची सुधारणा करणार?

बघ. जे जे होईल ते ते पाहावे.

तू प्रश्न टाळतो आहेस. उतरायचं इथे?

कोपऱ्यावरच टॅक्सी सोडून देऊन पानवाल्याकडून आठदहा पानं बांधून घेऊन ते चालत घरापर्यंत आले. मोठमोठ्या झाडांच्याखालून जाणारा तो सुंदर सरळ रस्ता एकदम समुद्राच्या तोंडाशी आला. सगळी घरं झाडाझुडांनी झाकलेली, आणि शांत. इतका वेळ नारायण ज्या सुरावर बोलत होता त्याचं मूळ सुंदर नारळाच्या झाडांमधल्या त्याच्या घरात असावं अशी चांगदेवला शंका आली.

घरातून नोकराणीनं दार उघडलं आणि तिनं दोनचार बटणं लावउघड करून एक प्रचंड पडदा ओढून मग दरवाजा बंद करून घेतला. नारायणनं चहा सांगितल्यावर ती आत गेली.

नारायण म्हणाला, विजूला यायला आज थोडा उशीर होईल. तू येणार म्हणून ती खास मासे वगैरे घेऊन मग येणार आहे. ती आल्यावर लगेच तुझे कपडे वगैरे घेऊ. पैसेही ती देईल. तिच्याकडे आहेत काही.

चांगदेवनं पडदा संपूर्ण भिंतीपर्यंत सारून खालच्या प्रचंड समुद्राकडे पाह्यलं

आणि त्याला स्थिती झाली. खोलीच्या ह्या टोकापासून त्या टोकापर्यंत वरळीचा किनारा दिसत होता. प्रचंड लाट हळूहळू येऊन फुटतांना दिसायची. खालच्या नारळाच्या झाडांचे शेंडे अगदी हात पुरतील असे डुलत होते. किनाऱ्यावर इकडे-तिकडे तुरळक माणसं. एखादी होडी येताना. आणि लांबवर दोनतीन निळ्या टेकड्या. खोलीत एक मोठ्ठा रेकॉर्डप्लेअर आणि रेकॉर्डींचा उंच रॅक.

रेकॉर्ड लाव की.

हां. कोणती ते बघ. काढ तुला हवी ती.

मला ह्यातली कोणतीच नावं माहीत नाहीत. युरोपियन दिसताहेत सगळ्या. किती रुपये लागले असतील सगळ्यांना.

ही एक चांगली आहे. तुला आवडेल. देजाव्हू.

मग कोचावर पसरत चांगदेव म्हणाला, भाडं किती रे घराचं?

रेकॉर्ड सुरू झाल्यावर लगेच हा प्रश्न नारायणला अजिबात आवडला नाही. तो रेकॉर्डबद्दलच बोलत राह्यला.

भाडं किती पडतं ह्या फ्लॅटचं महिन्याला?

अत्यंत बेफिकिरीनं चिडखोर सुरात तो म्हणाला, बाराएकशे रुपये पडतात. विजूला वाटतं घरावर वाट्टेल तितके पैसे खर्च करावे. हाच नारळाचे शेंडे खिडकीत येणारा फ्लॅट हवा होता तिला.

महिन्याला बाराशेऽ रुपयेऽ?

चांगदेवचा अगदी आवाज फाटेपर्यंतचा प्रश्न नारायणला अगदी अशिष्ट वाटला. पण एकेकाळी तासन्‌तास ते दोघं महिन्याच्या जेवायच्या बजेटवर चर्चा करायचे. ह्या पार्श्वभूमीवर त्याच्या प्रश्नातला गावठीपणा स्वाभाविकच वाटत होता. खरं तर नारायणलाच हे सगळं नवं आयुष्य कृत्रिम वाटायला लावण्याइतपत त्याचे प्रश्न कर्‍ळ होते. त्यामुळे नारायणला आपलं आताचं आयुष्य जोरानं समर्थित करावंसं वाटलं. तो म्हणाला, तूही आता चांगल्यापैकी घर घेऊन तिकडे स्थायिक होऊन जा. बायको वगैरेही शोधत राहा. बायको आली की आपल्या लक्षात न येणाऱ्या बऱ्याच गोष्टी होऊन जातात. बरं असतं ते.

चांगदेव म्हणाला, काय राहत होतो आपण! आता दिवस पालटले आपले. मीसुद्धा आता एकदोन पगार झाल्यावर रेकॉर्डी वगैरे घ्यायला सुरुवात करतो. फार वाईट दिवस होते पूर्वी आपले.

चालायचंच. चार दिवस सासूचे... चार दिवस सुनेचे!

पण तू हल्ली काहीच लिहीत नाहीस मराठीत. कविताही बंद केल्यास वाटतं. दुसरंच काही भलतं चाललेलं असतं तुझं.

चांगदेवचं रेकॉर्डकडे लक्ष नाही हे पाहून पाय लांब करत बोटांनी ताल धरत नारायण त्रासिक सुरात विषय बदलत म्हणाला, तुला रेकॉर्ड नको असली तर हात लांब करून जरा बंद करून टाक तो स्विच...

चांगदेवनं हसून राहू दे म्हटलं. छान वाटतेय म्हटलं. पण नारायणनं बटण बंद केलं.

मग समुद्राकडे पाहत चांगदेव म्हणाला, मला तर कशात काय करावं हेच कळेनासं झालं आहे. फक्त आहे हे मोडून नवं वातावरण पाहिजे होतं. आपण काही पूर्वीच्या लोकांसारखा आहे ह्या जागेवर गाढवांचा नांगर फिरवू शकत नाही आणि नवंही काही बांधू शकत नाही. तेव्हा जुनं सगळं सोडून नव्या गावी राहायला जावं लागलं. तेही ह्या गावावर गाढवांचा नांगर फिरवल्यासारखंच आहे.

त्यापेक्षा तू परदेशात का जात नाहीस? म्हणजे इंग्लंडमध्ये. इथे डेप्युटी हायकमिशनरच्या ऑफिसात विजू काम करते. तिथेच नाव वगैरे नोंदवलं की वर्षभरात इंग्लंडला जाता येईल. तिथे स्कूलटीचर म्हणून खूप माणसं हवी आहेत असं विजू म्हणत होती. लवकर जाशील तू तर. आणि कारा आहेस म्हणजे व्यापही नाहीत. पासपोर्ट काढून छू.

केलं पाहिजे एकदा तेही. पण आता मी वर्षं दोन वर्षं जरा एकट्यानं मोकळं राहतो. थोडं स्थिरतेचं फीलिंग येईपर्यंत. खरं म्हणजे माझी इच्छा हिंदुस्थानात दोन ठिकाणी जाऊन राहायची आहे. एक म्हणजे तिकडे आसाम मणिपूरकडे कुठेही किंवा अंदमानमधे! सरकारी जाहिराती येतात केव्हातरी. इम्फाळ वगैरेच्या कॉलेजमधे जावं लेक्चरर म्हणून. ब्रह्मपुत्रेच्या काठी वगैरे.

मणिपूर ग्रेट आहे. आम्ही गेल्या वर्षीच मणिपूरला गेलो होतो. तुझे रोमँटिक स्वप्न नाही जमलं तरी निदान सहलीवर एकदा जाऊन ये. आसाम ग्रेट. अंदमान कसं असेल कुणास ठाऊक.

नुस्तं चारसहा दिवसांत जाण्यापेक्षा न गेलेलंच बरं. कुठेही जाऊन राहायला पाहिजे. वर्षभर तरी.

वर्षात तरी काय होणार? तिथेच आयुष्यभर राहायला पाहिजे असं म्हण की.

नंतर चहा घेता घेता दरवाजाची घंटा वाजली. ताडकन उठून नारायण म्हणाला, विजू! विजू आली!

नोकरणीची वाट न पाहता नारायण स्वतःच दरवाजा उघडायला गेला. नारायणची बायको हातात, काखेत पिशव्या-पुडकी अशी आत घेऊन त्याच्या-

जवळ सामान देऊन नाटकीपणानं हाशहुश करत चांगदेवला म्हणाली, हॅलो. हाउरयू? जिज्यू कम स्टेऽट हिअऽ ऑऽ—

नारायणनं तो ऑफिसवरच आल्याचं सांगितलं.

थोडा वेळ तिथे बसून तिनं आपल्या गोड वागण्यानं तो मोठा हॉल पूर्ण भरून टाकला. म्हणजे उदाहरणार्थ तिनं लगबगीनं उठून खास चांगदेवसाठी शोकेसमधला सुंदर स्फटिकाचा अॅश-ट्रे आणला, हल्ली सिग्रेट पीत नाही म्हटलं तरी एक बळजबरीनं त्याच्या हातात दिली. काडी विझत होती तर मशीन बंद केलं. पुन्हा सुरू केलं. नारायण कायम अवघडून सिग्रेटी पीत बसला. तिनं चांगदेवला कायम इंग्रजीत बोलायला लावून त्यालाही अवघडून टाकलं. जरा वेळानं तो तिच्याकडे पाहणं टाळून भलतीकडे पाहत उत्तरं द्यायला लागला तेव्हा तो कारा आहे हे तिच्याबरोबर लक्षात आलं.

मग तिनं जेव्हा यू मस्ट हॅव गऽल फ्रेंड्स् मिस्टर प्याटिल, असं बोलणं सुरू केलं. म्हणजे ती हुशारच असावी. महत्त्वाचाच विषय.

कित्येक महिन्यांनी सिग्रेट ओढायला मिळाली म्हणून उत्साही होत चांगदेव म्हणाला, इतके दिवस पैशे नव्हते मुंबईत असतांना, आता पैशे असतील तर त्या भिकार गावात मुली नसतील. बरं आहे. तेवढं फुकट पैशे घालवणं तरी वाचेल!

ती हसत म्हणाली, पण तेवढ्यात तुमच्या फ्रेंडस् तुमची दिवस दिवस वाट पाहतात, फोन करतात, तुम्हाला अटॅचमेंट येते, त्या सुंदर हसतात, सुंदर कपडे खास तुमच्यासाठी घालून येतात, सुंदर बोलतात, गप्पा मारता मारता गमती सांगतात. त्यांची वाट पाहतांना तुम्हालासुद्धा तरुण असल्याचं सेन्शेशन प्रिय वाटतं... एवढ्यासाठी हॉटेलचा खर्च काही जास्त नसतो मिस्टर प्याटील. काही लोकांनी तर शंभर रुपये खर्च केले तरी त्यांचा अर्धा चांगला वेळ जात नाही. तरुणपणातच हे रिटर्नस् शक्य असतात. इस्पेशली वेन यूऽर यंग. मेक द बेस्ट अव्ह इट!

नारायण हसून म्हणाला, दॅट इज, स्ट्राइक वाइल दि आयर्न इज हॉट! तर चांगदेव सुरुवात करून टाक. विजू म्हणते म्हणून तरी. हिच्या मैत्रिणी असतीलच तयार.

ती म्हणाली, बट हीऽज रिअली चाऽर्मिंग. यांच्याभोवती आपोआप मुली गोळा होतील.

चांगदेव म्हणाला, पण म्हणजे शेवटी लग्नच की नाही?

ती म्हणाली, लग्न केलंच पाह्यजे असं नाही. आता आम्ही केलं झटकन हे सोडा. पण अगदी शेवटपर्यंत आपण लग्न करू असं आम्हाला वाटत नव्हतं.

की नाही नरायन? आता तशा ऑथडॉक्स मुली मुंबईत कमी झाल्या आहेत. आपोआप दोघांना वाटलं तर होतं लग्न. माझी बहीण जुनाटच होती. कधी लग्न केलं तिनं —

नारायण तिला कटवत म्हणाला, तू आमच्याबरोबर येतेस का जरा, ह्याला कपडे घ्यायचे आहेत. विजूला चांगली दुकानं माहीत आहेत. मी सगळं हिच्यावरच सोपवतो.

तिनं कुठे जायचं म्हणून मोठमोठ्या दुकानांची नावं घ्यायला सुरुवात केली तेव्हा थोडासा शरमून चांगदेव नारायणला म्हणाला, मला जास्त काही घ्यायचे नाही आहेत. उगाच दोनतीन पँटी आणि दोनतीन सदरे. माझ्याजवळ पैसेही नाहीत.

खरं म्हणजे एकदोनच म्हणायला हवे होते, पण विजूचा उत्साह पाहून त्यानं दोनतीन म्हटले. नारायणनं तिला पैशे आणलेत ना पाचेकशे असं विचारून घेतलं. विजूनंही चेहऱ्यावर काहीच फरक न दाखवता समजून म्हटलं, चिकार झालं एवढं. एकदम खूप कपडे घेऊच नये. चला निघू या. मी येतेच.

आत तिनं बराच वेळ लावला. नोकरणीला स्वैंपाकाचं सगळं नीट सांगायचा आवाज अधूनमधून यायचा. नंतर कपडे बदलून ती पुन्हा गोड हसत सॉरी म्हणत बाहेर. नारायणालाही तिनं कपडे बदलायचं सुचवलं. पण नारायणला चांगदेवचे काळपट कपडे पाहून आपले कपडे बदलावेसे वाटले नाहीत. तो खोटं त्रासून म्हणाला, लीऽविट, विजू. आयम् टायर्ड.

खाली गेल्यावर पुन्हा टॅक्सी. आणि विजू कायम चांगदेवला बोलण्यात गुंतवून ठेवत होती. हाही मॅनर्सचाच प्रश्न होता. इतक्या बायका चांगल्या असू शकतात हे चांगदेवला नवीनच होतं. एकूण नारायणनं अतिशय चांगली मुलगी पाहिली हे त्याच्या लक्षात आलं. किंवा हिलाही नारायण चांगला सापडला, हेही होतंच. नारायणसारखे बुद्धिमान मुलगे तरी कुठे मिळतात?

मग एका दुकानात विजूनं त्याच्याकरता कपडे घेतले. खरं तर चांगदेवला अतिशय स्वस्त कपडे पाहिजे होते. पण पैशेही देणारे दुसरेच म्हणून त्याला काहीच फारसं बोलता येईना. आणखी एका दुकानात जाऊन तिथे एक चांगला सदरा घेऊन खरेदी आटपली. त्याचेही पैशे बरेच झाले. तो नारायणला म्हणाला, एकदोन महिन्यांत पाठवून देतो. नारायण म्हणाला, चालेल. चांगदेव म्हणाला, वहिनींना सुंदर कपडे घेता येतात. विजू म्हणाली, बाईकडूनच बॅचलरनं सिलेक्शन करावं. पुढे ते दुसऱ्या बायांना आवडतं!

मग पुन्हा टॅक्सीतून गप्पा करत परत. त्यांना बाहेरच्या हॉलमध्ये सोडून ती

आत गेल्यावर चांगदेव आणि नारायण दोघांनाही एकदम मोकळं वाटलं. तिनं हाही भाग मॅनर्स म्हणूनच केला असावा. कारण तिला बोलायचं ते सगळं संपलं होतं. आता दोघे मित्र काय करायचं ते करतीलच. जरा वेळानं नोकरणीनं बिअरच्या बाटल्या, पेले, बिस्किटं वगैरे आणून ठेवलं.

नारायणनं निश्चितपणे काहीतरी तडजोड केली होती, आणि त्यातून आपल्यालाही काहीतरी शोधता येईल, निदान आपण आता प्राध्यापक होऊन तडजोड करतोच आहो त्याला तरी आधार सापडेल हे चांगदेव चाचपून घेत होता. पण नारायणला त्यासंबंधी काहीही बोलावंसं वाटत नव्हतं.

दोघांच्याही तारा बराच वेळ लागत नव्हत्या. चांगदेवला हा स्वतःचा प्रचंड पराजय आहे असं वाटत होतं. त्याच्याशी बोलतांना कोणालाही असं वाटायचं की आपण खोल विहिरीत दगड टाकत आहोत. सगळ्या मित्रांना त्याच्याजवळ आपलं सगळं काही सांगावंसं वाटायचं. कारण तो प्रत्येकाची अस्वस्थता ओळखायचा. दुसरा कोणी अस्वस्थ असला की त्याला तो आपल्याच गोतातला आहे असं वाटायचं. त्यांनाही चांगदेवबद्दल तसंच वाटत असावं. नारायणला पूर्वीच्या ह्या संबंधामुळे आता अवघडल्यासारखं वाटत होतं. आता एकतर तो स्वस्थ स्थायिक होऊन राह्यलेला विवाहित गृहस्थ झाला होता आणि ह्या काऱ्या बेफिकीर मित्रापासून आपण किती दूर झालो आहोत हे त्यालाही कळत होतं.

शेवटी बिअर पिता पिता दोघेही ढिले व्हायला लागले. चांगदेव मधे लघवीला जाऊन आला तेव्हा बेडरूमच्या वरच्या माळ्यावर त्याला पूर्वी ते चाळीत राहायचे तिथल्या खोलीतला पोपटाचा रिकामा पिंजरा दिसला! परत आल्यावर बिअर गटगट पिऊन तो म्हणाला, नारायण, तुझ्या बेडरूममधला आपल्या परळच्या खोलीवरचा तो पिंजरा ही ह्या घरातली सगळ्यात सुंदर गोष्ट आहे! तुझं घर तसं बेफाम आहे साल्या. फार सुंदर आहे. हा पडदा सारला की किनारा आणि समुद्र, ह्या सगळ्या सुंदर सुंदर वस्तू पण तरी ह्या पिंजऱ्याचं सौंदर्य आणि महत्त्व दुसऱ्या कशाला नाही. तू पुढे कायम असाच छानछोक राहाशील असा माझा अंदाज आहे. पण तू समाधानानं जगू शकशील असं मला वाटत नाही.

कशामुळे?

तू तो पिंजरा आणलास आपला जुना त्याच्यामुळे! तुला आतल्या आत तुझं जुनं आयुष्य जपून ठेवायचं आहेच.

तो पिंजरा मला आवडतो खरं. पण तो मी डेकोरेशन म्हणून ठेवला आहे. सेंटिमेंटल व्हॅल्यू म्हणून नाही. मेमेंटो म्हणून नाही.

तो तू कशासाठीही ठेव. पण मला ती तुझ्या सबंध आयुष्याची एक भक्कम बाजूच वाटते. त्यानंतर तू ही दुसरी करिअरची बाजू तिला जोडलीस. आणखीही काही बाजू जोडशील, पण चित्रावर सुरुवातीला तू ती रेषा काढली आहेस हे विसरू नकोस. त्या वेळचं तुझं खडतर आयुष्य, भुकेलं राहून युनियनची कामं, पोटतिडकीनं लिहिलेले लेख, गरीब लोकांची चिंता ही बाजू तुला स्वतःला विसरता येणार नाही. आता तुला ते विजूसमोरही उल्लेखलेलं आवडत नाही हेही माझ्या लक्षात आलं आहे.

तसं मी मागचं काहीच विसरू शकत नाही. तेव्हा हीच बाजू न विसरण्यात विशेष काही नाही. गरीब लोकांची चिंता वहाणं एका ठरावीक वयात झाटं फुटण्यासारखं असतं. पण ते किती दिवस खाजवत राहायचं? कशासाठी?

पण ते सगळं तू हेतुपुरस्सर टाळलं आहेस की नाही? त्या तसल्या थंडगार ऑफिसात फोनवर बसून तुला ते पूर्वीचं उपाशी राहण्याचं तरी समाधान मिळतं का?

मी उपाशी राहण्याचं समाधान नेहमी मिळवत राहावं असं मला वाटत नाही. खरं तर समाधान मिळवत राहावं असंसुद्धा मला वाटत नाही!

आता कुठे नारायण मोकळा झाल्याचं चांगदेवला वाटायला लागलं. तो खूष झाला. आणखी बिअर आणायला सांगून तो म्हणाला, मग कशाकरता पुढची वर्षं लोटत राहावी आपण? खरं म्हणजे पंचविशीनंतर आपण घर उभारावं आणि मुलं पैदा करावी हा निसर्गाचा हेतू राबवून घेण्यासाठीच जगत राहावं का? पंचविशीनंतर पंचावन्नाव्या वर्षापर्यंत हीच हमाली करायची असेल तर पंचविशीलाच आपण का नाही मरून जात आपण होऊन?

पंचविशीत मरायची इच्छा मला होती. पण थोड्याशा काळात विजू भेटली, मग सगळं परावलंबी झाल्यासारखं झालं, मीच आपण होऊन परावलंबी व्हायचं ठरवलं, कारण त्याच्यात जास्त मोकळीक आहे. आता तर विजूला दिवसही गेले आहेत. तू म्हणतोस ते थोडंसं पटलं मला. आपण कुणासाठी तरी नुस्ती निसर्गकर्मे पार पाडत असतो. तरी मी म्हटलं तेही खरंच आहे. आपण काही समाधान पाहिजे म्हणून सगळं करत नाही. निदान मी तरी करत नाही.

पण त्या काळात तू खरोखरच समाधानी होतास.

होतो. पण त्यासाठी मी मुद्दाम काहीच करत नव्हतो. तुला माहीतच आहे मी दोनदोन दिवस उपाशी असायचो आणि तू माझ्यासाठी पाव केळी आणायचास. पण नंतर समाधान संपलं, तसाच मी पुढेही राह्यलो असतो तरी समाधान मिळालं असतं असं मला वाटत नाही. उलट मी त्या सगळ्या लोकाभिमुख जगण्याला

उबगलोच होतो... ती मधली पायरी तुला माहीत नाही. मुळात मी घरात बसणारा प्राणी आहे.

पण तू मुद्दाम होऊन ते समाधान टाळलंस असं आम्हाला सगळ्यांना वाटतं.

तुम्ही सगळे म्हणजे काय सुप्रीम कोर्ट आहे काय? तुम्ही म्हणजे कोण? तो शंकर वर्तमानपत्रात खरडायला लागला, प्रधान्या बापाच्या वशिल्यानं नोकरीत घुसून आता लग्न करायच्या अन् सासऱ्याकरवी प्रमोशनच्या मागे आहे, बाप्या नाटकासिनेमावर सदोदित खरडून पोट भरतो आणि रांडेकडे जात असतो. तू युनिव्हर्सिटीला शिव्या देत देत आता प्राध्यापक होऊन बसलास... सारंगसुद्धा यंदा बी. ए.ला बसून मोकळा होतोच म्हणत होता, कादंबरीत एस्टॅब्लिशमेंटवर इतकं लिहून! च्यायचे —

आम्ही म्हणजे एवढे जण नाही. आम्हीच चारजण जरी त्यातून निसटलो तरी आपण त्यावेळी होतो तसे नवे लोक आता तयार झालेच आहेत. तसे लोक कायम तयार होतात. उपाशी राहतात, काहीतरी ध्येयं बाळगून उलथून जायची तयारी दाखवत असतात. ते नंतर भ्रष्ट झाले तरी पुन्हा नव्यानं तो प्रकार तयार होत राहतोच. ते डोळ्यासमोर ठेव.

हे पाहा चांगदेवराव, उपासमारीत समाधान होतं ते तिथे संपलं. आतडी भगभगून उठतात तरी मी पायपीट करत राहावं असं आता मला वाटत नाही. एक तर दारिद्र्य ह्या अंधारासारख्या अभावदर्शक वस्तूबद्दल मला आस्था नाही. मला दारिद्र्य म्हणजे जुनाट असंस्कृत युगाचा अवशेष वाटतो. दारिद्र्य काही चिरंतन मूल्य नाही. पेला रिकामा कर. ही चांगली गार आहे.

हां. पण माणूस जन्मल्या जन्मल्या दरिद्रीच राहणार की नाही. तेव्हा दारिद्र्य ही हटवायची वस्तू म्हणूनच राहणार दर माणसाला दर युगात. कितीही लक्षाधीशाचं लेकरू म्हणून कोणी जन्मला तरी त्याला पैसा मिळवावा कसा, टिकवावा कसा, म्हणजे दारिद्र्य हटवत कसं राहावं हेच जन्मभर करावं लागतं.

पूर्वी अश्मयुगात माणूस जन्मल्या जन्मल्या रानटी म्हणून जन्मायचा आणि रानटी म्हणूनच मरायचा की नाही? आता माणूस रानटी म्हणून जन्मतो असं म्हटलं तरी तो पंधराव्या वर्षीच आजचा सुसंस्कृत होतो. तसंच दारिद्र्याचंही युग संपून पुढे जन्मलेला माणूस पंधराव्या वर्षीच सधन झालेला दिसेल. ही शक्यता तुझ्या लक्षात आलेली दिसत नाही. दारिद्र्य ही देवीपटकीसारखी नामशेष करून टाकण्याचीच बाब आहे. दारिद्र्यात माणसाच्या गुणांचं एवढंसंही अस्तित्व राहत नाही. दारिद्र्य अनैतिक गोष्टीकडे हटकून नेते. दारिद्र्यामुळे सगळी मूल्यं खोटी ठरतात. दांभिकता वाढते. आणि माणसामाणसांत प्रचंड दुरावा निर्माण होतो.

माझ्या हळूहळू असं लक्षात आलं की कम्युनिस्ट देशांनीही ज्या ज्या चळवळी भांडवलशाहीच्या विरुद्ध म्हणून केल्या त्या श्रीमंत व्हावं म्हणूनच केल्या. दरिद्री लोकांच्या चळवळी निव्वळ श्रीमंत व्हायच्या असतात! श्रीमंतांना निदान दुसऱ्या सुंदर चळवळी तरी असतात, पण दरिद्र्यांना तेवढ्याच! माणसाला इनमिन आयुष्य पन्नाससाठ वर्षं, त्यात उपासमारीत किती वर्षं घालवावी? तुम्हाला चहाला पैशे लागतात, जेवायला लागतात, बसनं इकडेतिकडे जायला लागतात. म्हणजे तुम्हाला काही अंशी श्रीमंत व्हावंच लागतं. जास्त प्रमाणात श्रीमंत झाला तर आणखी जास्त गोष्टी मिळतात. म्हणून मी मराठीत लिहूनलिहून उपास काढून संपादक-प्रकाशकांची थोबाडं पाहून शेवटी वैतागून मराठीत एक ओळ लिहायची नाही असं ठरवून टाकलं! कुठे फालतू मराठीत मरमर लिहा आणि चण्यांवर दिवस काढा? मराठीत महाभारत कोणी लिहिलं तरी अकराशेची एडिशन काढायला मराठी प्रकाशक तयार व्हायचा नाही, काढली तर हिशेब द्यायचा नाही आणि लेखकाला दोनशे रुपये मिळाले तरी खूप होईल. मुख्य म्हणजे चारपाचशे लोक वाचतील की नाहीसुद्धा! साल्या अकराशे प्रती छापल्या जातात आणि दुसरी आवृत्ती शतकभर निघत नाही अशा भाषेत मोठमोठे ग्रंथसुद्धा कधी निर्माण व्हायचे नाहीत, किरकोळ भाषेत काही मोठं लिहिता येत नाही, हे मी लिहून देतो.

इंग्रजीतच लिहून देणार हेसुद्धा की मराठीत?

मजाक नाही चांग्या, कमीत कमी एक लाख प्रती ज्या भाषेत खपतील त्याच भाषेत ह्यापुढे लिहावं, तरच लिहिणं सार्थकी लागेल. तरच लोकांना काहीतरी सांगितलं असं होईल. अकराशे प्रती आणि दरवर्षी पन्नाससाठ मराठी लोक पुस्तक घेत घेत जाणार अशा परिस्थितीत लेखक मरायला लिहितातच कशाला मला कळत नाही. येडपटच आहेत साले मराठी लेखक. अकराशे प्रतीत पुन्हा रॉयल्टीच्या भानगडी. हेल! हेल! आणि कवितासंग्रहाच्या तर पाचशे-सातशे प्रती निघतात मराठीत. च्यायला पाचशे प्रतीत कशाचा रिॲलिझम आणि कशाचा रोमँटिसिझम घेऊन बसलात. मराठीत निव्वळ छपाइझम आहे. हू हू हू हॉ हॉ हॉ ही ही ही ही. माय गॉड. मजा आहे मराठी साहित्य म्हणजे. ही ही ही ही घे साल्या आणखी. संपवत जा. सिग्रेट घे. काही होत नाही. घे.

म्हणजे उद्या तुला कोणी अमेरिकन सिटिझनशिप दिली तर तू त ताबडतोबच घेशील. कुठे फालतू हिंदुस्थानात जगत बसा आणि चण्यांवर दिवस काढा?

फॉर गॉड्स सेक, मी चण्यांवर दिवस काढत नाहीय. हिंदुस्थानातच मी सधन माणसासारखा जगतो आहे. अमेरिकन माणसाला तरी काय मोठं मिळत असेल

तेवढं मला हिंदुस्थानी राहूनच मिळतं आहे. उलट अमेरिकनांनी हिंदुस्थानात यावं असं राहायला मिळालं तर.

पण जर असे खरोखरच चण्यांवर राहायचे दिवस तुला आले तर? तर तू काय करशील? काय करावं?

तर ते बदलावे. अशांनी लग्न करू नये. पोरं वाढवू नये. माझी इच्छा नव्हती लग्न करायची त्या वेळी. माझे दिवस बदलले आणि मग मी लग्न केलं. तराजूच्या एका पारड्यात किती आहे हे पाहून दुसऱ्या पारड्यातलं वाढवत समतोल जगत राहावं.

समजा, इतकंही सांभाळून एखाद्याचं चणे खाणं हटलंच नाही तर? तर त्यानं हिंदुस्थान सोडावा की काय?

तूच आधी सांग तुला काय वाटतं? अशा माणसानं काय करावं?

मी... हो, मला वाटतं त्यानं जरूर अमेरिकन सिटिझनशिप... म्हणजे त्याला वाटलं तर... तर जरूर घ्यावी!

दे टाळी. घे, पेला भर. काठोकाठ भरू दे पेला... वाटलं तर! वाटलं तर कशाला, त्यानं जरूर हिंदुस्थान सोडावा. कायम चणे खाऊन देशावर प्रेम करण्यात काय अर्थ आहे?

असं मला वाटत नाही. मला म्हणजे अनेकांना असं वाटत नाही. उपाशी राहूनही प्रखर देशनिष्ठा असलेले लोक आहेत.

ते मूर्ख आहेत. जगाचा इतिहास पाहा म्हणजे कुठले लोक कुठून कुठे पसरत गेले हे तिला दिसेल. सगळे इंडियन पूर्वी मध्य आशियात चणे खात असावेत म्हणून ह्या पवित्र देशात पळून आले! इंग्रज तर भाकरीसाठी नरकातसुद्धा वसाहती करून राह्यला केले आणि दोन पिढ्यांनी त्या वसाहतींवर त्यांचे वंशज पुन्हा प्रेम करायला लागले! एकूण चणे खावे लोखंडाचे तेव्हा ब्रह्मपदी नाचे! असो. नुस्ते चणे खाऊनसुद्धा देशावर प्रेम करत राहणारे हिंदुस्थानात इतके झाले म्हणून तर आपल्यावर ही पाळी आली आहे. खरं तर बोटी बांधून आफ्रिकेत आणि अमेरिकेत जाणं काही कठीण नव्हतं त्या काळी! पण साले सगळे इथेच एक वेळ जेवूनसुद्धा गर्दी वाढवत गेले! आता तर तेही शक्य नाही!

चांगदेव म्हणाला, तू इंग्रजीत वगैरे लिहितोस, तरी पूर्वी मराठीत लिहायचास ते तुला जास्त उत्साही वाटत नव्हतं काय?

लिहितांना काय वाटतं हे मला फारसं महत्त्वाचं वाटत नाही. लिहून झाल्यावर आपल्या लेखनाचं काय होतं हे जास्त उत्साहदायी वाटतं. नाहीतर सारंगसारखं

थोबाडीत बसल्यासारखं काय कामाचं? इंग्रजीतून किती लोक वाचतात, किती सुसंस्कृतपणानं सगळं चाललेलं असतं. नाहीतर मराठी साहित्य म्हणजे मला एक मुगल स्टाइलचं चित्र वाटतं... चारपाच कवी टिळकपुलावरून दादर भागात फुकट कवितावाचनाला कुठे बोलावलं याची चर्चा करत पायी चालले आहेत, दोनतीन नाटककार चर्नी रोडवर थर्डक्लासच्या गर्दीतून साहित्य संघाकडे निघाले आहेत, मुंबई मराठी ग्रंथसंग्रहालयात एक फालतू टीकाकार मराठी कवितेवर आठ दिवस रटाळ व्याख्यानमाला देतो आहे आणि तिकडे वर्तमानपत्रातले स्तंभभरू लोक आपापल्या जातीतल्या लेखकांवर स्तुतीनं भरलेली परीक्षणं टाकताहेत. फोर्टातल्या एका हाटेलात पाचसात असंतुष्ट नव्या पिढीची पोरं केस खाजवीत म्हाताऱ्या लेखकांना आईमाईवरून शिव्या देत आहेत. च्यायला मराठी साहित्य! शतकामागून शतकं हेच दळभद्री —

असं म्हणून पेला खाली ठेवून तो तोल सावरत टेबलाजवळ गेला आणि ड्रॉवरमधे बराच वेळ खुडबूड करून एक मोठा लिफाफा काढून त्याला दाखवत म्हणाला, हे पाहा नाहीतर. हे एका लंडनमधल्या प्रकाशकाचं मला आलेलं पहिलंच पत्र. माझ्या मुंबईतल्या अंडरग्राउंड लोकांवरच्या कथांचं पुस्तक त्याला छापायचं आहे. ह्या कथा आम्ही वाचल्या, आम्हाला त्या प्रकाशित करायला आनंद वाटेल, आम्ही इतकी रॉयल्टी व इतक्या प्रती काढू, वर्षातून दोनदा हिशेब, प्रत तुम्ही तयार करून द्यायला पाहिजे. येत्या जानेवारीपर्यंत प्रत हाती आली तर एप्रिलमध्ये पुस्तक टाकता येईल. पाह्यलंस? आमचे मराठी प्रकाशक आधी असं कुणाला आपण होऊन लिहिणार नाहीत, लिहितील तर त्यात कराराचा आणि हिशेबाचा उल्लेख नसणार, पुढेही कधी हा तपशील लिहिणार नाहीत. च्यायचं मराठी साहित्य. बंद करा तुमचं मराठी एकदम. काही गरज नाही मराठीची जगाला.

तू म्हणतोस ते खरं आहे. पण ह्याच्यात राहूनच आपण सुधारणा केली पाहिजे. आपली भाषा म्हणूनच निव्वळ.

तुम्ही आम्ही काय सुधारणा करणार ह्यात? तुम्ही वीसपानीसुद्धा मासिक सहा महिनेही चालू शकत नाही. तुमचे लेखक तर टीकाकारांचे आणि वर्तमानपत्रवाल्यांचे पाय चाटत असणार. असं ठरवा की आपल्याला पाहिजे त्या अटी मान्य केल्याशिवाय मराठीत कोणी एक पुस्तक प्रकाशकांना द्यायचं नाही. वर्ष दोन वर्षं मराठीत एक पुस्तक छापलं जाता कामा नये. हे होणार नाही. रत्नागिरीकरासारखे वर्षाला सहा पुस्तकं छापतात. शिवाय देशपांड्यांसारखे घरात नुस्तं बसून करणार काय? झोपडपट्टी आहे मराठी साहित्य म्हणजे.

पण तुझी पुस्तकं इंग्लंडमध्ये आवडतात कारण हिंदुस्थानची सगळी घाण त्यांना हेल्सारखे वाटते. तिकडचे लोक वेगळ्या भूमिकेतून तुम्हाला एन्जॉय करतात. म्हणजे तुम्हाला सांस्कृतिक भडवेगिरीचं काम करावं लागतं हे तुम्हा इंग्रजी लिहिणाऱ्या भारतीय लेखकांच्या लक्षात येत नाही. हळूहळू नीरद चौधुरीसारखे तुम्ही पर्मनंट भडवे होऊन तिकडच्या वाचकांसाठी लिहीत राहता. निव्वळ बाबू!

मला तसं वाटत नाही. भडवेगिरी मराठीत लिहिणारेही करतच असतात. ती इंग्रजीतच बाबू लोक करतात असं नाही.

ते एक राहू दे. पण तुम्ही ज्या तीव्रतेनं ही बकाली जगला त्यामुळेच तुम्हाला चांगलं लिहिता येतं हे तर खरंच आहे की नाही? तेव्हा तुमच्या अन्नदात्या वातावरणाबद्दल तुम्हाला थोडीसुद्धा आत्मीयता कशी नाही? ही आत्मीयता असली तर तुम्ही ह्या वातावरणाशी थोडातरी कृतज्ञ संबंध ठेवाल की नाही? की निव्वळ कच्चा माल म्हणून इथलं जीवन पाहाल आणि तिकडे पक्क्या मालाचा पुरवठा कराल? ह्या सगळ्या संबंध तुमची स्वतःची स्वार्थी वृत्ती पोसण्याशी आहे, तुमची स्वतःची प्रतिमा वाढविण्याकडे आहे. तुमच्याबाहेर तुम्हाला काही देणंघेणं दिसत नाही. तिकडचे लोकही तुम्हाला कधी रिस्पेक्ट द्यायचे नाहीत.

मला माझ्याबाहेर पाहण्याची खोटी दृष्टी लावून घ्यायची इच्छा नाही. सगळ्या जगाचं कल्याण करण्याचं कसब मला नको आहे. मी जगेन तोपर्यंत मला जे जे जमतं ते ते मी उत्स्फूर्तपणे करत राहीन. आणि ह्या लेव्हलच्या बाहेर मला फारसा विचार करण्याची इच्छासुद्धा नाही. कारण त्याच्याबाहेर प्रयत्न करूनही मला काही आढळलं नाही. ज्यांना काही आढळलं त्यांनी त्याचा पाठपुरावा करावा. आमच्यासारखे आमच्यासारखं करत राहतील, तुमच्यासारखे तुमच्यासारखं करत राहा. आणखी काय पाहिजे? खरं म्हणजे एवढं शास्त्र करून जगत राहण्यापेक्षा श्वासोच्छ्वास करण्याइतकं सहज जगत राहावं!

म्हणजे सगळं आयुष्य सुरक्षित करून घेऊन मगच श्वासोच्छ्वास करण्याइतकं सहज जगत राहावं असंच म्हण की.

तेव्हा नारायण संतापून ओरडत गाण्यासारखा तालावर म्हणाला, सुरक्षित काय नाही? पृथ्वी सुरक्षित नाही? सूर्य सुरक्षित नाही? हृदयाचे ठोके सुरक्षित नाहीत? हा मी उभा राहतो तर पायाखालची जमीन सुरक्षित नाही? मग आयुष्यच कुबड्या लावून सुरक्षित उभं करायला कोणाच्या बापाची भीती आहे? बोल साल्या.

चांगदेवही डोळे वटारून म्हणाला, तुझा प्रॉव्हिडंट फंड सुरक्षित आहे, तुझा दर महिन्याचा पगार एक तारखेला आहे आणि तुझी रॉयल्टी नियमितपणे येते तोपर्यंतच पृथ्वी अन् सूर्य अन् हृदयाचे ठोके अन् सगळं जिथल्या तिथे आहे.

जरा कुठे हा ताल चुकला की काहीच सुरक्षित नाही. मी फक्त एक शक्यता सांगत होतो.

कशाची शक्यता?

नकळत सुरक्षिततेचा दास होण्याची.

नकळत आणि पुन्हा त्याचीही शक्यता म्हणजे तू मला अंधारात नेऊन काहीही हो म्हणवून घेतो आहेस. ते जाऊ दे. पण मुद्दा काय होता आपला?

काय होता?

मी विसरलो. काय होता?

मीही विसरलो. पिणं फार होतंय नाऱ्या. आता बंद करू या. एक तर मी आत्ता आत्ता बरा होत आलोय.

सिग्रेट घे. बिस्किटं खा.

मग नारायण थकल्यासारखा अंग टाकून सोफ्यावर कोसळला. हळूहळू त्याच्या हातातली सिग्रेट गळून पडली हे त्याच्या लक्षात आलं नाही. जरा वेळानं ती प्यावी म्हणून त्यानं हात वर केला तर सिग्रेट नव्हती म्हणून त्यानं दुसरी पेटवली. तोपर्यंत खालचा गालिचा जळायला लागला. चांगदेवनं ती सिग्रेट उचलून त्याच्या हातात दिली. ती ओठाला लावत नारायण म्हणाला, तू भयंकर वेगवेगळ्या प्रसंगात माणसाला ठेवून पाहतोस, चांग्या. ही तुझी खास सवय आहे. अशानं तुला कोणत्याच खऱ्या प्रसंगाची गोडी अनुभवता येणार नाही. नॉर्मल प्रसंगात माणसं आहेत तशी पाहावीत. उलटीसुलटी करून माणसं पाहू नयेत, माणसांना बीजगणितासारख्या किमती नसतात हे लक्षात ठेव.

पण एकाच किंवा दोनच प्रसंगांतून माणसांकडे पाहणं मला अगदी निर्जीवपणाचं वाटतं. आहेत तशी माणसं खोटी वाटतात, ती खरी पाहायला कोणत्या पद्धती असतात हे कळत नाही.

पण तू मुंबई सोडून जातो आहेस ते काही फार बरोबर नाही.

तेच सांगतो आहे की वेगवेगळ्या प्रसंगांतून मला स्वतःलासुद्धा ठेवून पाहणं मला आवडतं. आणि ह्या तार्किक विचारांच्या, साहित्याच्या जगापासून मला बिनविचारांच्या, बिनसाहित्याच्या जगात राहून पाहायचं आहे.

ठीक आहे बाबा, तुझं तू कर, माझं मी करेन, त्याचं तो करील, तिचं ती करील. आणखी काय सुटलं? त्यांचं ते करतील. आणखी काय राह्यलं?

आणखी बरंच राह्यलं. पण थोडक्यात म्हणजे ज्याचं त्याचं जो तो करील, हे बेष्ट!

जरा वेळानं विजू पडद्यामागून हसत आली. तिनं कुणातरी पिणाऱ्या दोन शास्त्रज्ञांचा एक विनोद सांगितला. पण दोघांनाही त्यातलं काही कळलं नाही. नंतर ती म्हणाली आता पिणं पुरे करा. जेवून घ्या. इनफ डिअऽ

जेवताजेवता हळूहळू खूप खाऊन झाल्यावर शांतपणे चांगदेव अचानक म्हणाला, पण नारायण तुझं सगळंच हेवा करण्यासारखं आहे.

नारायण म्हणाला, तू खरं बोलणारा माणूस आहेस!

चांगदेव म्हणाला, मी म्हणालो तुझं सगळंच हेवा करण्यासारखं आहे तेव्हा तुला काय वाटलं रे हेवा करण्यासारखं?

ते तुला माहीत!

पण तुला त्यावरून काय लक्षात आलं? तू नक्कीच होकार दिलास माझ्या म्हणण्याला! सांग, काय वाटलं ते म्हणजे?

म्हणजे तू पुन्हा मला आता ह्या प्रसंगात पाडू इच्छितोस, नाही? तूच सांग ज्याअर्थी तू आधी म्हणालास त्याअर्थी.

मी सांगितलं तर तू नंतर तेच, तेच म्हणशील!

पण तू आधी म्हटलंस म्हणून तू सांगायला पाहिजेस.

ठीक आहे, मी सांगतो. तुझं हेवा करण्यासारखं म्हणजे आत्ताचं तर सगळं आहेच पण ते पूर्वीचंसुद्धा. आधी ते असणं आणि नंतर हे असणं हे दोन्ही मिळून हेवा करण्यासारखं आहे. दोन्ही प्रसंगांतून तुला मी पाह्यलं आणि तू उत्तम पुरुष आहेस हे सिद्ध झालं आहे. विशेष म्हणजे ह्या सगळ्यावर कळस म्हणजे बायको गरोदर असणं हे! त्यासारखी पूर्णता दुसरी नाही.

राइट. राइट. थँक्यू. तू खरं बोलणारा मित्र आहेस.

तुला काय वाटलं होतं ते सांग आता.

मला वाटलं होतं की तुला हेवा करण्यासारखं वाटलं असेल ते फक्त आत्ताचंच. हे सध्याचं.

एवढंच फक्त तुला का वाटलं?

तेवढंच का वाटलं बरं? थांब.

नंतर नारायण विचार करता करता हा मुद्दाच विसरून गेला. चांगदेवला वाटलं की तो हे पद्धतीशरपणे टाळतोय. म्हणून चांगदेवनं पुन्हा आठवण करून दिली, तेव्हा तो म्हणाला, कशाबद्दल चाललं होतं आपलं? काय विचारतोयस तू? विसरलो मी. कशाबद्दल?

कशाबद्दल? विसरलो मीही.

मीही विसरलो, पण तू कशावर तरी विचार करत होतास... माझ्या विचार करण्यावर? पण मी कशावर विचार करत होतो?

तेही मी विसरलो. चला जाऊ द्या की भंकस. फार प्यालो आपण. वहिनींना फारसं मराठी कळत नाही, पण त्याही हसायला लागल्यायत.

माणूस विसरतो म्हणजे बहुधा मनापासून ते—टाळायला बघतो म्हणून. जाऊ द्या. आपणही कदाचित दहावीस वर्षांनी एकमेकांना संपूर्ण विसरून जाऊ. तर ह्या किरकोळ गोष्टींचं काय.

शेवटी गाडी गाठणं जरूर होतं म्हणून चांगदेव झटपट निघाला. विजू पैशे टेबलावर ठेवून देऊन झोपी गेली होती. नारायण म्हणाला, तिला फार काम असतं. गरोदरपणात फार थकतेही ती. चांगदेव म्हणाला, झोपू दे. आपण काय आता निघालोच.

नारायणानं त्याला कोपऱ्यापर्यंत सोडलं. सगळीकडे शांत. थोडा वेळ चांगदेवला असं वाटलं की नारायणलाच आपण कोपऱ्यापर्यंत सोडायला आलोय आणि तिकडे वर आपलंच घर आहे! हे फारच गमतीदार होतं. सध्या आपल्याला घर नाही, पण लवकरच सगळं ठीक होतंच आहे.

अच्छा, पुन्हा मुंबईला आलास तर जरूर ये हां.

अच्छा. उद्या रात्री निघतो मी.

▢▢